இருபத்தோராம் நூற்றாண்டுப் புதுச்சேரி-காரைக்கால் தமிழ்ச் சிறுகதைகள்

உள் அட்டையில் காணும் சிற்பக் காட்சியில் பகவான் புத்தரின் அன்னை மாயாதேவி கண்ட கனவின் பலனை மன்னர் சுத்தோதனருக்கு நிமித்திகர் மூவர் விளக்குகின்றனர். அவர்களுக்குக் கீழே அமர்ந்து அந்த விளக்கத்தை எழுதுகிறார் ஓர் எழுத்தர். எழுதும் கலையைச் சித்தரிக்கும் முதல் இந்தியச் சிற்பம் இதுவாகவே இருக்கலாம்.

(நாகார்ஜுன மலைச்சிற்பம் பொ.யு. இரண்டாம் நூற்றாண்டு, பட உதவி : நேஷனல் மியூசியம், புது தில்லி)

இருபத்தோராம் நூற்றாண்டுப் புதுச்சேரி-காரைக்கால் தமிழ்ச் சிறுகதைகள்

தொகுப்பாசிரியர்

சுந்தர முருகன்

சாகித்திய அகாதெமி

Irupathoram Nootrandu Puduchery-Karaikkal Tamizh Sirukathaigal, compiled by Sundara Murugan, Sahitya Akademi, New Delhi, (2019), Rs. 255/-

உரிமை © சாகித்திய அகாதெமி		
தொகுப்பாசிரியர்	:	சுந்தர முருகன்
பொருள்	:	சிறுகதைகள்
வெளியீடு	:	சாகித்திய அகாதெமி
முதல் பதிப்பு	:	2019
ISBN	:	978-93-89467-92-5
விலை	:	ரூ. 255/-

All rights reserved. No part of this book may be reproduced or utilized in any form or by any means, electronic or mechanical including photocopying, recording or by any information storage and retrival system, without permission in writing from Sahitya Akademi.

சாகித்திய அகாதெமி

தலைமை : இரவீந்திர பவன், 35, பெரோஸ்ஷா சாலை, புது தில்லி 110 001.
அலுவலகம் secretary@sahitya-akademi.gov.in | 011-23386626/27/28.

விற்பனை 'ஸ்வாதி' மந்திர் சாலை, புது தில்லி 110 001
அலுவலகம் sales@sahitya-akademi.gov.in | 011-23745297, 23364204.

கொல்கத்தா 4, டி.எல். கான் சாலை, கொல்கத்தா 700 025
rs.rok@sahitya-akademi.gov.in | 033-24191683/24191706.

சென்னை குணா வளாகம், 443, இரண்டாம் தளம், அண்ணா சாலை, தேனாம்பேட்டை, சென்னை 600 018.
chennaioffice@sahitya-akademi.gov.in 044-24311741 | 24354815

மும்பை 172, மும்பை மராத்தி கிரந்த சங்கிரகாலய சாலை, தாதர், மும்பை 400 014
rs.rom@sahitya-akademi.gov.in 022-24135744 | 24131948.

பெங்களூரு மத்தியக் கல்லூரி வளாகம், பல்கலைக்கழக நூலக கட்டிடம், டாக்டர் அம்பேத்கர் வீதி, பெங்களூரு 560 001
rs.rob@sahitya-akademi.gov.in. 080-22245152, 22130870.

ஒளி அச்சு : R. Udhayabaskar, NN Seven, Chennai - 32
அட்டை வடிவமைப்பு : Spectrum Graphic Studio, Chennai - 17
அச்சகம்: Mani Offset, Chennai - 77
Visit our website at http://www.sahitya-akademi.gov.in

சுந்தர முருகன்

பொருளடக்கம்

5

தலைப்பு **பக்கம்**

(1)

முன்னுரை 7

1) வேட்டி – கி. ராஜநாராயணன் 17

2) அப்பாவின் வேட்டி – பிரபஞ்சன் 27

(2)

3) சத்திய சோதனை – அவ்வை நிர்மலா 35

4) கவரி மான்கள் – அரும்பார்த்தபுரம் மது 43

5) மாக்கோலம் – அமிர்தா 53

6) கண்ணாடி மாளிகை – மு. ஆதிராமன் 58

7) அலைகடலுக்கு அப்பால் – இந்திரா சுந்தரம் 75

8) ஊருக்கு ஒருவர் – அ. உசேன் 79

9) யக்கா – தெ. குப்புசாமி 96

10) தாயைத் தேடி – எஸ். குமாரகிருஷ்ணன் 101

11) ஒளியை நோக்கி – சு. சங்கர் 107

12) மணமகள் யாரோ? – மு. சாயபு மரைக்காயர் 115

13) அம்மா – முனைவர் க. தமிழமல்லன் 124

14) உறவுப் பறவைகள் – ஹ.மு. நத்தர்சா 131

15) சத்தியத்தின் வலிமை – மு. நடராசன் 138

16) சிலந்தி வலை–நிக்கி கிருட்டினமூர்த்தி 145

17) ழான்தார்க் – பாரதி வசந்தன் 150

18) நினைத்தது நடந்தது – புதுவை யுகபாரதி 160

19) சூட் 325 – புதுவை ரா. ரஜினி 171

20) வேப்பமரத்து வெள்ளைப் பூக்கள் – பூதலூர் முத்து 183

21) நெல்மிரட்டி – கி. மதிவாணன் 197

22) வெட்டவெளியில் – ஆர். மணவாளன் 203

23) நாகூர்ப் பயணம் – ப. முருகேசன் 212

24) படிப்பு – எ.மு. ராஜன் 221

25) தடுப்புச் சுவர்கள்...! – விசித்திரன் 227

(3)

பின்னிணைப்புகள்

26) ஆறில் ஒரு பங்கு – பாரதியார் 238

27) குளத்தங்கரை அரசமரம் – வ.வே.சு.அய்யர் 262

முன்னுரை

தமிழ் நிலத்திற்கும் தமிழ் மொழிக்கும் எத்தகு தொன்மையும் முன்மையும் உண்டோ, அத்தகு தொன்மையும் முன்மையும் புதுச்சேரி மண்ணுக்கும் புதுச்சேரித் தமிழ் இலக்கியத்திற்கும் உண்டு.

புதுச்சேரியைத் தமிழ் நாட்டின் ஒரு பகுதியாக எண்ணுவோர் உளர். புதுச்சேரி என்பது தமிழ்நாட்டின் ஒரு மாவட்டம் போன்றது என்று அறைவோரும் உளர். புதுச்சேரியில் வழங்கக்கூடிய விளங்கக்கூடிய தமிழ், தமிழ்நாட்டின் கோவை, திருநெல்வேலி, மதுரை போன்ற மாவட்டங்களில் வழங்கப்படுகின்ற வட்டார மொழியைப் போன்ற ஒரு வட்டார மொழியே என்று கதைப்போரும் உளர். இந்தியாவின் பிற பகுதிகளை ஆண்டதைப்போல் தமிழ் நாட்டை ஆங்கிலேயனும், புதுச்சேரியைப் பிரெஞ்சிந்தியா என்ற பெயரில் பிரெஞ்சுக்காரனும் ஆண்டார்கள், வேறெந்த வேறுபாடும் இல்லை என்று உரைப்போரும் உளர். இதுபோன்ற எண்ணங்களில் ஓரளவு உண்மை இருந்தபோதிலும், இவை அனைத்தும் முற்றிலுமான உண்மைகள் அல்ல.

தமிழ்நாட்டைச் சேர, சோழ, பாண்டியர் எனும் மூவேந்தர்கள் மூன்று தமிழ்நாடுகளாக ஆண்டதுபோல், இன்றும் தமிழ்நாடு மூன்று நாடுகளாகத்தான் மூன்று வெவ்வேறு முதல்வர்களால் ஆளப்படுகிறது. ஆம், இதுதான் முற்றிலுமான உண்மை.

தொல்காப்பியம் உரைப்பதுபோல், "வடவேங்கடம் முதல் தென்குமரி வரை" உள்ள பகுதி தாய்த்தமிழ்நாடு. ஆம், தற்போது இந்தியாவில் உள்ள தாய்த்தமிழ் நிலத்தைத் தாய்த்தமிழ் நாடாகக் கொள்ளலாம். இது முதலாவது தமிழ்நாடாகும்.

இரண்டாவது, புதைந்துபோன, உலகின் முதல் நிலப்பரப்பாகக் கருதப்படுகின்ற இலெமூரியாக் கண்டம் அல்லது குமரிக்கண்டம் என்று அழைக்கப்படுகின்ற பெருநிலப்பரப்பின் எச்சமாக, உலகோர்க்கெல்லாம் அச்சமாக விளங்கிக் கொண்டிருக்கும் ஈழ நாடு. ஈழம் இன்னொரு நாட்டின் ஒரு பகுதியாக ஆளப்பட்டுக் கொண்டிருந்தாலும்கூட, ஒரு பெருநிலத்தால், ஒரு பெருமொழியால் அது இரண்டாவது தமிழ்நாடாகும்.

மூன்றாவது, முன் பாண்டிய நாட்டின் ஒரு பகுதியாக, சோழ மண்டலத்தின் ஒரு பகுதியாக, தொண்டை மண்டலத்தின் ஒரு பகுதியாக ஆளப்பட்டுவந்த புதுச்சேரி பிற்காலத்தில் மேலை நாட்டுக்காரர்களால், குறிப்பாகப் பிரெஞ்சுக்காரர்களால் ஆளப்பட்டு வந்த ஒரு நாடு. தமிழகம் ஆங்கிலேயர்களின் ஆதிக்கத்தில் இருந்தபோது, புதுச்சேரி நாட்டை அதாவது புதுச்சேரியைத் தலைமையகமாகக் கொண்டு ஆளப்பட்ட புதுச்சேரி, காரைக்கால், ஏனாம், மாகி மற்றும் சந்திரநாகூர் ஆகிய பகுதிகளை உள்ளடக்கிய நாட்டைப் பிரெஞ்சுக்காரர்கள் ஆண்டு வந்தனர். புதுச்சேரியை அடிக்கடி ஆங்கிலேயர்கள் கைக்கொள்வதும் பின்னர்ப் போர்கள் மற்றும் உடன்படிக்கைகளின் மூலம் மீண்டும் பிரெஞ்சுக்காரர்கள் மீட்டெடுப்பதும் தொடர்ந்திருக்கிறது.

ஒன்றை இவ்விடத்துக் குறிப்பிட்டே ஆக வேண்டும். என்னவெனில், இந்தியப் பெருநாடு ஆங்கிலக் கிழக்கிந்திய வணிக நிறுவனத்தாரின் மேற்பார்வையில் ஆளப்பட்ட போதும், இங்கிலாந்து மகாராணியாரால் நேரடியாக ஆளப்பட்டபோதும், இந்தியாவுக்கான இந்தியப் பகராண்மையர் (பிரதிநிதிகள்) இங்கிலாந்து நாட்டு ஆட்சி அவையிலோ, மேலவையிலோ அல்லது எந்தவொரு ஆட்சியியல் மன்றத்திலோ இடம்பெற்றதாக அறியப்படவில்லை. ஆனால், புதுச்சேரிப் பிரெஞ்சுக்காரர்களால் ஆளப்பட்டபோது, பிரான்சு நாட்டின் ஆட்சியியல் மன்றத்தில் (சட்டமியற்றக்கூடிய மேலவையில்) புதுச்சேரியின் பகராண்மையர் உறுப்பினராகத் தேர்ந்தெடுக்கப்பட்டுப் புதுச்சேரியின் சார்பாக இடம்பெற்றிருந்தார் என்பது வரலாறு.

அது மட்டுமன்று, 1954 நவம்பர் முதல் நாளில், பிரெஞ்சிந்தியா அதாவது புதுச்சேரி இந்தியப் பெருநாட்டுடன் இணைக்கப்பட்டு, ஓர் ஒன்றியத்து ஆட்சிப்பரப்பாக அறிவிக்கப்பட்டு ஏற்கப்பட்டது. அப்போதும்கூட, இந்தியாவில் எந்தவொரு ஒன்றியத்து ஆட்சிப்பரப்புக்கும் வழங்கப்படாத தன்னாட்சிச் செய்யக்கூடிய "சட்டப்பேரவை உரிமை" புதுச்சேரிக்கு வழங்கப்பட்டது.

1977களில் புதுச்சேரியைத் தமிழ்நாட்டின் ஒரு பகுதியாக இணைத்துவிட நடுவண் அரசும் தமிழ் நாட்டரசும் முயற்சிகள் மேற்கொண்டபோது மிகப்பெரிய போராட்டத்தை வெளிப்படுத்தி, பல உயிர்களை இழந்து, புதுச்சேரி தன்னை ஒரு தனிநாடாகக் காத்துக்கொண்டது.

ஆம், இன்றுவரை புதுச்சேரியைப் "புதுச்சேரிச் சட்டப் பேரவையே" ஆண்டு வருகிறது. இவ்வாறு புதுச்சேரி இன்றுவரை ஒரு தனிநாடாக, மூன்றாவது தமிழ்நாடாகத் திகழ்ந்து கொண்டிருக்கிறது.

ஆக, புதுச்சேரியைத் தமிழகத்தின் பிற பகுதிகளைப் போல, ஒரு பகுதியாக மட்டும் கருதிவிட முடியாது.

அதுபோல், புதுச்சேரித் தமிழை, கோவை, மதுரை, திருநெல்வேலி போன்ற தமிழக மாவட்டங்களில் வழங்கப்படுகின்ற வட்டாரத் தமிழாக எண்ணங்கொள்ளக் கூடாது. ஏனெனில், புதுச்சேரித் தமிழ் செந்தமிழ், புதுச்சேரியில் வழங்கப்படுகின்ற தமிழ்மொழி செம்மொழித் தமிழ்.

எப்படிச் செம்மொழித் தமிழ் இயல்-இசை-நாடகம் என்று பகுக்கப்பட்டு முத்தமிழாகச் சுவைக்கப்படுகின்றதோ அந்தச் செம்மொழித் தமிழ்தான் புதுச்சேரியில் பேச்சுத்தமிழாக, எழுத்துத் தமிழாக, இசைத்தமிழாக, உரையிடையிட்ட கூத்துத்தமிழாக வழங்கப்பட்டுவருகிறது.

தமிழின் தொன்மையையும், முன்மையையும், நுண்மையையும், இலக்கியச் செழுமையையும், இலக்கணச் செறிவையும், மக்களின் மேம்பட்ட வாழ்வியல் முறைமைகளையும்

இன்றளவும் சங்க இலக்கியம் வெளிப்படுத்தி வருகிறது. அந்தச் சங்க இலக்கியக் காலந்தொட்டுப் புதுச்சேரி நாடும் தமிழ்மொழிக் காப்பிலும், தமிழ் இலக்கிய வளர்ச்சியிலும் தன் பங்களிப்பை அளித்து வந்துள்ளது. இதற்குச் சான்றாக, சங்க இலக்கியத்தில் இடம்பெற்றுள்ள "கண்ட மனையோள்" (புறநானூறு, பாடல் *320*) என்னும் பாடலை எழுதிய வீரைவெளியனார், "குறிஞ்சி" (அகநானூறு, பாடல் *188*) என்னும் பாடலை எழுதியுள்ள வீரைவெளியன் தித்தனார் மற்றும் "அற்புதத் திருவந்தாதி" என்னும் நூலை எழுதிய காரைக்கால் அம்மையார் ஆகியோர் விளங்குகிறார்கள்.

உலகப் பொதுமறை தந்த தெய்வப்புலவர் திருவள்ளுவர், உலக மகாக்கவியென்றும் கவிச்சக்கரவர்த்தி என்றும் போற்றப்படும் பெருமைக்கெல்லாம் உரிய கம்பர், முத்தமிழ்க் காப்பியம், மக்கள் காப்பியம், தமிழ்க்காப்பியம் என்றெல்லாம் புகழப்படும் சிலப்பதிகாரத்தைத் தந்த இளங்கோஅடிகள் ஆகியோருக்குப் பின்னர், இன்றும் தமிழிலக்கியத்தின் அடையாளங்களாக உலகளவில் போற்றப்படும் மகாகவி பாரதியும், பாவேந்தர் பாரதிதாசனும் புதுச்சேரி மண்ணால் வளர்த்தெடுக்கப்பட்டவர்கள்.

இலக்கியத்தின் புத்திளம் முயற்சிகள் யாவும் இம் மண்ணிலிருந்தே தொடங்கப்பட்டிருக்கின்றன என்பதற்கு ஏராளமான சான்றுகள் உள.

தமிழின் முதல் புதினமாக எண்ணப்படும் மாயூரம் வேதநாயகம் பிள்ளையின் "பிரதாப முதலியார் சரித்திர"த்தின் கதைக்களங்களில் முதன்மையான களமாகப் புதுச்சேரியின் காரைக்கால் பகுதி அமைந்துள்ளது.

கலை இலக்கியங்கள் யாவும், இக்கலையிலக்கியங்களுக்குச் செய்யப்பட்ட இலக்கணங்கள் கூடச் செய்யுள் வடிவிலும், உரையிடையிட்ட செய்யுள் வடிவிலும் மட்டுமே அமைந்திருந்த வரலாற்றை மாற்றி முடுகுகளற்ற, சொற்முறுக்குகளற்ற எளிமையான ஆனால் வரையறைகளுக்குட்பட்ட உரைவீச்சு (வசன

கவிதைகள்) இலக்கியங்கள் செய்யும் முயற்சிகளைப் பாரதி புதுச்சேரியிலிருந்தே தொடங்கினார்.

மேலைநாட்டினரால் ஏற்கப்பட்டுக் கொண்டாடப்பட்ட கீழைநாட்டு இலக்கியமான துளிப்பா (ஐக்கூ) இலக்கிய முயற்சியும் 1916ஆம் ஆண்டில் புதுச்சேரியில் இருந்தே பாரதியால் தொடங்கப்பட்டுள்ளது.

மேலைநாட்டினரால் உருவாக்கப்பட்ட சிறுகதை இலக்கியத்தைத் தமிழுக்கு முதன்முதலில் கொண்டுவந்த பெருமை வ.வே.சு அய்யர்க்கு என்றாலும், பாரதிக்கு என்றாலும், இச்சிறுகதை முயற்சியும் புதுச்சேரியில் இருந்தே தொடங்கப்பட்டது.

தொல்காப்பியம், நன்னூல் ஆகிய இலக்கண நூல்களுக்குப் பின்னர் நீண்ட இடைவெளிக்குப் பின்னர், இலக்கண விளக்கம், தொன்னூல் விளக்கம், வீரசோழியம் போன்ற பல இலக்கண நூல்கள் ஏற்பட்ட பின்னரும் இசைத்தமிழுக்கு இலக்கணம் இல்லாத நிலையில், சிந்துப்பாவுக்கான இலக்கணத்தைப் புதுச்சேரியைச் சேர்ந்த முனைவர் இரா.திருமுருகன் செய்துள்ளார். புத்திலக்கணம் படைக்கும் முயற்சியும் இம்மண்ணிலிருந்தே தொடங்கப்பட்டுள்ளது.

உலகில் எந்தவொரு நாட்டிலும், எந்தவொரு மொழியிலும் இல்லாத நாட்குறிப்பு இலக்கியம் முந்நூறு ஆண்டுகளுக்கு முன்பே புதுச்சேரியில் செய்யப்பட்டுள்ளது. ஆம், ஆனந்தரங்கப்பிள்ளை பிரெஞ்சிந்தியாவின் ஆளுநர் துய்ப்ளக்சுக்கு மொழி பெயர்ப்பாளராகப் (துபாசி) பொறுப்பிலிருந்தபோது, 1736 முதல் 1761 வரையிலான காலக்கட்டப் புதுச்சேரியின் வரலாற்றை, புதுச்சேரி மக்களின் பண்பாட்டை, இலக்கியத்தை, பிரெஞ்சுக்காரர் களின் ஆட்சியை, வணிகத்தை, கல்வியை, இருப்பியலை, போர்களை, கடவுள் வழிபாட்டை, மதமாற்றத்தை, சாதியச் சிக்கல்களை, பெண்களுக்கு எதிராக இழைக்கப்பட்ட கொடுமைகளை, தேர்தல் முறைமையை, அரசுக்கு எதிரான செயல்பாடுகளை வெளிப்படுத்தும் பன்னிரண்டு (12) தொகுதிகளைக் கொண்ட நாட்குறிப்பு இலக்கியத்தைப்

படைத்துள்ளார். இவரைப்போன்று வீரா நாயக்கர் போன்றோரும் நாட்குறிப்பு இலக்கியங்களைப் படைத்துள்ளனர்.

தமிழில் மடல் இலக்கியம் (கடித இலக்கியம்) முனைவர் மு.வரதராசன், மறைமலை அடிகள், பேரறிஞர் அண்ணா, கலைஞர் மு.கருணாநிதி போன்றோரால் இருபதாம் நூற்றாண்டில்தான் அறிமுகம் ஆயின. ஆனால், புதுச்சேரியில் 200 ஆண்டுகளுக்கு முன்னர் இறைஊழியர் இலூயிசு சவீனியன் துப்புயி அடிகள் மடல் இலக்கியம் படைத்துள்ளார். அரவிந்தரின் புகழ்மிக்க சாவித்திரி காப்பியம் பிறந்தது இம்மண்ணில்தான். இதுபோன்று புதுச்சேரியின் தனித்தன்மைகள் வானிலிருக்கும் விண்மீன்கள் போல எண்ணிச் சொல்வதற்கரியன.

எனவே, புதுச்சேரியின் பண்டைய வரலாற்றைப், பண்பாட்டைப், பிரெஞ்சியரின் ஆட்சியை, விடுதலைப் போராட்டக் களத்தை, விடுதலையை, குமுகாயச் சூழலை வெளிப்படுத்திப் பல்வேறு இலக்கியங்கள் படைக்கப்பட்டுள்ளன. விடுதலைக்கு முன்னரும், பிரெஞ்சிந்திய விடுதலைக்குப் பின்னரும் இதுபோன்ற இலக்கிய முயற்சிகள் தொடர்ந்துகொண்டிருக்கின்றன.

இவ்விலக்கிய முயற்சிகளில் சிறுகதை இலக்கியம் மிகக் குறிப்பிட்டுச் சொல்லத்தக்க இடத்தைப் பெற்றுள்ளது. பத்தொன்பதாம் நூற்றாண்டின் இறுதியிலும், இருபதாம் நூற்றாண்டின் தொடக்கத்திலும் மக்கள் நடுவில் மிகப் பெரிய தாக்கத்தை ஏற்படுத்தத் தொடங்கிய சிறுகதை இலக்கியம், இருபத்தோராம் நூற்றாண்டிலும் அதற்குரிய இடத்தை இழக்காமல் வளர்ந்துகொண்டிருக்கிறது.

புதுச்சேரியில் புகழ்மிக்க சிறுகதை எழுத்தாளர்களாகப் பிரபஞ்சன், கி.ரா. போன்றோர் விளங்குகிறார்கள். புனைகதை இலக்கியத்தில் ஒன்றான புதினத்திற்காக இவர்கள் இருவரும் சாகித்திய அகாதெமி விருதுபெற்றுள்ள போதிலும், இவர்கள் சிறுகதைகளின் வாயிலாகத்தான் மக்களிடம் புகழ்பெற்றுத் திகழ்கிறார்கள். இவர்களைப் போன்றே, இருபதாம் நூற்றாண்டின் பிற்பகுதியில் எழுதத் தொடங்கியவர்களும், இருபத்தோராம்

நூற்றாண்டில் தொடர்ந்து எழுதிக்கொண்டிருக்கிறார்கள். இவர்களின் புகழ்பெற்ற சிறுகதைகள் இத்தொகுப்பில் இடம் பெற்றுள்ளன.

இத்தொகுப்பில், கி.ரா., பிரபஞ்சன் ஆகிய இருபெரு சிறுகதை இலக்கிய ஆளுமைகளின் சிறுகதைகள் முதல் பகுதியாகவும், இன்று புகழ்பெற்ற எழுத்தாளர்களாகத் திகழும் பிற இருபத்து மூன்று (23) எழுத்தாளுமைகளின் சிறுகதைகள் இரண்டாவது பகுதியாகவும், தமிழ்ச்சூழலில் முதல் சிறுகதையாக எண்ணப்படும் பாரதியின் "ஆறில் ஒரு பங்கு" என்னும் கதையும், 1915ஆம் ஆண்டு "மங்கையர்க்கரசியின் காதல்" என்னும் தொகுப்பில் இடம்பெற்ற வ.வே.சு. அய்யரின் "குளத்தங்கரை அரச மரம்" என்னும் கதையும், மேற்சொன்ன இருவரும் புதுச்சேரியில் வாழ்ந்தபோது இச்சிறுகதைகளை எழுதியுள்ளமையால், பின்னிணைப்பாக இணைக்கப்பட்டுள்ளன.

ஆண்டன் செகாவ் "எழுதிய கதையின் முதல் இரண்டு பத்திகளையும், இறுதிப் பத்தியையும் நீக்கினால், அது சிறந்த சிறுகதையாகும்" என்று கருத்துரைத்துள்ளதாக அறியப்படுகிறது. இது கதைக்கும் சிறுகதைக்கும் இடையிலான மெல்லிய இழைபோன்ற இடைவெளியாகும். ஆம், கதை என்றால், ஒன்றிலிருந்து தொடங்கிப் பத்து வரை எண்ணுவது போன்றதாகும். சிறுகதை என்றால் திடீரெனத் தொடங்கி, வரிசையாகச் செல்லாமல், தாண்டித் தாண்டிச் சென்று திடீரென முடிந்துவிடுவதாகும்.

இதுபோன்ற சிறுகதைகளில், வாழ்வியல் பட்டறிவுகள், நுண்ணறிவுத் திறன்கள், நகைச்சுவைத் தெறிப்புகள், அற உணர்வுகள், காதல் உணர்வுகள், வீரப் புனைவுகள், உண்மை நிகழ்வுகள் ஆகியவை இயல்பாக இடம்பெற்றுள்ளன.

சிறுகதை என்பதைச் சிறிய கதையாக எண்ணிவிடக் கூடாது. சில சிறுகதைகள் நூறு (100) பக்கங்களுக்கும் கூடுதலாக அமைந்துள்ளமை இவ்விடத்து நோக்கத்தக்கது. சிறுகதைகளில், ஒரு பக்கக் கதைகள், அஞ்சல் அட்டைக் கதைகள் போன்றவற்றையும் சேர்த்துக்கொள்ளலாம். ஆனால், இவற்றில்

பெரும்பாலானவை இலக்கியச் சுவையின்றி அமைந்துவிடுவதை அறியமுடிகிறது.

இத்தொகுப்பில், இருபத்தைந்து சிறுகதைகள் இடம் பெற்றுள்ளன. அவற்றுள், எண்ணற்ற கதைகளை வடித்துள்ள பிரபஞ்சனின் "அப்பாவின் வேட்டி"யும், கி.ரா.வின் "வேட்டி"யும் சிறப்புச் சிறுகதைகளாக அமைந்துள்ளன.

பிரபஞ்சனின் அப்பாவின் வேட்டி, புதுச்சேரி மக்களின் விழாச் சடங்குகளை முன்னிறுத்தும் அதேவேளையில், மக்களின் வாழ்வியல் நிகழ்வுகளை நிலைநிறுத்துகின்றது. கி.ரா.வின் வேட்டி, வேட்டிகளின் தோற்றமும், வகைகளும் அதைக் கட்டிக்கொண்டு வருகின்றவர்களின் குமுகாய மதிப்பையும், அவர்களின் தன்மையையும் வெளிப்படுத்துகின்றது. இக்கதையில், அங்கதம், எள்ளல், நகைச்சுவை, வாழ்வியல் முறைமைகள் வெளிப்பட்டுள்ளன.

இத்தொகுப்பில் இடம்பெற்றுள்ள கதைகள், அகர வரிசையில் தொகுக்கப்பட்டுள்ளன. இத்தொகுப்பில் காரைக்கால் பகுதியைச் சேர்ந்த ஐவரின் கதைகளும், புதுச்சேரியைச் சேர்ந்த பதினெழுவரின் கதைகளும் இடம்பெற்றுள்ளன. இத்தொகுப்பில், பிரெஞ்சியரின் பண்பாடுகள், பிரெஞ்சிந்தியப் பண்பாட்டு அடையாளங்கள், பிரெஞ்சிந்திய விடுதலைப் போராட்டத்தின் தாக்கங்கள் இடம்பெற்றுள்ளன.

மேலும், இத்தொகுப்பில் காந்தியக்கொள்கைகள், அறச்சிந்தனைகள், பொதுவுடைமைச் சிந்தனைகள், வாழ்வியல் முறைமைகள், மனப்பிறழ்வுகள், வாழ்க்கைப் போராட்டங்கள், மூட நம்பிக்கைகள், பகுத்தறிவுச் சிந்தனைகள், நகைச்சுவை உணர்வுகள், தனித்தமிழ் உணர்வுகள், பாலியல் உரிமைகள், பெண்ணியச் சிந்தனைகள் ஆகியவற்றைக் கதைக்களமாகக் கொண்ட சிறுகதைகளும் இடம்பெற்றுள்ளள.

புதுச்சேரியைத் தமிழூர் என்றும் புலவரூர் என்றும் இலக்கியக் களம் என்றும், விடுதலைக் களம் என்றும் சித்தர்களின் ஆன்மிகக்

களம் என்றும் கூறுவார்கள். எனவே, எண்ணற்ற படைப்பாளிகள் புதுச்சேரியில் உள்ளனர். எண்ணற்றோர் சிறுகதை இலக்கியத்தையும் படைத்துள்ளனர். ஆயினும், இத்தொகுப்பில் இருபத்தைந்து படைப்பாளிகளின் சிறுகதைகள் மட்டுமே இணைக்கப்பட்டுள்ளன. தொடர்ந்து வரும் தொகுப்புகளில் பிற படைப்பாளிகளின் சிறுகதைகளும் இடம்பெறும்.

இத்தொகுப்புப் புதுச்சேரிப் படைப்பாளர்களின் இலக்கிய ஆற்றலையும், புதுச்சேரியின் இலக்கியப் பண்பாட்டையும், புதுச்சேரியின் பண்பட்ட வரலாற்றையும் வெளிப்படுத்தும் வகையில் அமைந்துள்ளது என்பதை மகிழ்ச்சியுடனும், பெருமையுடனும் எடுத்துரைக்க விரும்புகிறேன்.

இத்தொகுப்புப் பிரபஞ்சன், கி.ரா. போன்ற இலக்கிய ஆளுமைகளைப் போன்ற புதிய தலைமுறையை உருவாக்கப் பயன்படும் என்று எண்ணுகிறேன்.

இத்தொகுப்பிற்காகச் சிறுகதைகளைத் தந்துதவிய படைப்பாளர்களுக்கும் என் நன்றி ! இத்தொகுப்புச் செம்மையாக வெளிவர உதவிய சாகித்திய அகாதெமியின் மேனாள் பொதுக்குழு உறுப்பினர் முனைவர் இரா.சம்பத் அவர்களுக்கும், என்னுடைய இனிய நண்பரும் சாகித்திய அகாதெமியின் தமிழ் ஆலோசனைக் குழு உறுப்பினருமான புதுவை யுகபாரதி அவர்களுக்கும், சிறுகதைகள் தொகுப்புப் பணியில் உதவிய நண்பர் ப.திருநாவுக்கரசு அவர்களுக்கும் என் நன்றி உரியது.

இத்தொகுப்பைத் தொகுக்க இசைவளித்த சாகித்திய அகாதெமிக்குப் புதுச்சேரியின் பக்கம் நின்று நன்றி தெரிவித்துக்கொள்கிறேன்.

- முனைவர் சுந்தரமுருகன்

1

வேட்டி

— கி. ராஜநாராயணன்

தூங்கா நாயக்கருக்குப் பல யோசனை ஓடியது. கேவலம் ஒரு 'குண்டி வேட்டிக்கு' இப்படியொரு 'தரித்திரியம்' வந்திருக்க வேண்டாம்.

ரொம்ப வருத்தமாகி விட்டது மனசுக்குள் அவருக்கு. இருக்கிற தெல்லாம் இந்த ஒரு வேட்டிதான். அன்றைக்கு வேலை இல்லை - அதாவது கிடைக்கலை.

அது நல்ல கோடைக்காலம். உடம்பில் வேர்வை நசநசத்தது. மனப் புழுக்கம் வேறு. அப்படியே கொஞ்சம் லாத்தலாய் கம்மாக்கரைப் பக்கம் போய்க் காத்தாட ஒரு மரத்தடியில் உட்காரலாமே என்று வேட்டியை மடித்துக் கட்டிக் கொண்டு நடந்தார். சனியன் போல எதிரே ஒரு புளியம்பழம் கீழே கிடந்தது. எடுப்பதற்காகக் குனிந்தார். அவ்வளவுதான் வேட்டி ரெண்டாக ஒரு சாண் நீளத்துக்குப் பிய்ந்து போய் விட்டது. கிழிந்தாலும் தைத்துக் கொள்ளலாமே; பிய்ந்தல்லவா போய்விட்டது.

'தெரியாமலா நாணப்பநாயக்கர் இப்படிச் செய்யிறார்! அவர் ஒண்ணும் பைத்தார மனுசன் இல்லை; நல்ல வசதியானவர். உக்காரும்போது - அது எந்த இடமானாலுஞ் சரி - கலியாண வீடோ விசேச வீடோ ஊர்ப் பொதுக்கூட்டமோ கம்மாய்க்கரையோ எங்கானாலும் சரி, உடம்பு தரையில் படுமே தவிர உக்காரும் தரைக்கும் உடம்புக்கும் மத்தியில் வேட்டி இருக்காது! வேட்டியை மேலே சுருட்டிக்கிடுவார். தரையில் வேட்டி பட்டால் புழுதியும் அழுக்கும் ஆயிரும்; வேட்டி நைஞ்சும்

போகுமாம். 'கஞ்சம்பத்தி ஈயாப்பத்தி' என்ற யார் எவர் கேலி செய்தாலும் சரிதான்; "போங்கடா பேப்பய புள்ளைகளா" என்று சொல்லிவிடுவார். அவர் குனியும்போது வெட்கப்படாமல் வேட்டியை - மடித்துக் கட்டியிருந்தால் மேலே தூக்கிவிட்டுக் கொள்வார்!

அவர் செய்ததெல்லாவற்றின் ரகசியமும் தூங்கா நாயக்கருக்கு இப்பொத்தான் விளங்குகிறது.

விளங்கி என்ன செய்ய இப்போ!

****

தூங்கா நாயக்கர் ஒரு அரசியல்வாதி இல்லை. ஆனால் அப்படி ஆவதற்கு அவருக்கு ஒரு சந்தர்ப்பம் இருந்தது.

1942ல் ஆகஸ்டு மாதத்தில் ஜனங்கள் வெள்ளை ஆட்சிக்கு எதிராகப் பொங்கி எழுந்தார்கள். அந்த எழுச்சியை அடக்க வெள்ளை அரசு ஜனங்கள் மேல் கூட்டு அபராதம் போட்டது; தலைகால் புரியாத பேத்தனமான அடக்கு முறை; போராட்டத்தில் ஈடுபட்டுத் தலைமறைவாக இருப்பவர்களுக்குப் புகலிடமோ சாப்பாடோ கொடுக்கக்கூடாது என்று உத்தரவிட்டிருந்தது.

நாயக்கர் ஒரு தலைமறைவு அரசியல்வாதிக்குத் தன் குடிசையில் அடைக்கலம் கொடுத்தார். சர்க்காரின் உத்தரவைப் பற்றித் தெரிந்தே தான் கொடுத்தார். காரணம், அவருக்கும் அடி நாளிலிருந்தே தேசீயப் பாராம் சுதந்திரம் முதலியவற்றில் கொஞ்சம் 'கிறுக்கு' உண்டு. பத்திரிகைகளை விடாமல் இன்றும் கூட படித்துக் கொண்டுதான் வருகிறார்.

தலைமறைவாக இருந்த அரசியல்வாதி இவருடைய வீட்டை விட்டுப் போன பிறகுதான் போலீஸுக்கு இது பற்றித் தகவல் தெரிய வந்தது. அதற்காகத் தூங்கா நாயக்கரைப் பிடித்து அவர்கள் அடித்தார்கள். அடியென்றால், உங்கவீட்டு அடி எங்கவீட்டு அடி அல்ல. பழைய பித்தளைப் பாத்திரக் கடைக்காரன் அருமையான பாத்திரங்களையெல்லாம் தெருவிலே போட்டு அடித்து நைப்பானே அந்த மாதிரி அவரைப் போட்டு அடி 'நச்சி' எடுத்தார்கள். உட்கார்ந்தால் மிதி; எழுந்தால் அடி.

தவளைகளையும், வண்டுகளையும் கல்லால் நைத்து சித்தரவதை செய்யும் பருவம் சிறுகுழந்தையாக மனிதன் இருந்த போது இருந்து பிறகு மறைந்துவிடுகிறது என்று மனக்கூறு வல்லுநர்கள் சொல்வார்கள். ஆனால் இந்தப் போலீஸ் 'மனிதர்கள்' காக்கிச் சட்டை போட்டதும் அந்தச் சிறுபருவம் திரும்பி விடுகிறது போலும். வண்டுகளையும், தவளைகளையும் விட்டுவிட்டு சக மனிதனிடமே அந்த விளையாட்டை விளையாடுகிறார்கள்.

அதுகளுடைய கால்களின் கீழே அந்தத் தேசபக்தன் மிதிபடும் போது அந்தக் காலத்தில் போலீஸுக்கு பூட்ஸ்கள் கிடையாது. 'இது உஷ்ணமான நாடு; என்னத்துக்கு பூட்ஸ்' என்று 'மூளையுள்ள' வெள்ளைக்காரன் கொடுக்கவில்லை. ஆகவே நாயக்கர் செருப்புக் காலால் உதைப்பட்டார்.

எவ்வளவு நேரந்தான் ஒரு மனுசனைப் போட்டு கம்மங்கதிரை சமட்டுகிற மாதிரி சமட்டிக் கொண்டிருக்க முடியும்? கையும் காலும் போலீஸுக்கு வலித்ததால் பிழைத்துப் போ என்று நாயக்கரை எச்சரித்து விட்டு விட்டார்கள். எனவே அவர் "ஆகஸ்டு தியாகி" ஆகாமல் ஒரு நூல் இழையில் தப்பினார்.

****

நாயக்கர் கையிலிருந்த புளியங் கொறடாவைப் பார்த்தார். அதன்கீழ் நுனியின் ஓடு ஒரு அங்குலத்துக்கு உடைந்து அது வழியாகப் பழம் வெளியே நீட்டிக் கொண்டிருந்தது. அதைப் பார்த்ததும் அவருக்குப் புளியம்பழத்தைப் பற்றிய ஒரு நாடோடிச் சொலவடை ஞாபகத்துக்கு வரவும் சிரித்துக் கொண்டார்!

அந்நேரம் கம்மாயில் 'கால்' கழுவ ராமராஜு வந்தார். வந்தவர், ஊர்க்கிணற்றில் பொம்பிளைப் பிள்ளைகள் யாராவது தண்ணீர் இறைக்கிறார்களா என்று ஒரு பார்வை பார்த்துவிட்டு, தண்ணீரில் உட்கார்ந்து 'கால்' கழுவிக் கொண்டு எழுந்தார்.

தூங்கா நாயக்கர் ராஜுவின் வேட்டியைக் கவனித்தார். தனக்குத் தெரிந்த நாளிலிருந்து அந்த மனுசன் அந்த ஒரே மாதிரியான வேட்டியைத்தான் எடுத்து உடுத்திக்கொண்டு வருகிறார். அந்த வேட்டியை

விரித்துப் பிடித்தால் நடுமையம் ஒரு ஒண்ணர முழ அகலத்துக்கு நீண்ட வட்ட வடிவில் தூய வெண்மை நிறமாகவும், அது வேட்டியின் கரையை நெருங்க நெருங்க வெண்சிகப்பு அதிகரித்துக் கொண்டே போகும். இந்த மாதிரி வேட்டி அவருக்கு என்று எங்கிருந்து தான் கிடைக்கிறதோ தெரியவில்லை.

ராமராஜுவின் வீட்டில் வேலை செய்யும் சின்னக்கனி "அல்வாந்துணி" என்ற செஞ்சிகப்பு "சாய வேட்டி"தான் உடுத்துவான் எப்பவும். "சாய வேட்டி"யில் எம்புட்டு அழுக்கு ஏறினாலும் தெரியாதாமே!

நாணப்ப நாயக்கரின் பேரன் ராகவலு இந்தக் காலத்துப் பையன். அவன் உடுத்தும் கைலி - வேட்டிகளின் நிறம் பொம்பளைகளின் கலர் சேலையெல்லாம் கெட்டது போ!

மைனர் நாயக்கர் ஒரு வேட்டி உடுத்திக் கொண்டிருக்கார். அசல் முட்டைத் தோடு மாதிரி. கோழி முட்டையின் ஓட்டுக்கும் கருவுக்கும் மத்தியில் இருக்குமே முட்டைத் தோடு, அது மாதிரி! என்ன மெதுவு; என்ன மெதுவு. எப்படித்தான் நெசவு பண்ணினானோ; அடேயப்பா.

முதலாளி நல்லாநாயக்கர் வீட்டுக்கு ஒருநாள் தூங்கா நாயக்கர் ஒரு வேலையாகப் போயிருந்த சமயம் ஏகாலி சலவைத் துணிகள் கொண்டு வந்திருந்தான். சுமக்க முடியாத அவ்வளவு பெரிய பொட்ணம். அம்புட்டும் வேட்டிகள்! எத்தனை வகையான வேட்டிகள்; மயில் கண் வேட்டி, ஜரிகை வேட்டி, பட்டுக்கரை வேட்டி, பட்டு வேட்டி, நாலுமுழ வேட்டி, எட்டு முழ வேட்டி கரைகளில் தான் எத்தனை வகை! டெரிகாட்டனில் கூட வேட்டி வந்திருக்காமே. அவர் வைத்திருக்கும் வாயில் வேட்டிகள் ரொம்ப உயர்ந்த தரமானவை. குடிமகன் சொன்னமாதிரி நாக்கிலே பட்டால் நனைந்து போயிரும்!

இந்த நல்ல நாயக்கருடைய அய்யா பெரிய முதலாளி இருந்தாரே அவரு 'குழாய்மல்'தான் உடுத்துவார். 'குழாய் மல்'ங்கிறது லங்காஷியர் மில்லில் - இங்கிலாண்டில் - நெசவானது. ரூல்த்தடி கனமுள்ள நீளமான குழாய்களுக்கு உள்ளே, சுருட்டி அடைத்து வர்ரதினால் அதுக்குக் "குழாய்மல்" என்று பேர்.

****

தூங்கா நாயக்கர் தன்னுடைய வேட்டியை ஏகாலியிடம் போட்டால் சீக்கிரம் கிழிந்து போகும் என்று அவரே கிணற்றில் இறங்கி பதனமாகத் துவைத்து, பூப்போல உதறி, கமலையின் சிறகுப் பலகையின் மேல் காயப்போடுவார். பிறகு கிணற்றுக்குள் இறங்கி இரண்டு மூன்று வட்டம் கிணற்றின் சுவரை ஒட்டி நீச்சல் அடித்துவிட்டு வந்து கிணற்றுப் படிகளில் இடுப்பளவு உயரம் தண்ணீரில் நின்று கொண்டு தேய்த்துக் குளிப்பார். குளிக்கும் போதே அண்ணாந்து மேலே வேட்டியை ஒரு பார்வை, (காலம் கெட்டுக் கிடக்கிறதல்லவா? எவனும் வேட்டியை “ஆத்தி”க் கொண்டு போய்விட்டால்!)

மெல்ல இடுப்புத் துண்டை அவிழ்த்து (திரும்பவும் மேலே ஒரு பார்வை; இது வேட்டிக்காக அல்ல) அவிழ்த்த துண்டை நீள வசத்தல் சுங்குல் பிடித்து தண்ணீரில் வட்டமாகச் சுற்றுவார் வேகமாக. துண்டு முறுக்கேறி பாம்பு போல் சுற்றும். மறுகோடியை அப்படியே பிடித்து முதுகில்ப் போட்டு இழுத்து, இழுத்து துண்டின் இழுப்புக்கு வசதியாக முதுகை நெளிந்து நெளிந்து அழுக்குத் தேய்ப்பார். தேய்த்துக் கொண்டே கிணற்றுக்கு மேலே ஒரு பார்வை வீச்சு!

குளிர்ந்த தண்ணீரில் குளிக்கக் குளிக்கச் சொகம் தான். ஆனாலும் நாம் என்ன சுப்பு செட்டியார் மாதிரி திளைத்துக் குளிக்க முடியுமா?

குளிப்புக்கு மன்னன் சுப்புச் செட்டியார் தான். நாள் முச்சூடும் குளித்துக் கொண்டே இருப்பார். போன ஜென்மத்தில் மனுசன் நீர் யானையாக பிறந்திருந்தாரோ என்னவோ! அடை மழை, மூடு பனி எந்தக் காலமாய இருந்தால் தான் அவருக்கென்ன. விதைப்புக் காலத்தில் ஊரே பரபரப்படைந்திருக்கும் நாட்களானாலும் அவருக்கென்ன. ஆனந்தமாய்க் குடைந்து குடைந்து நீராடிவிட்டு “தண்ணி” போட்டவன் மாதிரி கண்களைச் சிவப்பாக வைத்துக் கொண்டு கையில் “துவை வேட்டி”யுடன் கிணற்றிலிருந்து தண்ணீரைப் பிரிய மனசில்லாமல் வெளியே வருவார்.

சுத்தம் என்றால் அப்படி ஒரு சுத்தம். அவருடைய வீட்டு வாசல்ப் படியில் பளபளவென்று தேய்த்து மின்னும் அரு கொப்பறை நிறையத் தண்ணீரும் ஒரு செம்பும் எப்பவும் இருக்கும். வீட்டுக்குள் யார் வந்தாலும் பாதங்களைக் கழுவிக் கொண்டு தான் உள்ளே வர வேண்டும். இது செட்டியாரின் கராலான உத்தரவு.

செட்டியார் காலில் செருப்புப் போடமாட்டார். தோல் மீது அப்படி ஒரு வெறுப்பு. (மாமிச உணவு தின்பவனே தோல் செருப்பு போட்டுக் கொண்டு அலையவேண்டாம் என்பார் அவர்) மழைக் காலத்தில் மட்டும் சகதி காலில் ஒட்டாமல் இருக்க மஞ்சனத்தி மரக்கட்டையில் செய்யப்பட்ட பாதுகை அணிந்து கொண்டு நடப்பார்.

வாரத்தில் இருநாள், 'மதியும் புதனும் மயிர் களை' என்ற முது மொழிக்கு ஏற்பத் திங்கள் புதன்கிழமையில் குடிமகனைக் கூப்பிட்டனுப்பி தலை மார்பு முதலிய உடம்பில் ரோமம் முளைத்துள்ள சகல பகுதிகளிலும் மழுங்கச் சிரைத்துத் தள்ளிவிடுவார். உடம்பில் எங்காவது ஒரு சிறிய ரோமம் தட்டுப்பட்டாலும் சகித்துக் கொள்ள மாட்டார். கால் கைகளெல்லாம் மழித்து சுரைக்காய் மாதிரி சுத்தமாய் இருக்க வேண்டும் அவருக்கு.

(ஆனால் எல்லாவற்றிலும் சுத்தம் பார்க்கிற செட்டியார், அந்த கிராமத்து ஏழைகள் இவரிடம் கொண்டு வந்து கொடுக்கிற அழுக்கடைந்த ரூபாய் நோட்டுக்களையும் நாணயங்களையும் சந்தோஷமாக வாங்கிக் கொள்வார். அடகுக்காக அவர் எதிரிலேயே வேர்வையும் அழுக்கும் நாற்றமும் கொண்ட நகைகளை அவர்கள் கழற்றிக் கொடுக்கும் போது முகம் சுளிக்காமல் பெற்றுக்கொள்வார்)

அந்த ஊரிலேயே அவர் ஒருத்தர் தான் 'துவை வேட்டி' போடுகிறவர். துவை வேட்டி போடுவதற்கு மூன்று 'செட்' ஆடைகள் வேண்டும். ஒரு செட் என்பது அவருக்கு, அரைஞாண் கயிற்றுக்குப் பதிலாக நாடா இணைத்துக் தைக்கப்பட்ட ஒரு கோவணம், கரையில்லாத ஒரு நாலரை முழம் மல்ப் பீஸ் வேட்டி, ஒரு வடசேரி ஈரிழை சிட்டித் துண்டு இவை கொண்டது. முதல் நாள் துவைத்துக் கொண்டு வந்த 'செட்'டை உலைக்காமல் அப்படியே ஈரத்தோடு கொடியில் முறுக்கி வைத்து விடவேண்டும்.

இரண்டாவது நாள் துவைத்துக் கொண்டு வரும் 'செட்'டை முதல் நாள் செய்தது போலவே அதையும் உரத்தோடு முறுக்கி வைத்து விட்டு, முதல் நாள் முறுக்கி வைத்திருந்த துணிகளை நிழலில் வெயில் படாமல் - விரித்து ஆறப்போட வேண்டும்.

மூன்றாம் நாள் துவைத்துக் கொண்டு வரும் துணிகளையும் முதல் நாள் செய்தது போலவே முறுக்கி வைத்துவிட்டு இரண்டாம்

நாள் முறுக்கி வைத்திருந்தவைகளை நிழலில் விரித்து ஆறப்போட வேண்டும்.

முதல்நாள் துவைத்த துணிகள் இப்போது உலர்ந்து ஆறி இருக்கும்; அதை எடுத்து உடுத்திக் கொள்ளலாம். இந்த மாதிரி சங்கிலித் தொடராக தினமும் மாறி மாறிச் செய்து கொண்டே வரவேண்டும்.

இந்தத் துவை வேட்டி - அல்லது நீர்க்காவியில் கவனிக்க வேண்டிய முக்கியமான அம்சம் இந்தத் துணிகள் வெயிலிலேயே படக்கூடாது என்பதுதான். வெயில்பட்டால் துணிகள் வெண்மை நிறமாகிவிடும். இதை அணிந்து கொள்கிறவனும் நிழலில் உட்கார்ந்து சம்பாதிக்கிறவனாக இருக்க வேண்டும்.

நாட்கள் ஆக ஆக இந்தத் துணிகளின் நிறம் ஒரு அற்புதமான இளம் ரோஜாவின் நிறமாகக் கனிந்துவிடும். இந்த நிறத்தைப் பார்த்துப் பழகிய பிறகு தூய வெண்ணிறமான துணிகளைக் கண்டாலே பிடிக்காது! இந்த ஆடைகளிலிருந்து மணக்கும் ஒரு வித புழுக்கமான மணத்தைப் பழகிக் கொண்டால் அப்புறம் 'வண்ணான் சலவை'யின் வாடை முகம் சுளிக்க வைக்கும்!!

செட்டியார் எப்பவும் மல் வேட்டிகளைத் தவிர வேறு வேட்டிகளைத் தொடமாட்டார். அவருக்கு என்று அந்த மல் வேட்டிகள் எங்கிருந்து தான் கிடைக்குமோ; அவ்வளவு நைஸாகவும் அடர்த்தியாகவும் நேர்த்தியாகவும் இருக்கும். வேட்டியிலிருந்தோ துண்டிலிருந்தோ 'அவலெச்சணம்' போல ஒரு நூல் கூட 'மருந்துக்கு'த் தொங்கக் கூடாது. புதுத்துணிகளை வீட்டுக்குக் கொண்டு வந்ததும் முதல்க் காரியமாக "மேஸ்திரி"யைக் கூப்பிட்டு அனுப்பி, வேட்டி துண்டுகளின் விளிம்புகளை ஜோராக மடித்துத் தைக்கச் சொல்லி விடுவார்.

ஆடைகள் விஷயத்தில் சுப்பு செட்டியாரின் நேர்த்தியும் கராலும் பின்பற்றக் கூடியது தான் என்றாலும் பின்பற்றவும் முடியாது தான்.

மேலத்தெரு வெங்கட சுப்பையா, வீட்டில் ஒரு ஜவுளிக்கடையே - விற்பதற்கு அல்ல - வைத்துக் கொண்டிருக்கிறார். அடேயப்பா! ஒரு சமயம் பீரோவை அவர் திறக்கும் போது தூங்கா நாயக்கர் பார்த்திருக்கிறார். அம்புட்டும் வேட்டிகள்; பூராவும் வேட்டிகள்.

****

யாருக்கு வேட்டிகள் எத்தனை இருந்து நமக்கென்ன; நம்ம வேட்டி போச்சு! இதுதான் நெசம்.

நாயக்கருக்கு துக்கம் கலந்த சிரிப்பு வந்தது.

அப்படியே ஒரு கல்லில் உட்கார்ந்தார். பின்னால் திரும்பி ஒருதரம் வேட்டியைப் பார்த்துக் கொண்டார். அடடா, வேட்டி போச்சே என்று மனசுக்குள் சொல்லிக் கொண்டார்.

வேட்டியை ஒதுக்கிக் கொண்டு நாணப்ப நாயக்கர் பாணியில் வெறும் கல்லில் உட்கார்ந்து பார்த்தார்! சில்லென்று இருந்தது கல். வேனலுக்கு எதமாக இருந்தது.

'காலம் இப்போ ரொம்ப நாகரிகமாகிவிட்டது. முந்திய தலைமுறை ஆட்கள் மாதிரி இருந்தால் வேட்டியே வேண்டியதில்லை! ஒரு அரணாக்கயிறும் ஒரு பழைய துணி கோவணம் மட்டுமே போதும். வெயிலுக்கு ஒரு கந்தல்த் துணியைத் தலையில் லேஞ்சியாக மட்டும் கட்டி முதுகெலும்புத் தண்டில் வெயிலின் சுள்ளாப்புத் தெரியாமல் இருக்க அந்தத் துணியில் ஒரு முழம் சுங்கு விட்டுக் கொண்டால்ப் போதும். தூங்கா நாயக்கருடைய அய்யா அய்யலுசாமி நாயக்கர் மட்டுமென்ன, அந்தக் கிராமத்துப் பாட்டாளிகளே அப்படித்தான் அரணாக்கயிற்றில் கோவணத்தைச் சொருகிக் கொண்டு சந்தோஷமாய் வாழ்ந்தார்கள், பழநி அப்பனைப் போல.

எட்டு வயசுவரை ஆண் குழந்தைகள் பிறந்த மேனியாகவே அலைவார்கள். காற்றும் வெயிலுமே ஆடைகள். அரையில் அரணாக்கயிறு மட்டுமே இருக்கணும்; அது இல்லையென்றால்த் தான் பார்த்தவர்கள் சிரிப்பார்கள்!'

தூங்கா நாயக்கரின் மனைவி வேப்பமுத்து பொறுக்கிச் சேர்த்து அதை அளந்து எப்படியாவது தனக்கு ஒரு சேலை எடுத்துக் கொண்டு விடுவாள். ஊரைச் சுற்றிலும் வேப்பமரங்கள். கோடைக் காலத்தில் பறவைகள் வேப்பமரத்தில் பழங்களைத் தின்று கொட்டைகள் போடும். ஜனங்கள் ஓடி ஓடிப் பொறுக்குவார்கள். கூலிப் பருத்திக்கும் சென்று அதைச் சேர்த்து வைத்து, தங்கள் ஆடைகளின் சொல்ப்ப தேவையைப் பூர்த்தி செய்து கொண்டு விடுவார்கள். இதனால் குழந்தைகளுக்கு நாக்குக்கு ருசியாகக் கடைகளில் வாங்கித் திங்கக் கூட பருத்தி

கொடுத்தனுப்ப முடியாது. அதுகள் புளியங்கொட்டைகளைப் பொறுக்கிக் கொண்டு வந்து வரையோட்டில்ப் போட்டு வறுத்து. அதை உரலில் போட்டு இடித்து தோலை நீக்கி விட்டு கொட்டையின் பருப்பை மட்டிலும் உப்புப்போட்ட தண்ணீரில் ஊற வைத்துத் தின்பார்கள். இதுதான் இந்தப் பாவி மக்களுக்குக் கிடைக்கும் பலகாரம்; பட்சணம்.

சற்று தூரத்தில் பல மனிதர்களின் சளசளப்புக் குரல்கள் கேட்டு தூங்கா நாயக்கர் திரும்பிப் பார்த்தார். அது கிராமத்தின் முக்கியஸ்தர்கள் பெரியவர்களின் கூட்டம். அவர்கள் பாரத நாட்டின் சுதந்திர தின வெள்ளி விழாவைச் சிறப்பாகக் கொண்டாட ஊருக்குள் பணவசூல் செய்கிறார்கள். நமக்குச் சுதந்திரம் கிடைத்துக் கால் நூற்றாண்டு ஆகிவிட்டதே!

அந்தக் கூட்டத்தில் முதலாளி நல்லா நாயக்கர், மைனர் நாயக்கர் நாமராஜு முதலாளி வெங்கிடசுப்பையா, சுப்பு செட்டியார் முதலிய அனைவரும் இருந்தார்கள். ரொம்ப உத்ஸாகமாக நடக்கிறது வசூல்.

25 வருசங்களுக்கு முன்னால்.... இந்தக் காசி - கன்னியாகுமரி பெரு வழிச்சாலை, மங்கம்மா சாலையாக இருந்து, அது பிறகு மதுரை ரோடு ஆகியது. இப்பொழுது ஒரு நிமிஷத்துக்கு ஒன்று அல்லது இரண்டு நிமிஷங்களுக்கு மூன்று என்ற விகிதத்தில் எந்திர வாகனங்கள், சாலை மேலுள்ள இந்தக் கிராமத்தைக் கடந்து செல்கின்றன. 25 வருசங்களுக்கு முன்போ, எப்பவாவது அபூர்வமாக ஒரு பிளஷர்காரைப் பார்க்கலாம். எறும்புச் சாரையைப் போல் விட்டுவிட்டுக் கூண்டு வண்டிகள் செங்கோட்டை, இலஞ்சி, தென்காசி முதலிய ஊர்களிலிருந்து மாம்பழங்கள், சம்பை (கருவாடு) முதலிய பாரங்களை ஏற்றிக் கொண்டு கோவில்பட்டிக்கு மெதுவாகப் பாடிக் கொண்டே நகர்ந்து செல்லும். இப்போது கூண்டு வண்டியே கிடையாது. அவ்வளவும் லாரிகள். எங்கே பார்த்தாலும் லாரிகள். எத்தனை வகை லாரிகள்! எல்லாமே இந்தியாவில்ச் செய்தவை.

புழுதி பறக்கும் கப்பிக்கல் ரோடு இப்பொழுது தார்ரோடு ஆகி நாலு லாரிகள் விலகும்படியான அகலமாகிவிட்டது. இதில்ப் போகும் வாகனங்களையே பார்த்துக் கொண்டிருக்கலாம். கார்கள், பஸ்கள், ஜீப்கள், வேன்கள், டாக்ஸிகள், மோட்டார் சைக்களிகள், ஸ்கூட்டர்கள், எத்தனை எத்தனை!

கொழுத்த தடியான அழகான பணக்காரப் பெண்ணைப் போல் எப்பவாவது ஒரு வெளிநாட்டுக் கார் போகும்! நம்முடைய இந்திய ஜனாதிபதி கூட ஆறு கதவுகள் கொண்ட பெரிய்ய வெளிநாட்டுக்கார் வாங்கி இருக்காராமே.

பணம் வசூலிக்கும் கூட்டம் இப்பொழுது இவரை நோக்கித் தான் வந்து கொண்டிருக்கிறது. ஏதோ இவர் நிறைய அள்ளிக் கொடுத்து விடுவார் என்று நினைத்து அவர்கள் வரவில்லை. சுதந்திரத்துக்காக இவர் ஜெயிலுக்குப் போகாவிட்டாலும் உதைபட்டவர் அல்லவா. எல்லோரும் இவரை மலர்ந்த முகத்துடன் பார்த்துக்கொண்டே வருகிறார்கள்.

தூங்கா நாயக்கருக்கு இன்னது செய்வதென்று தெரியவில்லை. பரபரப்போடு எழுந்து நின்று இடதுகையால் வேட்டியின் பிய்ந்த கிழிசலை மறைத்துக் கொண்டு அவர்களை வரவேற்கத் தயாரானார்.

2

அப்பாவின் வேட்டி

– பிரபஞ்சன்

அப்பாவிடம் ஒரு பட்டு வேஷ்டி இருந்தது. அப்பாவிடம் வெண்பட்டும், பொன்னிறப் பட்டு வேஷ்டிகளும் நிறைய இருந்தாலும் கூட, குழந்தைகளாகிய எங்களுக்கு அவருடைய சிவப்புப் பட்டு வேஷ்டியே அற்புதமானதாகத் தோன்றியது.

சிவப்பென்றால் சுத்தச் சிவப்பும் இல்லை. குங்கும வண்ணமும் இல்லை. செப்புப் பாத்திரத்தைப் புளிபோட்டு விளக்கிப் படிக்கல்லில் வைத்து விட்டுக் குளிப்பார்களே. அப்போது பார்த்திருக்கிறீர்களா? நீங்கள்! உதயகாலத்துச் சூரிய ரேகைகள் பட்டுத் தகதகக்குமே, அந்தச் செப்புப் பாத்திரம் - அது மாதிரியான வேஷ்டி அது.

முழுதும் செப்புக் கலரும் இல்லை. கரை பச்சை நிறம். நாலுவிரல் அகலம். கரையில் சரிகை வேலைப்பாடுகள். சரிகை வேலைப்பாடு என்ன என்கிறீர்கள்? வாத்துகள் ஒன்றன்பின் ஒன்றாய் அணிவகுத்துச் செல்கிற சித்திரம். அவை வாத்துகள் அல்ல; அன்னப்பறவைகள் என்றாள், அம்மா. நாங்கள் அன்னப்பறவைகளை நிறத்தில் பார்த்ததில்லை. அந்த வேஷ்டியின் கரையில்தான் பார்த்திருக்கிறோம். எதுவானால்தான் என்ன? உயிருள்ள ஜீவராசிகள்.

அந்த வேஷ்டி சாதாரணமாகக் கண்களில் காணக் கிடைப்பதில்லை. அப்பா, அதை அவருடைய ஆளுயர, மிக அகலமான அலமாரியில் வைத்திருப்பார். அந்த மாதிரி அலமாரிகள் எல்லாம் இப்போது கிடைப்பதில்லை. ஒற்றை ஆள் அகலம்தானே இப்போதைய அலமாரிகள்.

அதுவோ மூன்று அலமாரிகளை பக்கம் பக்கமாக நிறுத்தி வைத்ததுபோல் இருக்கும்.

அப்பா அலமாரியில் இருந்து, அதை எடுக்கப்போகும் நேரம் எங்களுக்குத் தெரியும். எனக்கும் என் தங்கை ராஜேஸ்வரிக்கும். பண்டிகை, மற்றும் தாத்தாவுக்கு தெவஷம் முதலான நாட்களில்தான் அது வெளிவரும். அந்த நாட்கள்தான் எங்களுக்கு முந்தியே சொல்லப்பட்டிருக்குமே! அப்பா குளித்துவிட்டு வந்து அந்த வேஷ்டியைத்தான் எடுத்து உடுத்துவார். அப்பா எப்போது குளித்து விட்டு வருவார் என்று தவம் கிடப்போம், அலமாரிக்கு முன்னால்.

அப்பாவுக்குக் குளிக்க ஒரு மணி நேரம் அவசியப்படும். அநியாயத்துக்கு ஏன் அவர் தாமதம் பண்ணுகிறார் என்று இருக்கும். அது குழந்தைப் பருவம். கேள்விகளால் மட்டுமே ஆன பருவம். இப்போது தெரிகிறது. குளிப்பது அழுக்குப் போகவா? அழுக்குப் போகக் குளித்தது யார்? குளிப்பது ஒரு சுகம். உச்சந்தலையில் விழுந்த குளிர்ச்சி வழிந்து வழிந்து பாதத்துக்கு வருகிற இன்பத்துக்குத் தானே குளிப்பது... குளித்த பின் ஏற்படுகிற புத்துணர்ச்சிக்குத்தானே குளிப்பது? அப்பா ஒரு மணி நேரம் எடுத்துக் கொண்டது நியாயம் என்றே தோன்றுகிறது.

சரி! குளித்ததும் சட்டுப் புட்டென்று வந்து வேஷ்டியை எடுப்பார் என்றா நினைக்கிறீர்கள்? அதுதான் இல்லை. குளித்தும், கோமணத்தோடு வாசலுக்கு வந்து நின்று விடுவார். ஈரத்தைப் பாதி தானும், மீதி சூரியனும் துடைக்க வேணும். நாங்கள் அப்பாவையே பார்த்துக் கொண்டு இருப்போம். நீர் முத்துக்கள் அவர் முதுகில் கோடு கிழித்துக் கொண்டு இறங்குவதைப் பார்க்க வியப்பாய் இருக்கும். அவர் முதுகே ஒரு பெரிய தாமரை இலையாகவும், நீர்த்துளிகள் முத்துக்களாகவும் தோணும். நிதானமாகவும், அங்குலம் அங்குலமாகவும் துடைத்து ஈரம் போக்குவார். அப்பாவின் உடம்பு சிவந்து போய்விடும். ஏற்கனவே அவர் சிவப்பு. குளித்தபின், உடம்பு பழுத்துவிட்டது மாதிரி இருக்கும்.

'மணியாகுது.. சீக்கிரம் வந்து படைச்சா என்ன?' என்பாள் அம்மா. இதைக் கோபமாகவும் குற்றச்சாட்டாகவும் சொல்வாள் என்கிறீர்களா! இல்லை! இன்னும் கொஞ்ச நேரம்தான் ஆகட்டுமே என்று அப்பாவைத் தட்டிக் கொடுப்பதுபோல் இருக்கும். கூரை எரவானத்தில் ஒரு கையை

வைத்துக் குனிந்து, வாசலில் நிற்கும் அப்பாவைப் பார்த்துச் சிரித்துக்கொண்டு அம்மா இதைச் சொல்கையில் எங்களுக்குக் கோபம் கோபமாய் வரும்.

அப்பாடா! ஆச்சு... ஒரு வழியாகக் குளித்து முடித்துத் துவட்டிய துண்டை இடையில் கட்டிக்கொண்டு, கோமணத்தை உருவிப் பிழிந்து, பத்துத் தடவை ஈரத் தூசி பறக்க உதறி உதறி வாசலில் கட்டியிருக்கும் கொடியில் காயப்போடுவார். அது காற்றில் பறந்து விடாமல் இருக்க, முனைகள் இரண்டையும் பிடித்து முடிச்சுப் போடுவார். அப்புறம் தலைமுடியை, தலையைக் கவிழ்த்துத் தட்டித் தட்டி ஈரம் போக்குவார். தெறிக்கும் நீர்த்தூசுகள், சின்னஞ் சிறு கொசுக் கூட்டம் மாதிரி இருக்கும்.

அப்புறம் கூடத்துக்கு வருவார், அப்பா. சடாரென்று வந்தால் தேவலையே! அதுதான் இல்லை. கூடத்து மிதியடியில் காலை இப்படி அப்படிப் புரட்டிப் புரட்டி நன்கு மணல், மண்போகத் துடைப்பார். காலில் ஒரு துளி அழுக்கு இருக்காது. அழுக்கு அவரது ஜென்மப் பகை ஆச்சே! எங்களுக்குத் தெரியுமே. அப்புறம்தான் அலமாரியைத் திறப்பார், அப்பா.

அந்தக் கணம் ஓர் அபூர்வமான கணம். கதவைத் திறந்ததும், குபீரென்று பச்சைக் கற்பூர வாசனை வந்து தாக்குமே, சிலிர்க்க அடிக்குமே உடம்பை, அந்தக் கணம் அதற்காகத்தானே காத்திருக்கிறோம். இத்தனை நாழி காத்திருக்கிறோம். நாங்கள் மூக்கு, வாய் இரண்டையும், கரை மீன் திறப்பது போலத் திறந்து திறந்து மூடி அந்த வாசனையை அனுபவிப்போம். அலமாரிக்குள் ஒரு சின்ன ஜாதிக்காய் பெட்டி வைத்திருப்பார். அந்தப் பெட்டிக்குள் என்ன இருக்கும்? ஒருநாள், 'அப்பா... அப்பா... அந்தப் பெட்டியை எனக்குக் காட்டுப்பா!' என்றேன். அப்பா சிரித்துக்கொண்டே என்னைத் தூக்கிப் பெட்டியண்டைக் காட்டினார். ஒரு வெள்ளைத் துண்டில் சுற்றி வைக்கப்பட்ட வேஷ்டி, சுருள் சுருளாகச் சுற்றி வைக்கப்பட்ட காகிதம், (பத்திரங்கள் என்று பின் நாளில் தெரிந்து கொண்டேன்) ராணி, ராஜா படம் போட்டு நோட்டுகள், தங்கக் காசுகள், அப்பாவுடைய சிவப்புக்கல், வெள்ளைக்கல் மோதிரங்கள் எல்லாம் இருந்தன. ராஜி பொறுத்துக் கொள்வாளா என்ன? 'நானும் பார்க்கணும்பா...' என்றாள். அப்பா அவளையும் பெட்டித் தரிசனம் பண்ணி வைத்தார்.

அப்பா இப்போது அந்தப் பெட்டியைத் திறந்தார். ஜாக்கிரதையாக அந்தச் சிவப்பு வேஷ்டியை எடுத்துக்கொண்டு அறைக்குள் போனார். துவைத்துக் காயப்போட்ட அன்டிராயர்கள் அப்பா அறையில், கொடியில் தொங்கும். அவைதாம் எவ்வளவு பெரியவை! ஒன்றை வெட்டி ராஜிக்குப் பாவாடையும், சட்டையும் தைக்கலாம் என்று இருக்கும். அப்பா முட்டிவரை நீளும். அந்த அன்டிராயரைப் போட்டுக்கொண்டு, அதன் மேல் வேஷ்டியைக் கட்டிக் கொண்டால் தான் அப்பாவுக்கு நிற்கும்!

அப்பா வேஷ்டியைக் கட்டிகொண்டு வெளியே வருவார். அடடா... நெருப்பைச் சுற்றிக்கொண்டு வருவதுபோல் அல்லவா இருக்கும். அந்த வேஷ்டியில் தான் அப்பா எவ்வளவு அழகாகத் தெரிந்தார். அவரால் அந்த வேஷ்டிக்கு மகிமையா, அல்லது அந்த வேஷ்டியாலா? அப்பாவை அப்போது கட்டிக்கொள்ள வேண்டும் போல் இருக்கும். கட்டிக் கொள்வேன். பச்சைக் கற்பூரத்தின் வாசனையோடு, அந்தப் பட்டு சில்லென்று குளிர்ச்சியாய், பாப்பாவின் கன்னம்போல மிருதுவாய் இருக்கும். அதைத் தடவித் தடவிச் சந்தோஷம் கொள்வேன்.

அந்த வேஷ்டியோடுதான் பண்டிகை மற்றும் விசேச நாட்களில், தெவஷத்தின்போது அப்பா பூஜை எல்லாம் செய்வார். பூஜை என்றாலே எனக்கு நினைவில் நிற்பவை இரண்டு விஷயங்கள்தாம். ஒன்று சாப்பாடும் அன்றைக்கு சீக்கிரம் ஆகாது, தாமதம் ஆகும். வடை, பாயசம் என்று பட்டியல் நீள்வ தால் அப்படி. ரெண்டாவது, அந்த நாட்களில் இனிப்புப் பட்சணங்கள் கட்டாயம் இருக்கும். தவிர சொந்தக்காரர்கள் நிறையப்பேர் வருவார்கள். மரம் ஏறிய கையோடு குடுக்கையும், வடமுமாகச் சிலர் வருவார்கள். தென்னை மரத்தைத் தேய்த்து ஏறிய காரணமாகவும், கள்ளுக்குப் பாளை சீவியதன் காரணமாகவும், அவர்கள் மேல் கள்நெடி அடிக்கும். கள் வாசனை, பூவைப்போலவே நல்ல வாசனைதான். சாப்பிட உட்காருவதற்காகக் குடுக்கையைச் சுவர் ஓரம் சாய்த்து வைப்பார்கள். அதில் உள்ள அரிவாளின் பளபளப்பு என்னைக் கவர்ந்த ஒன்று. அதைக் கையில் எடுத்துப் பார்க்கும் தைரியம்தான் இன்று வரை ஏற்படவில்லை. அந்த அரிவாளின் கூர்மையும் பட்டின் பளபளப்பும் சமம்.

இளமைக்காலத்தில் எனக்குள் ஒரு லட்சியம்தான். பெரியவர்கள், 'நீ பெரியவன் ஆனதும் என்ன செய்யப் போகிறாய்?' என்று கேட்பார்கள். டக்கென்று பதில் சொல்வேன். 'நான் டாக்டராவேன்' - இல்லையெனில்,

'நான் இன்ஜீனியர் ஆவேன்' என்று சமயத்தில் ஞாபகத்துக்கு வந்ததைச் சொல்வேன். கேட்டவர்கள் திகைத்துப் புருவத்தை மேலே உயர்த்தி என்னைப் பார்ப்பார்கள். அப்பாவுக்கும் அம்மாவுக்கும் பெருமை நிலை கொள்ளாது.

ஆனால், இந்த டாக்டர் பெருமையும், இன்ஜினீயர் பெருமையும் என் மனசுக்குள் இல்லை. பெரியவர்களுக்கு முன் நான் பொய்தான் சொன்னேன். இந்தப் பொய் ரசிக்கத்தக்க பொய். பெரியவர்கள் துண்டமாக்கிக் கொடுத்திருந்த இதை அவர்களிடமே திரும்பவும் நான் வீசினேன். சந்தோஷமாக வாலை ஆட்டிக் கொண்டு அவர்கள் அதை விழுங்கிக் கொண்டார்கள்.

இதைச் சொல்ல வெட்கம் என்ன? எனக்குப் பெரியவன் ஆனதும் அப்பாவின் வேஷ்டியைக் கட்டிக் கொள்ளவேண்டும்! இதுவே என் லட்சியமாக இருந்தது. நான் பெரியவன் ஆக ஆசைப்பட்டது இதற்காகத்தான். பெரியவன் ஆனால் அப்பாவைப் போல மீசை முளைக்குமே! மார்பில் சுருள் சுருளாக முடி முளைக்குமே. முக்கியமான விசேஷ நாட்களில், அந்தச் சிவப்புப் பட்டு வேஷ்டியைக் கட்டிக்கொண்டு நான் சாமி கும்பிடுவேனே... நான் பெரியவன் ஆக வேண்டுமே!

மடித்தே வைக்கப்பட்டுக் கிடந்ததால், அந்த வேஷ்டி எப்போதும் மடிப்புக் குலையாமல் இருக்கும். மடிப்புகள் பிரிக்க முடியாதனவாக இருக்கும். கடைசி வரை அன்னங்கள் முழுமையாகவே இருந்தன. சரிகைக்கரை இற்று விழவில்லை. நெசவு நேர்த்தி அப்படி. அது அந்தக் காலத்துக் கை வேலைத் திறன். அவசர வாகன யுகம் தோன்று முன்பே தோன்றிய ஒரு நெசவுக் கலைஞனின் கை நேர்த்தி அப்படி உருவாகி இருந்தது. 'இதை எங்கு வாங்கியது?' என்று அப்பாவிடம் கேட்டு வைத்துக் கொள்ளவில்லை நான். காவிரிக்கரையில், சோற்றுக்குப் பஞ்சம் இல்லாத, வெற்றிலை பாக்குப் போட்டு சிவந்த வாயுடன், உடம்பில் இளஞ்சூடு பரவிய திருப்தியில் ஒரு மனிதன் தன் மனைவியோடு சேர்ந்து நெய்த வேஷ்டியாக இது இருக்க வேண்டும். மாயவரம், கூரைநாடு, திருபுவனம் என்று ஏதாவது ஒன்றாய் இருக்கக் கூடும். பிறப்பிடம், மூலம் எதானால் என்ன? பிறந்த பயனை, கர்மாவைக் குறைவற, பரிபூரணமாகச் செய்தது அது என்பது சத்தியம்.

எனக்குக் கல்யாணங்களுக்குப் போவதில் அந்தக் காலத்தில் பெருத்த ஆர்வம் இருந்தது. காரணம் இதுதான். மாப்பிள்ளை பட்டுடுத்திக் கொண்டு இருப்பார். பட்டு வேஷ்டியைப் பார்ப்பதே இன்பமான அனுபவமாக இருக்கும். எத்தனை, எத்தனை வகையான பட்டுடுத்திப் பெண்கள் கல்யாணங்களுக்கு வருகிறார்கள்! பட்டுப் புடவைகளை வைத்துக்கொண்டு கல்யாணங்களுக்கு ஏங்குகிறார்கள் பெண்கள். கல்யாணங்களே உலகில் இல்லாது போனால், இந்தப் பெண்கள் கண்ணீர் வடிப்பார்கள். பட்டுடுத்தி யாரிடம் காட்டிப் பரவசப்பட்டுக் கொள்வது?

என் கனவுகள் கூட அந்தக் காலத்தில் பட்டாய் இருந்தன. கனவுகளில் அன்னப்பறவைகள் அணிவகுத்து வரும். ஆகாயம் செம்புக் கலரில், கத்தியாய் மின்னும். அந்தச் செம்பு ஆகாயத்தின் ஊடே, பச்சை நிறத்தில் ஒரு நீளமான ஆறு. அந்த ஆற்றில் அந்த அன்னங்கள் நீந்தின.

அந்த வேஷ்டியை அப்பா துவைத்து நான் இரண்டு முறை பார்த்திருக்கிறேன். குழந்தைப் பாப்பாவைக் குளிப்பாட்டுவது மாதிரி இருக்குமே! அதற்குச் சுடு தண்ணீர் ஆகாது. பச்சைத் தண்ணீரில் தான் அதைக் குளிப்பாட்டுவார். சவுக்காரம் அதற்கு ஆகாதாம். ஆகவே சந்தன சோப்பைத்தான் அப்பா உபயோகிப்பார். அப்பா குளித்தது மைசூர் சந்தன சோப்பில். அதற்கும் முந்தி கதம்ப சோப்பில். பிரான்சில் இருந்து வந்த கதம் சோப். நாங்கள் கதம்ப சோப் என்போம். இறக்குமதி நின்று போனவுடன் மைசூர்ச் சந்தன சோப். அதைத்தான் இதற்கும் போடுவார். சோப் போடுவது தடவிக் கொடுப்பது மாதிரி இருக்கும். அம்மா எங்களுக்கு எண்ணெய் தேய்த்து விடுகிற முரட்டுத் தனம் இருக்காது. அவ்வளவு மெது. கசக்கிப் பிழிய மாட்டார். மெதுவாக நீரில், அகலவாக்கில் வேஷ்டியின் முனைகளைப் பிடித்துக்கொண்டு அலசுவார். பிறகு, தண்ணீர்த் துளி எங்கள் மேல் தெறிக்க, உதறுவார். ரொம்பவும் உதறக்கூடாது. நாள்பட்ட துணி, கிழிந்துவிடக் கூடும். உதறும்போது. மழைச் சாரலில் நிற்பதுபோல் இருக்கும், எங்களுக்கு. அப்புறம் நிழலில் காயப்போடுவார். வெயில் பட்டால் நிறம் வெளுக்கக்கூடும். காய்ந்ததும் அப்பாவுக்குச் சொல்ல வேண்டியது எங்கள் பொறுப்பு. நாங்கள் மாற்றி மாற்றி அஞ்சு நிமிஷத்துக்கு ஒரு முறை துணியைத் தொட்டுப் பார்த்துக் கொண்டே இருப்போம். காய்ந்து விட்டதா என்று பார்ப்பதற்காகத்தான்.

எங்களுக்கு இது ஒரு சாக்கு. அந்தச் சாக்கில் வேஷ்டியைத் தொட்டுப் பார்த்துக்கொண்டே இருக்கலாமே!

சாயங்காலம் வாக்கில் வேஷ்டி காய்ந்து விட்டிருக்கும். அப்பாவிடம் சொல்ல ஓடுவோம். அப்பாவே வந்து, நிதானமாக அதைக் கொடியில் இருந்து எடுத்து, மூலை பிசிறில்லாமல் இழுத்து மடித்து, மீண்டும் அந்தப் பெட்டிக்குள் வைத்துவிடுவார். இனி அதன் உபயோகம் அடுத்த நல்ல நாளில்தான்.

நாளடைவில் எனக்கும் மீசை முளைத்தது. ஒரு சிநேகிதனின் சகோதரிக்கு லவ் லட்டரும் கொடுத்தேன். உதை வாங்கினேன். நியாயம் தானே! அப்புறம் கல்லூரிக்குச் சென்றேன். என்னமோ படித்தேன். என் மூளையை ஆக்கிரமித்துக் கொள்ள எவ்வளவோ விஷயங்கள் இருந்தன.

என் கவனத்தைக் கவர எவ்வளவோ நிகழ்ச்சிகள், நடப்புகள், உலகம் ஜீவத் துடிப்போடு ஒவ்வொரு கணமும் அல்லவா பிறந்து இறந்து, தன்னைப் புதுப்பித்துக் கொள்கிறது. என் மனசில்தான் எத்தனை ஆவாகனங்கள்.... கம்பன்; கதை சொல்லிகள்; கொடி மரத்து மூலை வக்கீல் ஜெகந்நாதையர் மகள் உமா மகேஸ்வரி எல்லோரும் சேர்ந்து என்னை உருமாற்றி அடித்து விட்டார்களே, கம்பியை நகையாக்குவது போல...! இடையிடையே அந்தச் செப்புப் பட்டு வேஷ்டியும் என் நினைவில் ஆடும். நீ எங்கு, எவ்வாறு இருக்கிறாய்?

அதைப் போற்றிக் கொண்டாடி, பயன் துய்க்க அப்பா இல்லை. பெட்டியுள் இருக்கும் பாம்பென உயிர்த்துக் கொண்டிருக்கும் அது என்பது எனக்குத் தெரியும். ஆண்டுகள் பல கழிந்து சொந்த ஊருக்கு வந்தபோது ஒரு சம்பவம் நிகழ்ந்தது.

அப்போது விநாயக சதுர்த்தி வந்தது. நன்றாக நினைவு இருக்கிறது. ராஜி, கல்யாணம் செய்துகொண்டு போய்விட்டிருந்தாள். நான்தான் பிள்ளையார் வாங்கி வந்தேன். அச்சுப் பிள்ளையார்தான். மூக்கும், முழியும் கன கச்சிதம். இந்தச் சாமிதான் என்ன அழகான கற்பனை! என்னையே படைக்கச் சொன்னாள், அம்மா.

மனசுக்குள் ஒரு படபடப்பே எனக்கு ஏற்பட்டுவிட்டது. அந்தப் பெட்டிக்குள் இருக்கும் வேஷ்டியை நினைத்துத்தான். சுய நினைவின்றித்தான் குளித்தேன். ஈரம் போகாமல் துவட்டிக்கொண்டு,

அப்பாவின் அலமாரியைத் திறந்தேன். அந்தப் பச்சைக்கற்பூர வாசனை இன்னும் இருந்தது. வாசனை போகாது போலும்! அனுபவித்தேன். உடன் ராஜி இல்லையே என்று வருத்தமாய் இருந்தது. ஜாக்கிரதையாகப் பெட்டியையும் திறந்தேன். அப்பாவின் மோதிரங்களைத் தவிர மற்றவை அனைத்தும் அங்கு இருந்தன. மோதிரங்கள், என் கல்லூரிக் கட்டணமாகவும், சாப்பாட்டுச் செலவாகவும் ஏற்கெனவே மாற்றம் அடைந்திருந்தன.

வேஷ்டியை வெளியே எடுத்தேன். அதன் மேல் சுற்றிய துண்டை நீக்கினேன். அதே குழந்தையின் மென்மை. அதே கத்தியின் பளபளப்பு. அதே வாசனை. கொஞ்சம் கூட நிறம் மங்கல் இல்லை.

இடுப்பில் சுற்றிக் கொண்டேன். மனசு அப்பாவை நினைத்துக் கொண்டது. மயிர்க் கால்கள் குத்திட்டு நின்றன. வாழை இலையைச் சுற்றிக் கொண்டது போல் இருந்தது. அவ்வளவு மழமழப்பு.

மனைப் பலகையை எடுத்துப் போட்டுக்கொண்டு பிள்ளையாருக்கு முன் அமர்ந்தேன். ஓர் ஓசை, முனகலோடு வேஷ்டி உயிரை விட்டது. என் பின் பக்கத்து மடிப்புகள் தோறும் நீளம் நீளமாகக் கிழிந்திருந்தது. எழுந்து நின்று கொண்டேன். இருட்டில் குழந்தையின் கையை மிதித்து விட்டாற்போல் இருந்தது.

அடுப்பங்கரையிலிருந்து அம்மா, கொழுக்கட்டைப் பாத்திரத்தோடு வந்தாள்.

என்னடா, கிழிஞ்சு போச்சா... போவட்டும்... அப்பா காலத்து வேஷ்டி! உனக்கு எப்படி உழைக்கும்.... போயி, உன் வேஷ்டியைக் கட்டிக்கிட்டு வந்து காரியத்தைப் பாரு!" என்றாள் அம்மா.

நான் என் டெரிகாட்டன் வேஷ்டியை எடுத்துக் கட்டிக்கொண்டு, பிள்ளையாருக்கு முன் உட்கார்ந்தேன். டெரிகாட்டன் வேஷ்டிதான் எனக்குச் சரி என்று பட்டது. ஆனாலும் மனசுக்குள் எங்கோ வருத்தமாகத்தான் இருந்தது.

3

சத்திய சோதனை

– அவ்வை நிர்மலா

அக்டோபர் 2!

விவேகானந்தா நற்பணி மன்றத்தில் காந்தி ஜெயந்தி விழாவாம். என்னைச் சிறப்புரையாற்ற அழைத்தார்கள். காலையிலேயே பதற்றம் தொற்றிக்கொண்டது.

என்ன பேசுவது?

என் வீட்டு நூலகத்தில் நுழைந்து நூல் அடுக்குகளில் பார்வையைச் செலுத்தினேன். காந்திஜியின் சுயசரிதை நூலான சத்திய சோதனை என் கைகளில் தஞ்சம் புகுந்தது. பக்கங்களைப் புரட்டினேன். எல்லாம் தெரிந்த செய்திகள்தாம்.

என் பேச்சைக் கேட்க வருபவர்கள் பெரும்பாலும் நடுத்தர வயதிலேயோ அல்லது அதைத் தாண்டியவர்களாகவோதான் இருப்பார்கள். அவர்களும் காந்தியைப் பற்றி ஓரளவாவது அறிந்தவர்களாக இருப்பார்கள்.

அவர்களுக்குத் தெரிந்த செய்திகளையே எனக்கு மட்டுமே தெரிந்த செய்திகளைப்போல் எப்படி வீராவேசமாக உணர்ச்சிப்பொங்க எடுத்துரைப்பது?

கூட்டங்களில் பேசுவோர் சிலர் சொல்லிச் சொல்லி மழுங்கிப்போன செய்திகளையே உத்வேகத்துடன் பேசிக் கொண்டிருப்பது ஆச்சரியமான விஷயந்தான். ஏதோ அந்தச் செய்திகளை அவர்கள் மட்டுமே அறிந்தவர்

போலவும் கூட்டத்திற்கு வந்திருப்போர் அவை எவற்றையும் அறியாதவர் போலவும் நினைத்துக்கொண்டு மணிக்கணக்காகப் பேசிக்கொண்டு இருப்பார்கள். அதே தவறைத்தான் இன்று நானும் செய்யப் போகிறேனா? என் மனம் என்னைப் பார்த்துக் கேட்டது.

காந்திய வழிகள் இன்றைய சூழலில் எளிமையானவையா? பின்பற்றத் தக்கனவா என்று பேசலாமா? அப்படி என்றால் இன்று ஒருநாள் நான் ஏன் காந்திய வழியில் நடந்து பார்க்கக் கூடாது? அவரது கொள்கைகள்தாம் என்ன?

உண்மை! அகிம்சை! நேர்மை!

தம் குறைகளையும் மறைக்காமல் ஒத்துக்கொள்ளும் உறுதி! இவற்றை என்னாலும் பின்பற்ற முடியாதா என்ன? முயற்சிப்போம். முடிவு செய்தேன். சில நிமிடங்களில் தொலைபேசி ஒலித்தது.

‘வணக்கம்! நான் சத்யா பேசறேன். நீங்க ... ?’

‘வணக்கம்! நான் பாலா பேசறேன் சத்யா ... நான் ஒரு கம்ப்யூட்டர் வாங்கணும். ஒனக்குதான் அதப் பத்தி நல்லாத் தெரியுமே. இன்னிக்கு லீவுதானே, காலையிலேயே வாயேன். நல்ல கம்ப்யூட்டரா, லேட்டஸ்டா, எல்லா புரவிஷன்ஸோட வாங்கித்தாடா. வெல முன்னபின்ன இருந்தாலும் பரவாயில்லே...’

காதுகள் அவன் சொற்களைக் கேட்டுக் கொண்டிருந்த அதேநேரம் வாய் ‘உம்’, ‘உம்’ என்று சொல்லிக்கொண்டிருந்த அதேநேரம் - என் மனம் வேகமாகச் செயல்படத் தொடங்கியது.

பாலா எந்த ஒரு விஷயத்திலும் வேகமாகச் செயல்படமாட்டான். சின்னதான குண்டூசி வாங்கினால் கூட அது என்ன பிராண்ட், என்ன விலை, அதைவிட மலிவான - ஆனால் தரமான மற்றொரு பிராண்ட் இருக்கிறதா? பத்துத் தாள்களை ஒன்றாக வைத்தாலும் அதைக் குத்தி இணைக்க முடியுமா? இல்லை வளைந்துபோகுமா? என்றெல்லாம் அநியாயத்திற்கு ஆராய்ச்சி செய்வான்.

ஒருமுறை தர்கா மார்கெட்டில் பெல்ட் ஒன்று வாங்க வேண்டும் என்று கூறி அங்கே இருந்த எல்லாக் கடைகளையும் ஏறி இறங்கியதுதான் மிச்சம். ஒவ்வொரு கடையிலும் இருந்த பெல்ட்டுகளை எல்லாம் அலசி

ஆராய்ந்து விலையையும் குறைத்துப் பேசிய பின்னால் நிறம் பிடிக்கவில்லை, அளவு சரியில்லை, அடுத்த கடை பார்க்கலாம் என்று அவன் சட்டென்று நழுவிவிட பெல்ட்டைக் கையில் பிடித்துக்கொண்டு மெல்லவும் முடியாமல் விழுங்கவும் முடியாமல் தவித்தேன். அடுத்தடுத்து நான் செல்லும்போது அந்தக் கடைக்காரர்கள் என்னை மதிக்க வேண்டுமே என்பதற்காகத் தேவையே இல்லாமல் எனக்காக இரண்டு பெல்ட்டுகளை வாங்க வேண்டியிருந்தது. கடைசிவரை அவனுக்குப் பிடித்தமாக ஒன்றுகூடக் கிடைக்கவில்லை என்பதுதான் இறுதியில் கண்டுபிடிக்கப்பட்ட உண்மை. அதற்காக நாங்கள் செலவிட்ட நேரமோ சுமாராக மூன்றுமணி நேரம். ஒரு திரைப்படமே பார்த்திருக்கலாம்.

இவை எல்லாம் என் மூளையாகிய வலைத்தளத்தில் சிக்கின. ஒரு பெல்ட் வாங்கவே அவ்வளவு யோசித்தவன் கம்ப்யூட்டரை வாங்க என்னை என்ன பாடுபடுத்துவான். இன்று அவனிடம் மாட்டிக்கொண்டால் நாள் முழுக்க வீணாகிப்போகும். எங்கள் ஊரில் கடைக்காரர்கள் பெரும்பாலானோரை எனக்குத் தெரியும்.

அவனுக்குப் பெல்ட் வாங்கப்போய் கடையில் எனக்கு இரண்டு பெல்ட் வாங்கி என் பணத்தை வீணாக்கினேன். கணினியை விலைபேசிவிட்டு அவன் வாங்காமல் நழுவும் பட்சத்தில் அதனை நானா வீட்டிற்கு எடுத்துக் கொண்டு போகமுடியும்? ஏற்கெனவே என்னிடம் கணினி இருக்கிறதே! ஒவ்வொரு கடையிலும் விலைபேசிவிட்டு வாங்காமல் வந்தால் பிற்காலத்தில் எனக்கு ஏதாவது பொருள் வாங்க வேண்டுமானால் அக் கடைக்காரர்களை எதிர்கொள்வதில் சங்கடமாக இருக்கும். யோசித்தேன். நாலைஞ்சு நாள் ஏதாவது காரணம் காட்டி அவனிடமிருந்து தப்பித்துவிட்டால் பிறகு அவனே போய் வாங்கிவிட்டாலும் வாங்கிவிடுவான். தொல்லை விட்டது என்று இருந்துவிடலாம்.

'பாலா...! வீட்டுக்குக் கெஸ்ட் வந்திருக்காங்க. அவங்களுக்கு வேளாங்கண்ணி, நாகூர், திருக்கடையூர், தரங்கம்பாடின்னு ஊரச் சுத்திக் காட்டணும். அதனால முதல்ல நீபோய் சும்மா விசாரிச்சிட்டு வந்திடு. அப்பறம் நாமபோய் பாக்கலாம்' என்றேன்.

'சரி சத்யா ...!' என்று அரைமனதாய் ரிசீவரை வைத்தான் பாலா.

நான் சத்திய சோதனையை மீண்டும் புரட்டினேன்.

என்ன இது? நான் காந்தியைப் பின்பற்ற நினைத்து ஓர் அரைமணி நேரம்கூட ஆகவில்லை. எங்கள் வீட்டிற்கு வராத விருந்தாளியை வரவைத்துவிட்டுச் சுற்றாத ஊரைச் சுற்றிக் கொண்டிருக்கிறேனே! என்ன செய்யட்டும்? பாலாவிடம் எனது உண்மையான எண்ணத்தைச் சொல்லியிருந்தால் எங்கள் நட்பு என்னாகும்?

நேற்று எங்கள் அலுவலகத்தில் எங்கள் மேலதிகாரி ஓய்வு பெற்றமைக்கு நடந்த பிரிவு உபசார விழா ஞாபகத்திற்கு வந்தது.

விழாவின் அனைத்துச் செலவுப் பொறுப்பும் என்னிடமிருந்தது. அனைவரும் தலைக்கு இருநூறு ரூபாய் கொடுத்திருந்தார்கள். எப்போதும்போல் பற்றாக்குறை பட்ஜெட்தான். பார்த்துப் பார்த்துச் செலவு செய்யவேண்டியிருந்தது. என்னதான் நாம் உண்மையாக நடந்துகொண்டாலும் சில தேள்கொடுக்குப் பேர்வழிகள் இருப்பார்கள். அவர்கள் பண விஷயத்தில் எல்லோரையும் சந்தேகப்படுவார்கள். நாம் ஏதோ பெருந்தொகையைச் சுருட்டிவிட்டதாக நாக்கில் நரம்பில்லாமல் கதைகட்டி விடுவார்கள்.

எனக்குக் கடைக்காரர்கள் பரிச்சியம் என்பதால் வரவேற்புச் சாமான்கள், இனிப்புக் கார வகைகள், நினைவுப் பரிசு, பொன்னாடை எனப் பல பொருட்களின் விலையிலும் சலுகை கிடைத்தது. அவசரத்தில் அவற்றிற்கெல்லாம் பற்றுச்சீட்டு வாங்கவில்லை. ஆறஅமர வாங்கிக் கொள்ளலாம் என்று வந்துவிட்டேன்.

இன்று விடுமுறைதானே. ஒரு ரவுண்டு போய் எல்லோரிடமும் பற்றுச்சீட்டு வாங்கிவந்துவிடுவோம். கிளம்பினேன். அனைவரும் நான் கொடுத்த தொகைக்கு ரசீது போட முன்வந்தார்கள். சிலர் நான் கொடுத்த தொகையைக் காட்டிலும் அதிகமான தொகைக்கும் ரசீது போட்டுத் தருவதாகக் கூறினார்கள்.

'வேணாம் வேணாம். அப்படில்லாம் பில் வேணாம். பொருளோட உண்மை வெல என்னவோ மொதல்ல அதப் போடுங்க. அப்பறம் தள்ளுபடி பண்ண தொகையை டிஸ்கவுண்ட் போட்டுக் கணக்குக் காட்டுங்க போதும்.' என்றேன்.

அப்போதுதானே என்னால் எவ்வளவு இலாபம் கிடைத்தது என்பதைச் சக ஊழியர்களுக்கு உணர்த்தமுடியும். அத்துடன்

தள்ளுபடியோடு பொருட்களை வாங்கியுள்ளேன் என்பதை அறிந்தால் அவர்கள் மகிழ்ச்சி அடையக்கூடும் அல்லவா?

ஆனால் அப்படிப் பற்றுச்சீட்டு கொடுக்கப் பலர் மறுத்தார்கள். 'சார்... நாங்க டிஸ்கவுண்ட் பண்ணதே உங்கள எங்களுக்கு நல்லாத் தெரியுங்கறதாலதான். உங்களுக்கு நாங்க டிஸ்கவுண்ட் போட்டுப் பில் குடுத்தா அப்பறம் எல்லாரும் டிஸ்கவுண்ட் கேப்பாங்க சார். நீங்க கொடுத்த பணத்துக்கு வேணும்னா பில் போட்டுத் தரேன் சார்!' என்றார்கள்.

என்ன இது! நான் உண்மையாக இருக்கவேண்டும் என்று முனைந்தாலும் கடைக்காரர்கள் விடமாட்டேன் என்கின்றனரே!

ஒவ்வொரு பற்றுச்சீட்டாக வாங்கிவரும்போது என் அலுவலக நண்பர் எதிர்ப்பட்டார். அவர் மனைவியும் குழந்தைகளும் ஊருக்குப் போய்விட்டார்களாம். உணவு விடுதிக்குச் சாப்பிடச் சென்று கொண்டிருந்தார்.

என்னையும் தன்னுடன் சாப்பிட வருமாறு வற்புறுத்தினார். இன்னும் இரண்டு கடைகளில் பற்றுச்சீட்டு வாங்கவேண்டி இருந்தது. எனக்கும் பசி வயிற்றைக் கிள்ளியது. கண்களை இருட்டிக்கொண்டு வந்தது. இன்றைக்கு எடுத்த வேலையை முடிக்காவிட்டால் நாளையும் அலைய வேண்டும். சரியென்று அவருடன் சாப்பிடச் சென்றேன்.

மனைவிக்குச் சொல்லலாம் என்று அலைபேசியை எடுத்தால் அதில் உயிரொளி இல்லை. விடுமுறை நாளாதலால் சார்ஜ்போட மறந்துவிட்டிருந்தேன். சரிதான் சாப்பிட்டுவிட்டுச் சொல்லிக்கொள்ளலாம்.

நல்ல வேளையாக எல்லா வேலையும் முடிந்து விட்டன. வீட்டை நெருங்கியபோது மணியைப் பார்த்தேன். கடிகாரம் மூன்று என்று காட்டியது.

அடடா, நான் சாப்பிட்டுவிட்டதை அவளிடம் இன்னும் கூறவில்லையே! கதவைத் திறக்கும்போது என் மனைவி என்னை எரித்துவிடுவதுபோல் பார்த்தாள். அவள் எப்போதும்போல் சாப்பிடாமல் காத்திருந்தாள்.

என்ன சொல்லிச் சமாளிப்பது... யோசித்தேன்.

'சாப்பிட்டுவிட்டேன்' என்று சொன்னால் நிச்சயமாகக் கோபத்தில் கடுகுபோல் பொரிவாள். சாப்பிடவில்லை என்று சொன்னாலாவது பாவம் என்ற பச்சாதாபத்தில் ஆறிய அப்பளம்போல் கோபம் தணிவாள்.

'நெறைய வேல இருந்ததும்மா, எப்டி அப்டிஅப்டியே விட்டுட்டு வரமுடியும்? சரி சரி வா, ரெண்டுபேரும் சாப்புடலாம்.'

அவளுக்காக இரண்டுவாய் சாப்பிட்டு எழுந்தேன். நேரமாகிவிட்டதால்தான் என்னுடைய பசி அடங்கி விட்டது என்று அவள் சொல்லிச் சொல்லி வருந்தினாள். அவள் வருந்தியதற்காக என் மனம் குற்றஉணர்வால் குமைந்தது. அலைபேசியைச் சார்ஜில் போட்டேன். சிறிது நேரத்தில் சிணுங்கியது.

என் நண்பன் சீனிவாசன்.

மைசூரிலிருந்து தன் நண்பர்களோடு ஊர் சுற்றிப் பார்க்க வந்திருந்தான். அவன் ஊர்சுற்றும் மேப்பில் காரைக்கால் முக்கிய இடம் பிடித்தது.

புதுச்சேரி, காரைக்கால் என்றாலே மக்களுக்கு ஒரு கிளுகிளுப்பு தொற்றிக்கொள்கிறது. எங்காவது வெளியூர் செல்லும்போது நான் இருப்பது புதுவை அல்லது காரைக்கால் என்றால் என்னை நோக்கி எய்யப்படும் முதல் வினா, 'அங்க அது ரொம்ப சீப்பாமே' என்பதுதான்.

இந்த ஊர்களுக்கு எவ்வளவோ பெருமைகள் இருந்தாலும் ஆடவரால் சிலாகித்துச் சொல்லப்படுவது இவ்வூர்களின் 'குடி'ப்பெருமை மட்டுமே. அவர்களது தாகம் எப்போது தீருமோ?

சீனிவாசன் அக்டோபர் இரண்டாம் நாளைக் காரைக்காலுக்கு ஒதுக்கி இருந்தான். ஊர் சுற்ற அல்ல. ஒதுக்குப்புறமாக அமர்ந்து தண்ணீர்த் தாகத்தைத் தணித்துக் கொள்ள. அவன் என்னிடம் ஒரே ஒரு உதவிதான் கேட்டான்.

'சத்யா, சாரிடா... எனக்கு ஒரே ஒரு ஹெல்ப் பண்ணுடா... அத ஒங்கிட்ட கேக்கவே வெக்கமா இருக்கு. ஒனக்கு அந்தமாதிரி பழக்கமெல்லாம் இல்லன்னு எனக்கு நல்லாவே தெரியும்... இருந்தாலும் வேற வழி இல்ல. இந்த ஊர் எனக்குப் புதுசில்லையா? என் பிரண்ட்ஸ்

எல்லாம் கம்ப்பல் பண்றாங்கப்பா...' - தயங்கிக்கொண்டே அவன் பேசினான்.

அவன் தயக்கத்திற்குக் காரணம் இருந்தது. எனக்கு அவன் கேட்டது பற்றி அரிச்சுவடிகூடத் தெரியாது. ஏனோ நான் தெரிந்துகொள்ளவில்லை. தெரிந்துகொள்ளவும் இதுநாள் வரை விரும்பவில்லை. என் நண்பர்களாக ஆனவர்கள் சிலர் என் நட்பு ஏற்பட்டபின் அந்தப் பழக்கத்தை அறவே விட்டதும் உண்டு.

சீனிவாசன் எனக்கு இப்படி நெருக்கடி கொடுப்பான் என்று நான் சற்றும் எதிர்பார்க்கவில்லை.

அக்டோபர் இரண்டு - அந்தக் கடைகள் எல்லாம் மூடி இருந்தன. அதுதான் அவன் பிரச்சனையே.

இந்த உதவியைச் செய்யாவிட்டால் சீனிவாசனின் நண்பர்கள், 'என்னப்பா என்னவோ எனக்காக என் நண்பன் உயிரையே கொடுப்பான்னு பெருசா சொன்னே! ஆப்ட்ரால் ஒரு பாட்டில் அரேன்ஞ் பண்ண முடியலயே' என்று நக்கல் அடிப்பார்கள்.

அவர்கள் மத்தியில் அவனுடைய இமேஜ் பாதிக்கப்படும். 'போடா போ, நீயும் உன் கொள்கையும்' என்று என் நட்பைத் தூக்கி எறிந்தாலும் எறிவான். நட்பைத் தூக்கி எறிவதா? கொள்கையையா? யோசித்தேன்.

எக்காரணத்தாலும் பழைய நட்பை விட்டுவிடக் கூடாது என்று திருக்குறளும் நாலடியாரும் சொன்னது ஞாபகத்தில் வந்தது. எனக்குத் தெரிந்த நபருக்குத் தொடர்பு கொண்டேன். அவர் இந்த விஷயத்தில் தலைகீழாகத் தண்ணீர் குடித்தவர். 'இதென்ன பிரமாதம், எல்லாம் நான் பாத்துக்கறேன். கவலய விடுங்க' என்று என் வருத்தத்தைப் போக்கினார்.

எப்படியோ எனக்கு ஒரு விஷயம் புலப்பட்டது. என்னதான் கெடுபிடி இருந்தாலும் 'அது' பாட்டுக்கு ஒருபுறம் விற்பனையாகிக் கொண்டுதான் இருக்கிறது. 'அந்த' ஒருநாள் கூட 'பெருங்குடி' மக்களால் பத்தியம் இருக்க முடிவதில்லை என்பதுதான் அது.

ஒருவழியாக பிரச்சனை முடிந்தது என்று பெருமூச்சு விட்டேன்.

மனைவி அழைத்தாள்...

'என்னங்க, மணி அஞ்சு ஆவுது. . . கூட்டத்துக்குக் கிளம்பலயா?'

'இதோ ரெடியாயிட்டேன்.'

நன்றாக 'அயர்ன்' செய்யப்பட்ட மொடமொடவென்றிருந்த வெண்மையான கதர்வேட்டி, கதர்ச்சட்டை அணிந்துகொண்டு கம்பீரமாக மேடையில் அமர்ந்தேன்.

நான் பேசி முடித்ததும் அனைவரும் கைதட்டி ஆரவாரித்தார்கள். என்ன பேசினேன் என்று தெரியவில்லை. காந்தியின் வாழ்க்கையைப் பற்றிப் பேசினேன். என்னைப் பற்றி என்னால் பேசமுடியவில்லை. அப்படிப் பேசினால் கேட்பவர்கள் என்னைப் பற்றி என்ன நினைப்பார்கள்? எல்லோர் முகங்களையும் உற்று நோக்கினேன்.

மேடையில் இன்னும் பேச வேண்டியவர்கள் 'இவன் எப்போது முடிப்பான்' என்ற வினாவோடு மைக் பிடித்துக் கொண்டிருப்பவரை எதிர்நோக்கினர்.

கூட்டத்தில் அமர்ந்திருந்தோர் பெரும்பாலும் விழா ஏற்பாடு செய்தவர்கள், சொற்பொழிவாளர்கள் ஆகியோரின் முக தாட்சண்யத்திற்காக வந்திருந்தவர்கள், கூட்டத்திற்கு வராவிட்டால் பின்னர் அவர்களைச் சந்திக்கும்போது அசடுவழிய வேண்டிவருமே என்று வந்தவர்கள். கூட்டத்தை எவ்வளவு சீக்கிரத்தில் முடிப்பார்கள் என்று நிமிடத்திற்குப் பத்து முறை அவர்கள் தங்கள் கைக்கடிகாரத்தைப் பார்த்துக் கொண்டிருந்தார்கள்.

காந்தி ஜெயந்தி என்பது அவர்களைப் பொறுத்தவரை கூட்டம் போட்டு பேசக்கூடிய விழா மட்டுமே... காந்தியின் கொள்கைகள்... ?

நாள் முழுதும் அலைந்த களைப்பு... படுக்கையில் வீழ்ந்தேன். தூக்கம் வர மறுத்தது. காலையில் நான் எடுத்துக்கொண்ட உறுதிமொழி நினைவுக்கு வந்தது.

உறவு, நட்பு, சமுதாயம் எந்த வழியிலும் என் உறுதிமொழி தோற்றுப் போனது. என்னால் முடிந்தது கதர் சட்டை அணிந்தது மட்டுமே...

காந்தி ஜெயந்தி...! காந்தியக் கொள்கைகள்...! விழாவா? விழைவா?

4

கவரிமான்கள்
– அரும்பார்த்தபுரம் மது

கிராமத்தின் மதியவேளை - எனக்கு மிகவும் போரடித்தது...! "பழம் வாங்கலையோ... பழம்...!" தூரத்தில் இந்தக் குரலைக் கேட்டதுமே நிமிர்ந்து உட்கார்ந்தேன். தள்ளாமை வந்தும், தலைமீது பழங்களை ஒரு கூடையில் சுமந்து - தெருத் தெருவாகக் கூவி விற்கும் கிழவர் ஒருவர், எனக்குக் கொஞ்ச காலமாகப் பழக்கமாகி இருந்தார்.

காசு கொடுத்தால், அதைத் தன் கண்களுக்கு அருகில் வைத்துப் பார்த்துத் தான் அது எவ்வளவு தொகை..? என்பதை அவரால் உணர்ந்து கொள்ள முடியும்...! கொஞ்சம் அழுக்கான துணி-மணிகள், தலையில் ஒரு தலைப்பாகை, காலில் நன்கு தேய்ந்து போன செருப்புக்கள்... சேர்ந்தாற் போல் நான்கு தெருக்கள் நடந்தால் போதும்... எங்காவது கொஞ்சநேரம் ஓய்வெடுத்துக் கொண்டு தான்.. மீண்டும் புறப்படுவார்...! இது தான் அந்தக் கிழவனாரின் அடையாளங்கள்...! சீசனுக்கு சீசன் அவருடைய வியாபாரம் மாறும்...! காலை வேளைகளில் ஏதேனும் காய்கறி - கீரை வகைகள் - பிற்பகலில் பழங்கள், சில நாட்களில் லாட்டரிச் சீட்டு... கோவில் திருவிழா நாட்களில் கோவில் வாசல் அருகில் தேங்காய் - பழம் - கற்பூரம் ஊதுவத்தி போன்றவைகளை வைத்து வியாபாரம் செய்து கொண்டிருப்பார்...!

இன்றைக்கு என்னமோ - கொஞ்சம் அவர் வாயைக் கிளறி வேடிக்கை பார்க்க நினைத்தேன்...! ஏதோ வெளியூரிலிருந்து வந்து, இந்தக் கிராமத்தில் குடியேறி இருக்கிறார் என்பதைத் தவிர, வேறெதுவும்

அவரைப் பற்றி யாருக்கும் தெரியாது. அதையே சாக்காக வைத்து அவரிடம் வாயைக் கிளறினேன்...!

"வாங்க பெரிசு... இப்படிக் கொஞ்சம் உட்காருங்க...!" என்றேன்.

கிழவர் தன் தலைச் சுமையை இறக்கி என்னருகில் வைத்து விட்டு, தானும் உட்கார்ந்து கொண்டார்...!

"எதற்காக அய்யா, இப்படி இந்த வயதிலும் பழக்கூடை தூக்கிச் சிரமப்படணும்? வீட்டில் உங்களை ஓய்வு கொள்ளச்செய்து உழைப்பதற்கு யாருமில்லையா...?"என்றேன் பரிவோடு...!

போ அய்யா... போ... புதிதாகக் கேள்வி கேட்க வந்து விட்டாய்...!? என்ற சலித்துக் கொண்டார் கிழவர்...! கொஞ்ச நேரம் அமைதியாக இருந்தவர், தொண்டையைச் செருமியபடி மீண்டும் பேசினார்...! எனக்கு வீட்டில் எல்லோருமே இருக்கிறார்கள் அய்யா...! பிள்ளைகள் - மனைவி- மருமகள்கள் - ஏன் பேரப் பிள்ளைகள் கூட உண்டு...! அதற்காக என் சுமையை அவர்கள் மீது ஏற்ற முடியுமா...? விதி அய்யா... எல்லாம் என் தலைவிதி...! கிழவர் தன் முகத்தை அழுந்தத் துடைத்துக் கொண்டார். நான் நீட்டிய தண்ணீர்க் குவளையை ஆவலோடு வாங்கி அதை முழுவதுமாகக் குடித்தார்...!

நான் அமைதியாக அவரையே பார்த்துக் கொண்டிருந்தேன்...! தண்ணீரைக் குடித்துவிட்டு அவராகவே பேசத் தொடங்கினார்.

"பகவான் எழுதின எழுத்தை நம்மால மாத்த முடியுமா..அய்யா...? என்ன செய்வது...? இப்படியெல்லாம் படணும்னு அவன் நம்ம தலையிலே எழுதிட்டானே..? வீட்டில் எல்லோரும் என்னிடம் அன்பாகத்தான் இருக்கிறார்கள்...! எல்லாரும் பாசம் மிக்கவர்களே...! இந்த வயதிலும் கிழவன் பழக்கூடை தூக்கிச்சம்பாதிக்க வேண்டுமா...? என்று என்னிடமும் சண்டை கூடப் போடுகிறார்கள்...!

ஆனால்...

நான் இந்த வேலையைக் கூட செய்யாவிட்டால், கேவலம் பத்துப் பைசாவுக்குக் கூட நான் அவர்கள் கையை எதிர்பார்த்துக் காத்துக் கிடக்க வேண்டும்...! இல்லையா...? எதற்கு அய்யா அந்த நிலை நமக்கு

வரணும்...? கையும் - காலும் நல்லா இருக்கும்போது நான் எதுக்குய்யா இன்னொருத்தன் கையை எதிர்பார்த்துக் கிடக்கணும்...? அதான்... என்னால முடிஞ்ச வேலைங்களை செஞ்சி சம்பாதிக்கிறேன்...!

கிழவர் மடமடவென பேசி நிறுத்தினார். அவர் எதையோ சொல்லாமல் மறைப்பதாக நினைத்தேன்...! மனசுக்குள் அழுந்திக் கிடக்கும் சுமையை வெளிக்காட்ட அவர் விரும்பவில்லை என்பதை உணர்ந்தேன்.

“என்ன அய்யா... கதை கேட்டுகிட்டுப் பேசாமல் உட்கார்ந்து விட்டாய்...? கொஞ்சம் இந்தக் கூடையைத் தூக்கி என்மேல் வை அய்யா... மகராசனாய் இருப்பாய்...! என்று என்னை அழைத்தார். நானும் அவருக்கு உதவி செய்தேன்...!

“வரேன் அய்யா...” என்றபடி கிழவர் வீதியில் இறங்கி நடக்கலானார்...! “பழம் வாங்கலையோ... பழம்...!” கிழவர் கூவியபடியே சென்று விட்டார்...!

அவர் கூறியவை அனைத்தையும் என்னால் நம்ப முடியவில்லை. வெறும் காசுக்காக அவர் இப்படித் துன்பப்படுவதாகத் தெரியவில்லை...! கிழவர் வேண்டுமென்றே எதையோ சொல்லாமல் மறைக்கிறார் என்று நினைத்தேன்...! “உலக நடைமுறையில் உள்ளதுபோல் அவரின் பிள்ளைகள், அவரைக் காப்பாற்றாமல் விட்டுவிட்டார்களோ - என்னவோ...?” என்றெல்லாம் எண்ணினேன்.

கிழவர் போய்விட்டார்.

மறுநாள் மாலை -

என் நண்பர் ஒருவருக்கு உடல் நலம் சரியில்லாமல் போனதால் பக்கத்து நகரத்தில் மருத்துவமனையில் சேர்த்திருப்பதாகச் சொன்னார்கள். என்னால் உடனடியாக அவரைப் பார்க்கப் போக முடியவில்லை...!

ஒரு நாள் கழித்து -

என் மனைவியோடு சென்று அவரை நலம் விசாரித்தேன்...!

“எதிரே வந்த லாரியை கவனிக்கவில்லை அய்யா...! எப்படி இந்த விபத்து ஏற்பட்டது என்பதே எனக்குத் தெரியவில்லை...! கெட்ட

நேரத்திலும் ஒரு நல்ல நேரம் என்பார்களே...? அதைப் போலத்தான் ஆகிவிட்டது எனக்கும்...! உயிரே போயிருக்க வேண்டிய வேளையில், காலை மட்டும் உடைத்துக் கடவுள் என்னைக் காப்பாற்றி விட்டார்...! உடல் நலமடைந்ததும் பழனி மலைக்குச் சென்று மொட்டை போடுவதாக வேண்டிக் கொண்டிருக்கிறேன்...! என்றார் நண்பர்.

சிறப்புச் சிகிச்சைப் பிரிவில் அவரைச் சேர்த்திருந்தார்கள்...! அவரைப் பார்த்து விட்டுச் செல்வதற்காக நிறைய பேர் வந்து விட்டுச் சென்றார்கள்...! கொஞ்ச நேரம் இருந்து அவரை நலம் விசாரித்துவிட்டு விடை பெற்றோம்...!

“நோயாளியாய் இருப்பவனைக் காண ஒரு சாத்துக்குடி பழம் கூடவா கிடைக்கவில்லை..? வெறும் கையோடு வந்துவிட்டுப் போகிறான் பார் கஞ்சப்பயல்...!? என்று நண்பர் முணுமுணுத்தது அந்த அறையை விட்டு வெளியில் வந்து விட்டாலும் கூட, எங்களுக்குக் கேட்கத்தான் செய்தது...! என் மனைவியின் முகம் உடனே சிறுத்துப் போனது. நான் ஒன்றும் பேசாமல் நடந்தேன்.

நண்பர் ஒன்றும் இல்லாத ஏழை இல்லை... அவரால் - அவருக்குத் தேவையான எதையும் வியாபாரிகள் கூறும் விலை கொடுத்தே வாங்கிக் கொள்ள முடியும். பொதுப் பணித்துறையில் ஓர் ஒப்பந்ததாரராக இருந்து கைநிறைய சம்பாதிப்பவர் அவர். நகரத்திலேயே அவருக்குச் சொந்தமாக நான்கு வீடுகள் இருந்தன. வசதி - வாய்ப்புகளில் ஒரு சிறு குறையும் இல்லாதவர். அப்படிப்பட்டவர், தன்னைக் காண வருபவர்கள் - வெறும் கையோடு வந்துவிட்டுப் போகிறார்களே என வருத்தப்படுகிறார். அதையும் அவர்களின் காதுபடவே முணுமுணுக்கிறார்...! என்ன செய்வது...? இதுதான் அவருக்குத் தெரிந்த பண்பு போலும்...! என்று எண்ணமிட்டவாறே நடந்தோம்.

வழியில் -

மருத்துவமனையின் இலவசச் சிகிச்சைப் பிரிவின் வாசலில்-

பழக்கூடைக் கிழவரைச் சந்திக்க நேர்ந்தது...! உள்ளே - படுக்கையில் இடம் இல்லாதபோது நோயாளிகளை இப்படி வெளி வராந்தாவில் போட்டு வைத்திருப்பது அரசு மருத்துவமனையின்

நடைமுறைகளில் ஒன்று...! அந்தக் கிழவரை அங்கே பார்த்து வீட்டு என்ன - ஏதுன்னு விசாரிக்காமல் செல்ல எனக்கு மனம் வரவில்லை.

அருகில் சென்றேன்.

மலங்க - மலங்க விழித்தபடி தன் வயிற்றைக் கைகளினால் இறுகப் பற்றிக் கொண்டிருந்தார்.

"என்ன அய்யா ஆயிற்று உங்களுக்கு...?" என்றேன்

அவர் என்னை உற்றுப் பார்த்து விட்டு - அடையாளம் தெரிந்து கொண்டதும் அழ ஆரம்பித்தார். எதையோ சொல்ல முயன்றார். முடியாமல் வருந்தினார்.

தூரத்தில் நின்றிருந்த ஒரு கிழவி, எங்களைப் பார்த்துவிட்டு அருகில் வந்தாள். "யார் அய்யா நீங்கள்...? யாரைப் பார்க்க வந்தீர்கள்...? என்றாள்.

"ஒன்றுமில்லையம்மா... பழம் விற்கும்போது, இந்தப் பெரியவர் எனக்குக் கொஞ்சம் பழக்கம்...! இரண்டு நாள் முன்னதாகக் கூட இவர் பழம் விற்றுக் கொண்டிருந்தாரே...? திடீரென இவருக்கு என்னம்மா ஆயிற்று...? இவரை எதற்காக இங்கே கொண்டு வந்து சேர்த்திருக்கிறீர்கள்...?" என்று கேட்டேன் அவளிடம்.

"தலையெழுத்து அய்யா...! யாரைச் சொல்லி நோவது...? இந்த மனுசன் பொறந்ததில் இருந்தே பாடாய்ப்படணும்னு தலையில் எழுதி இருக்கே...? அதை நம்மால் மாத்த முடியுங்களா...? என்று கிழவி வருத்தத்துடன் அலுத்துக் கொண்டாள்.

"நீங்கள் யார் அம்மா? இந்தப் பெரியவருக்கு ஏதாகிலும் உறவா...?"

"ஆமாம் அய்யா இந்த ஆளுக்கு வாழ்க்கைப் பட்டவ நான்...! அதனால்தான் இங்கே இப்படிக் கிடக்கிறேன்...!

இதற்குள்...

அந்தக் கிழவர், கிழவியிடம் 'வேண்டாம்' என்பதைப் போல கையசைத்தார்.

“என்ன சொல்கிறார்...? என்றேன் ஒன்றும் புரியாமல்...

“என்னத்தை அய்யா சொல்றது...? உங்ககிட்டே எதையும் சொல்லவேணாம்னு சொல்றார்...! இந்த கௌரவத்திலே ஒன்னும் குறைச்சல் இல்லை...!

நான் அமைதியாக இருந்தேன். கிழவி கண்களைத் துடைத்தவாறே தொடர்ந்து பேசினாள்.

“பெத்த பிள்ளைங்க எல்லாம் வசதியாக வாழும் போது, இந்த மனுசன் தலையெழுத்து தெருத்தெருவா அலையணும் போல இருக்கு...! அதுக்கு யார் அய்யா என்ன செய்ய முடியும்...?

...பொறந்தா மனுசன் பணம் - காசோட பொறக்கணும்...! இல்லாட்டி மான ரோசத்தை விட்டுட்டு வாழணும்...! இது - ரெண்டுமே இந்த மனுசன்கிட்டே இல்லையே...?

...பெத்தவனாச்சேங்கிற மரியாதை இல்லாம அவனுவ திட்டினாலும், இந்த வயசிலே நம்மால முடியுமான்னு இந்த மனுசனாவது யோசனை பண்ண வேணாம்...?...

“மான ரோசம் எனக்கும் இருக்குடான்னு” தனியா கிளம்பி வந்திட்டாரு. இந்த வயசிலே பாழாப் போன வயித்துக்காகத் தன்னால முடியாத வேலையை எல்லாம் செஞ்சிட்டு அவதிப்படறார்...

...சொல்லுங்கய்யா.. தெருத்தெருவா அலைய முடியுமா இவராலே...? ராத்திரியானா கால் வலி, உடம்பு வலின்னு துடிப்பாரு..! பாழாப் போன வயிறு பசிச்சித் தொலைக்குது... பிச்சை எடுக்கவும் மனசில்லை.. உயிரை விடறதுக்கும் துணிச்சல் வரலை...! இந்த வயசான கிழத்துக்கு யார் என்ன வேலை அய்யா கொடுப்பாங்க...?

...ஏற்கெனவே இருக்கற மனசு வலி பத்தாதுன்னு புதுசா உடம்பு வலியும் சேர்ந்துகிடுச்சி...! மனசு வலியைத் தாங்கிக்க முடியுது... உடம்பு வலியைத் தாங்கிக்க முடியலை. ரெண்டுத்தையுமே மறக்கறதுக்காகக் குடிக்க ஆரம்பிச்சாரு....

...அதான்.. இன்னைக்கி இங்கே வந்து படுத்திட்டாரு...! நான் என்ன அய்யா செய்யறது...? சொல்லுங்க...!

கிழவி அழுது கொண்டே பேசி முடித்தாள்.

“அய்யோ பாவம்” என்றாள் என் மனைவி…! “தான் ஆடாவிட்டாலும் தன்னோட தசை ஆடும்பாங்க.. எதுக்கும் உங்க புள்ளைங்களுக்குச் சேதி சொல்லி அனுப்பிடுங்களேன்…!

கிழவி கண்களைத் துடைத்துக் கொண்டாள். என் மனைவியின் கைகளை உரிமையோடு பிடித்துக் கொண்டாள்.

“என்னன்னு அம்மா சொல்லி அனுப்பறது...? யாரோ நீங்க வந்து இவரைப் பார்த்துட்டுப் பரிதாபப்படறீங்க... அவுரு குடிச்சது விஷ சாராயமாம் தாயி…! ஏற்கெனவே கண் பார்வை சரியில்லை. இப்ப என்னடான்னா நாக்கும் போயிடுச்சி... பேச்சே வரலை...! அவுரு நல்லா இருக்கும் போதே, அவரைச் சேர்த்துக்க முடியாம ஒரு வாய் சோறு போடறதுக்குக் கணக்கப் பாத்த பாவியாச்சே...? இப்ப பேச்சும் போயி பார்வையும் இல்லாம, உடம்பிலே தெம்பும் இல்லாம, இந்த நிலையிலே இருக்கற மனுசனையா திரும்பிப் பார்க்கப் போறானுங்க...?

...அப்பன்- புள்ளைங்கற பாசம் இருந்திருந்தா இவரை அடிக்கத் தான் கை ஓங்கிக்கிணு வந்திருப்பானுங்களா...? போ... தாயி... நடக்கறது நடக்கட்டும்! இவ்வளவு காலமா அவுரு தூக்கின பழக்கூடையை இனிமே நான் தூக்கிட்டுப் போறேன்...! அட அதுவும் கூட முடியாமல் போனா இரண்டு வீட்டிலே பத்துப் பாத்திரம் தேய்க்கக் கூடவா முடியாது...?...

...என்னைக்காவது எனக்கும் முடியாமப் போனா, சாவறதுக்கு நெறையா வழிங்க இருக்கும்மா...! அப்ப நாங்க ரெண்டு பேரும் சேர்ந்தே- ஒண்ணாவே கண்ணை மூடிடுவோம். இதுக்காக அவனுவகிட்டே போயி என்னை நிக்கச் சொல்றியா…? எங்களுக்குப் புள்ளைங்களே பொறக்கலைன்னு, நெனைச்சிகிட்டு நாலு வருசத்தை ஓட்டிட்டோம்...! இன்னும் கொஞ்ச நாள் வாழ்வு தானே தாயி...? எதுக்கு அம்மா அவனுவகிட்டே போகணும்...?...

முன்பு கிழவரின் பேச்சு என் நெஞ்சைக் குத்தியதைப் போலவே, இன்று கிழவியின் பேச்சும் என் நெஞ்சைக் காயப்படுத்தியது. கிழவரின் வாழ்க்கையில் இத்தனை பெரிய சோகங்களா...? ஒரு நாள் கூட கிழவர் இதையெல்லாம் என்னிடம் சொன்னதே கிடையாது. இரண்டு நாளைக்கு

முன்பு பேசும் போது கூட, பிள்ளைகள் - மருமகள்கள் - பேரப்பிள்ளைகள் என எல்லோரும் தன்னிடம் மிகவும் பாசமாக இருப்பதாகத்தானே பொய் சொல்லியிருக்கிறார்...? இப்போதும் கூட இந்தச் சோகங்களை என்னிடம் சொல்லவேண்டாமெனக் கிழவியை முதலிலேயே தடுத்தார்...! தன் குடும்பத்தின் நிலை மற்றவர்கட்குத் தெரியக்கூடாது என்று எத்தனை மான உணர்ச்சியோடு வாழ்ந்திருக்கிறார் கிழவர்...?

“உங்க பிள்ளைங்க எல்லாம் எங்கேம்மா இருக்கறாங்க...? என்று கேட்டாள் என் மனைவி.

“நீங்க எங்களுக்காக அவங்க கிட்டே கேக்க மாட்டேன்னு சத்தியம் பண்ணிக் கொடுத்தா சொல்றேன்...!” என்றாள் கிழவி.

அவள் சொன்னவாறே நடப்பதாக வாக்களித்தோம்...! “தெருவில் பழம் விற்கும் கிழவன்தானே என்று கேவலமாக நினைக்காமல் இவரையும் ஒரு உயிராக மதித்து வந்து நலம் விசாரித்தீர்களே... அந்த நல்ல மனசுக்கு நன்றியாகச் சொல்கிறேன் அய்யா...! தயவு செய்து எங்களின் மனசு நோகும்படி எதையும் செய்து விடாதீர்கள்...

...சின்ன மகன் திருக்கோவிலூரில் இருக்கிறான். ஒரு பேங்க்லே கேஷியரா இருக்கான். அவன் முகவரி எதுவும் எனக்குத் தெரியாது. இந்தச் சேதி கூட காத்து வாக்கிலே கேள்விப்பட்டது தான். முகவரி தெரிந்தால் நாங்கள் எங்கே அவனுக்குச் சுமையாகி விடுவோமோ என்று அவனுக்குப் பயம்...

...மூத்த மகன் இந்த ஊரில் தான் காண்ட்ராக்ட் தொழில் செய்து வாழ்ந்து வருகிறான். அவனும் வசதியாத்தான் இருக்கறான். இப்ப கூட லாரியிலே மாட்டிக்கிணு காலை உடைச்சிகிட்டு வந்து, இதே ஆசுபத்திரியிலே, படுத்திருக்கான். மந்திரிங்க கூட வந்து அவனைப் பாத்துட்டுப் போறாங்க...!” என்றபடியே மருத்துமனையின் சிறப்புச் சிகிச்சைப் பிரிவை நோக்கிக் கைகாட்டினாள் கிழவி...!

எனக்கு அதிர்ச்சியாகப் போயிற்று.

சற்று முன் நான் பார்த்து விட்டு வந்த நண்பரின் பெயரையும் - அடையாளங்களையும் கூறி “அவரா...?” என்று கேட்டேன்.

“ஆமாம் அய்யா... அவனே தான்...! லாரியிலே மாட்டிக்கிட்டானாம்... பாத்துப் போவக் கூடாதா பாவி மகன்...?” என்று அங்கலாய்த்தாள் அவள்.

எனக்கு என்ன சொல்வதென்றே தெரியவில்லை... நண்பரின் பண்பையும் - இந்தக் கிழங்களின் மகன்தான் அவர் என்பதையும் ஒப்புக் கொள்ள என் மனதுக்குத் தயக்கமாக இருந்தது. உலகில் மனிதர்கள் இப்படியெல்லாம் இருக்கின்றார்களே என்று எண்ணினேன். கிழவரைக் கண்டு வியந்தேன். கிழவியைக் கண்டு வருந்தினேன். நண்பரை எண்ணி மனம் நொந்து போனேன்.

“பிள்ளைகள் வசதியோடு வாழும் போது, இந்த நிலையில் நீங்கள் தவிக்கிறீர்களே, அம்மா...!? அவர்களிடம் இருந்து நீதிமன்றத்தின் மூலமாக ஏதேனும் உதவித் தொகை கோரிப் பெறுவதற்குச் சட்டம் இருக்கிறதே...? அதைப் பயன்படுத்திக் கொள்ளக் கூடாதா...? உங்களுக்கு சம்மதமென்றால் சொல்லுங்கள். நான் அதற்கு உதவி செய்கிறேன்...” என்றேன் நான்.

நீங்க நல்லாயிருக்கணும் அய்யா... அந்த மாதிரி எண்ணமே இவருக்கு வந்ததில்லை. இவருடைய நண்பர் ஒருவர் முதலிலேயே இப்படி ஒரு யோசனையைக் கூறினார். இவர் தான் அப்போதே அதைத் திட்டவட்டமாக மறுத்துவிட்டார்...

‘இந்தப் பிள்ளைங்க கடைசி காலத்திலே எனக்குக் கஞ்சி ஊத்தும்னு நான் இவங்களைப் பெத்துக்கலை அய்யா...! வளர்க்கும் போது கூட, பின்னால இதுங்க நல்லா இருக்கணும்னு நெனைச்சித்தான் வளர்த்தேன்.. இப்போ அவனுங்க நல்லாவே இருக்கானுங்க... அதுவே எனக்குப் போதும்...!

அவனுங்க மேலே வழக்குப் போட்டுப் பணம் வாங்கி, நான் சாப்பிட்டா, அவனுங்களுக்கும் பாசம் வந்திடப் போறதில்லை. எனக்கும் அந்தப் பணம் செரிமானம் ஆகப் போவதில்லை. ஒருவேளை கஞ்சி குடிச்சாலும் நானே அதுக்கு வழி தேடிக்குவேன் அய்யா...

என்னால நல்லா வாழ முடியாமல் போனாலும், என் பிள்ளைங்களாவது நல்லா வாழுதுங்களேன்னு மனசிலே ஒரு நிறைவு

இருக்கு அய்யா...! அதையும் எதுக்காக இழக்கணும்...? அதுங்க நல்லா இருக்கட்டும்...! என்னாலே அதுங்க வாழ்க்கையிலே சிறு சலனமும் வேண்டா..." அப்படின்னு சொல்லி அந்த நண்பரைத் திருப்பி அனுப்பிச்சிட்டாரு...! அவருக்கு முந்தி விரிச்சவ நான்... என் புருசன் விரும்பாத காசு-பணம் எனக்கு மட்டும் என்னத்துக்கு...? வேண்டாம் அய்யா...!" என்று பேசி முடித்தாள் கிழவி.

அதற்கு மேலும் என்ன பேசுவதென்றே தெரியாமல் நின்றிருந்தேன். அந்த ரெண்டு கிழங்களைக் காணும் போதும், 'மெய்சிலிர்த்தது' என்ற சொல்லின் பொருள் முழுமையாகப் புரிந்தது எனக்கு...!

"நல்லது அய்யா... யாரோ நீங்கள்...? எங்களின் துன்பத்தைச் சொல்லி, உங்களைத் துன்பப்படுத்திவிட்டேன். மகராசனாய் இருப்பீர்கள்... போய் வாருங்கள்...!" என்று கைகூப்பினாள் கிழவி.

"இதுங்க ரெண்டும் உண்மையிலேயே மனிதர்கள் தானா?" என்பது எனக்குப் புரியவில்லை. உங்களுக்காவது புரிகிறதா...?

5

மாக்கோலம்

– அமிர்தா

எனக்கு நினைவு தெரிந்த நாள் முதலாக நான் போடும் கோலம் அரிசிமாவுக் கோலம்தான். அந்த நாளில் வீட்டுக்கு வீடு, அதிகாலையிலும், மாலையிலும் வாசல் தெளித்துப் போடப்பட்ட கோலங்கள் எல்லாமே அரிசிமாவுக் கோலம்தான். இன்னிக்கும் அதேதான். மத்தவா யாரும் அரிசிமாவுக் கோலம் போடுவதில்லை. ஏறக்குறைய அரிசிமாவுக் கோலம் வழக்கொழிந்துவிட்டது என்றே சொல்லலாம். இப்ப போடுகிற கோலம் எல்லாமே சுண்ணாம்புக்கல் மாவுக் கோலம்தான்.

கோலம் போடுவதற்காவே பச்சரிசியை ஊறவைத்து, காயவைத்து, எந்திரத்தில் இட்டு அரைத்து ஏறக்குறைய முறுக்குமாவு மாதிரிதான் அதை மெஷினில் கொடுத்து அரைத்துக்கொள்வோம். மாவு நைசாக இருக்கும். இது கொஞ்சம் நர நர என்ற பதத்தில் எடுத்து டப்பாவில் கொட்டி வைத்துக்கொள்வோம். எந்திரம் என்பது சின்னது, பெரியது'ன்னு இருக்கும். உரலில் தானியங்களை மாவாக இடித்துக்கொள்வோம். இட்லிமாவு அரைப்பது கொடகல்லில். நர நரப்பான பக்குவத்தில் உடைத்துக்கொள்வது எந்திரத்தில். எந்திரம் கொஞ்சம் பெரிதாக இருந்தால் இரண்டு பெண்கள் எதிரும் புதிருமாக உட்கார்ந்துகொண்டு ஒருத்தி கைப்பிடியால் எந்திரத்தைச் சுற்ற மற்றவள் ஒரு கைப்பிடி தானியத்தை எடுத்து நடுவில் சீராக இட்டுக்கொண்டே இருப்பாள். உடைபட்ட தானியங்கள் எந்திரத்தைச்சுற்றி தரையில் விழுந்துகொண்டிருக்கும். இப்ப கிரைண்டர் மிக்சி இருப்பது மாதிரி வீட்டுக்கு வீடு இவை எல்லாம் இருக்கும்.

இன்றும் கிராமங்களில் காலையில் மாலையில் அது சுண்ணாம்புக்கல் கோலமாக இருந்தாலும் கோலமிடுவது வழக்கத்தில் இருக்கிறது. நகரங்களில் தினம் இல்லையென்றாலும் விஷேச நாட்களில் முக்கியமாக மார்கழியில் வீட்டுக்கு வீடு கோலம் போட்டுக்கொண்டுதான் இருக்கிறார்கள். விடியலுக்கு முன்பாகவே தெருக்களில் கோலமாவு விற்பதைப் பார்க்கலாம். நான் வாங்குவதில்லை.

அரிசிமாவுக் கோலத்தின் அழகே தனிதான். மார்கழியில் கோலமிட்டு, நடுவில் சாணம் வைத்து, அதில் பரங்கிப்பூ வைப்போம். மாலையில் எடுத்துச் சின்ன வரட்டியாகத் தட்டி எடுத்துவைத்துப் போகி அன்னிக்கு அவற்றை விடிய காலையில், மார்கழிக் குளிரில், பழசு பண்டங்களோடு தீ மூட்டுவோம்.

இது மட்டுமில்லாமல் விசேஷ நாட்களில் வீடு முழுக்க மாக்கோலம் போடுவோம். வீட்டில் இருக்கும் அத்தனை பெண்களுக்கும் இதில் பங்குண்டு. ஒரு கைப்பிடி பச்சரிசியை ஊரவிட்டு, கொஞ்சம் தண்ணீர் விட்டு மாவாக அரைத்து, ஒரு கிண்ணத்தில் எடுத்து நீரில் நனைத்த சின்ன வெள்ளைத் துணியில் மாவையிட்டு லாவகமாகச் சுருட்டி விரல்களுக்கு நடுவில் வைத்துக்கொண்டு வீடு முழுக்கக் கோலமிட்டால் ஒரு மாதமானாலும் கோலம் கலையாது. இதுக்கெல்லாம் அந்தக்காலத்து சிமெண்ட் தரைதான் லாயக்கு. இப்பதான் டைல்ஸ், மார்பிள் தரையாயிடுத்தே, புள்ளி வைக்கவும் முடியாது, கோலம் போடவும் முடியாது.

எனக்குத் திருமணமாகி ஒரு பொண்ணு, ஒரு பையன். பொண்ணுதான் பெரியவள். மைலாப்பூரில் வாசம். மருமகன் இந்தியன் பேங்க் மேனேஜர். அவளுக்கு ஒரு பொண்ணு, வைஷ்ணவி, இரண்டாம் வகுப்புப் படிக்கிறாள். லீவில் வீட்டுக்கு வந்தா வாசலில் என்னோடு கோலம் போடுவா. கோலம்போட நன்னா பழகிண்டா. “பாட்டி என்னை வாசல் தெளித்துக் கோலம்போட அம்மா விடமாட்டேங்கறா பாட்டி” என்று போனில் பேசுவாள். பையன் ராகவன் ஒரு லீடிங் லாயர். சொந்தமாகக் குறிஞ்சி நகரில் வீடு கட்டிப் பேரன் பேத்திகளோடு இருக்கிறோம். பேரன் விஷ்ணு யு.கே.ஜி. பேத்தி ஸ்ரீநிதி எல்.கே.ஜி. ராகவனோட அப்பா ரிடையர்டு ஆசிரியர். பென்ஷன் வாங்கிண்டு இருக்கிறார்.

தினமும் வாசல் தெளித்துக் கோலம் போடும்போது சில நாட்களில் பேத்தி ஸ்ரீநிதி வந்து, "பாட்டி, நானும் போடுவேன்" என்று பிஞ்சுக் கைகளில் மாவுஎடுத்து அவளும் கோலம் போடுவாள். உடனே அவ அம்மா, "உனக்கேண்டி இந்தவேலை, மணியாறது, ஸ்கூலுக்குப் புறப்படு" என்று விரட்டுவாள்.

"இதோ ரெண்டு நிமிஷம்மா" ஏதோ புள்ளிவைத்துக் கிறுக்கிவிட்டு ஓடுவாள். "உன் பேத்தி கோலம் நன்னாவே இருக்கு" என்று பாராட்டுவார் தாத்தா. இப்ப ஸ்ரீநிதியும் கோலம்போட நன்னா பழகிண்டா.

இவள் தாத்தா வாசலில் ஈசி சேரில் உட்கார்ந்துகொண்டு பேப்பர் வாசிப்பார். கொஞ்ச நேரத்தில் இரண்டு சிட்டுக் குருவிகள் வந்து புள்ளிகளில் இருக்கும் அரிசி மாவைக் கொத்தித் தின்னும். இரண்டு குருவிகளும் அக்கம் பக்கம் பார்த்துக்கொண்டு தத்தித் தத்திப் புள்ளிகளை கொத்தும் அழகே தனிதான். பால்காரன் மணி அடித்தபடியே சைக்கிளைத் தள்ளிக்கொண்டு வருவான். மணி சத்தம் கேட்டதும் குருவிகள் பறந்து போய்டும். அதனால், "மணி அடிக்காதே, நானே காத்திருந்து வந்து வாங்கிக்கிறேன்" என்று பால் சொம்புடன் காத்திருப்பேன். அவன் வந்துபோகும் சில நிமிடங்கள் குருவிகள் அங்கே இருக்காது. பிறகு வந்துவிடும். அப்புறம் பல பேர் நடந்து சென்று கோலம் அழிஞ்சி போயிருக்கும். பிள்ளையார் எறும்பு ஒவ்வொரு மாவாக வாயில் வெச்சிண்டு வரிசையாகப் போகும்.

எனக்குத் திருக்கழுக்குன்றம் ஞாபகத்திற்கு வரும். மதியம் பன்னிரண்டு மணிக்குக் கொளுத்தும் வெய்யலில் மலை உச்சியில் பாறைமீது வைக்கப்பட்ட நைவேத்தியச் சாதத்தைச் சாப்பிட ரெண்டு கழுகுகள் பறந்துவரும். இதைப் பார்க்கப் பக்தர்கள் கூட்டம் கூடி நிற்கும். நான் பார்த்திருக்கிறேன். என்னுடைய கல்யாணத்துக்கு முன்னாடி என் அப்பா அம்மாவுடன் சென்றிருக்கிறேன். அது ஒரு அதிசயம்தான். ரெண்டு கழுகுகளும் மணி தவறாமல் வந்து சாதத்தைச் சாப்பிட்டுச் செல்லும். தினமும் திருவிழா போலக் கூட்டம்தான். திடீர்ன்னு ஒரு கழுகு மட்டும் வந்தது. அப்புறம் அதுவும் வரவில்லை. அப்படித்தான் எங்கள் வீட்டில் இந்த இரண்டு குருவிகளும்.

"உங்களைப் பார்த்து குருவி பயப்படுது, பேப்பரை உள்ளே கொண்டுபோய் படிங்கோ" என்பேன்.

“அதெல்லாம் நன்னா புழகிடுத்து, நீ போ...” என்பார்.

“ராகவா, குருவிகள் கோல மாவைக் கொத்துவதை ஒரு போட்டோ எடு.”

“அதான் தினமும் வருதே, ஞாயிற்றுக்கிழமை எடுக்கிறேன்” என்றான்.

“அதெல்லாம் யாராவது போட்டோ எடுப்பாளா?” என்றாள் அவன் மனைவி. ஆனால் சொன்னபடி போட்டோ எடுத்துக்கொடுத்தான் ராகவன். கோலத்தின் மீது ரெண்டு குருவிகளும் கோல மாவைக் கொத்துவது தத்ரூபமாக இருந்தது. ஸ்ரீநிதி ஸ்கூலுக்கு கொண்டுபோய் அவா பிரண்ட்ஸ் கிட்டெல்லாம் காண்பித்தாள்.

எங்கள் வீட்டில் குருவிகள் தரிசனம் தினம் நடக்கிறது. ஒன்றை விட்டு ஒன்று பிரியாது. எங்குச் சென்றாலும் ரெண்டும் சேர்ந்து செல்லும். எங்க கூடு கட்டியிருக்குன்னு தெரியல. புது வீட்டில் கூடு கட்டியிருக்குமோ’ன்னு பார்த்தேன். எங்கும் தென்படலை. தோட்டத்தில் உள்ள மரங்களிலும் குருவிக் கூடு தெரியலை. பக்கத்தில் எங்காவது இருக்கலாம். எனக்கு அடுத்தது அரிசி மாவு கோலம் நின்றுவிடும். பச்சரிசியை நனைத்து ஒரு ஈரத் துணியில் காயவைத்து அரைத்து அரிசிமாவாக்கிக் கோலத்துக்குன்னு வைத்திருக்கிறேன். இதெல்லாம் அவளுக்குப் பிடிக்காது.

“அரிசி விக்கிற விலையில் இது ஒரு தெண்டச்செலவு. அக்கம் பக்கத்தில் யாராவது அரிசிமாவு கோலம் போடுறாங்களா? இந்த வீட்டில் கேட்க ஆளில்லை. சரியான அம்மா பிள்ளை” என்பாள்.

இப்பத்தான் ரேஷனில் அரிசி சும்மா கொடுக்கிறாங்களே. ரேஷன் அரிசியை வேலைக்காரி வாங்கிக்குவா, பச்சரிசி போடும்போது அவகிட்ட நான் கொஞ்சம் வாங்கிக்குவேன். மருமகள் இப்ப ஒன்றும் சத்தம் போடுவதில்லை.

அரிசிமாவுக் கோலமும், குருவிகள் வருகையும் இந்த வீட்டில் தொடர்ந்து நடைபெற்றுக் கொண்டிருக்கின்றன.

“என்ன”து இன்று வீட்டுக்குமுன் கோலமில்லை. வாசலில் துணிப் பந்தல் போட்டு நிறையபேர் நாற்காலிகளில் உட்கார்ந்திருந்தனர். நாங்கள்

எதிர்சாரியில் லைட்டுக் கம்பத்தின் மின் ஒயரில் உட்கார்ந்துகொண்டு பார்த்தோம். கண்மூடி தூங்குவதைப்போலிருந்த பாட்டியைக் கண்ணாடி ஐஸ் பெட்டியில் வைத்திருந்தார்கள். சுற்றிலும் பெண்கள். எல்லோர்முகத்திலும் சோகம். பாட்டி செத்துப்போச்சி.

நேற்றுவரை நன்றாக இருந்த பாட்டி, ராத்திரிகூட சீரியல் எல்லாம் பார்த்திருக்கு, இரவு ரெண்டு மணிக்கு “ஐயோ நெஞ்சு வலிக்குதுன்னு கத்தியிருக்கு, தண்ணி கொஞ்சம் குடிச்சிதாம், உடனே ஆஸ்பத்திரிக்குக் கொண்டுபோயிருக்காங்க. வழியிலேயே தாத்தா மடியிலேயே உயிர் போயிடுத்தாம். கொடுத்துவச்ச பாட்டி, நல்ல சாவு” என்று பேசிக்கொண்டார்கள். எங்களுக்காக மணி அடிக்காமலே வந்த பால்காரர், விசாரிக்கிறார். வர்றவங்க எல்லோரும் உள்ளே சென்று பாட்டியைப் பார்த்துவிட்டு வெளியில் வந்து அமர்கிறார்கள்.

“சென்னையிலிருந்து பொண்ணு வரணும், சாயங்காலம் எடுத்துவிடுவார்கள்” பேசிக்கொண்டார்கள். ஜனங்கள் வருவதும் போவதுமாக இருந்தது ஒருபுறம். வாசலில் கோலம் இல்லாது, வெறிச்சோடிக் கிடந்த சூழலில் தாத்தா எங்களைத் தேடிக்கொண்டு வெளியில் வந்தவர், எங்களைப் பார்த்துவிட்டு அழுதார். “உள்ளே சென்று பாருங்கோ, நாங்க உங்களை ஒன்னும் செய்யமாட்டோம்” என்று எங்களை அழைத்தார். எல்லோரும் எங்களையும் தாத்தாவையும் ஒரு மாதிரியாகப் பார்த்தனர்.

“அவள் போடும் கோலத்தில் இருக்கும் அரிசிமாவைத் தின்ன ரெண்டு குருவிகளும் தினம் வரும், அதான் இன்னிக்கும் வந்திருக்கு” என்று தாத்தா சத்தம்போட்டு அழுதார், அவரை சமாதானப்படுத்தினர், சிலர் எங்களை விரட்டினர். நாங்கள் பறந்து சென்றுவிட்டோம்.

அதன் பிறகு அந்த வீட்டில் யாரும் மாக்கோலம் போடவில்லை.

எதேச்சையாகப் பழக்கதோஷத்தின் காரணமாக ஒரு நாள் காலையில் பாட்டியின் வீட்டு வாசலுக்கு வந்த நாங்கள் அந்தக் காட்சியைப் பார்த்துத் திடுக்கிட்டோம்.

வாசல் தெளித்துத் பாட்டியின் பேத்தி கோலம் போட்டுக் கொண்டிருந்தாள், அரிசிமாவுக் கோலம். பால்காரன் மணியடித்துக் கொண்டே வந்தான்.

6

கண்ணாடி மாளிகை
— மு. ஆதிராமன்

காண்பவர் யாவருக்கும் அது கண்கொள்ளாக் காட்சியாகவே இருந்து வந்தது. எட்டியிருந்து பார்ப்பவர்களையே திகைக்க வைக்கும் கலையழகுடன் கட்டப்பட்டிருந்த அம்மாளிகைக்குள் ஒரு முறையேனும் உள்ளே சென்று சுற்றிப் பார்த்துவிட்டு வரவேண்டும் என்ற ஆசை வருவது எல்லோருக்கும் இயல்புதான்.

பச்சைப் பசேலென்று நெடிய வளர்ந்திருந்த மரங்களுக்கு மத்தியில் வெள்ளை வெளேரென்று நிமிர்ந்து நின்றிருந்தது அம்மாளிகை.

காதலியிடம் ஆசை மொழி பேசுகையில் 'கரடிக்குப்பம் கண்ணாடி பங்களா மாதிரி இருக்கே' எனப் புகழ்ந்துரைப்பது இப்பகுதிக் காதலர்களின் இயல்பு. அவ்வார்த்தைக்கு மயங்கித் தங்கள் மனதைப் பறிகொடுத்த காதற் கன்னியர்களும் நிறைய.

புதுச்சேரிக்கு வடமேற்கே மூன்று கல் தொலைவில் அக்குக்கிராமம். தெற்கே நீர்நிறைந்த செங்கழுநீர் மடுக்களும் அவற்றில் துள்ளி விளையாடும் மீன்களும், ஏற்றத் தொட்டில் வழியாக வழிந்தோடும் நீர்வளம் அப்பகுதியை முப்போகம் நெல் விளையும் பூமியாக்கியதில் வியப்பேதுமில்லை. அறுவடைக்குச் சென்றவர்கள் ஆரா மீன்களையும், விலாங்கு மீன்களையும் பிடித்து வரும் அளவிற்குச் சேற்று வளமும் சோற்று வளமும் நிறைந்திருந்த ஊர் அது.

மேற்கு மற்றும் வடமேற்குப் பகுதிகளில் நன்னீரைத் தன்னகத்தே கொண்ட செம்மண் படுகையுடன் கூடிய காட்டுமேடு. எவ்வளவு மழை

பெய்தாலும் நிலத்தில் நீர் தங்காத காடுவெளி. இக்காட்டுமேட்டில் பெய்யும் மழை வழிந்தோட ஊரைச்சுற்றி ஒரு வெள்ளவாரி. ஆற்றினால் சூழப்பட்ட அழகிய ஊர் (கருவடம்) எனப் பொருள்படும் விதத்தில் அவ்வூர் கருவடிக்குப்பம் என்ற காரணப் பெயரால் அழைக்கப்பட்டது. அவ்வூரில் சித்தர்கள் வாழ்ந்ததாகவும் வரலாறு உண்டு.

ஒரு காலத்தில் கிடங்கல் நாட்டின் கிழக்கெல்லையாக இருந்ததற்கான அடையாளமாக ஊருக்குக் கிழக்கே கிடங்கலம்மன் கோவில். பிற்காலத்தில் ஆற்காட்டு நவாப்பின் வசமிருந்த அவ்வூர் நிர்வாக வசதிக்காகவும் நட்புக்காகவும் வாழும் மக்களுக்குத் தெரியாமலேயே பிரெஞ்சுக்காரனுக்குத் தானமாக வழங்கப்பட்டிருந்தது.

அக்காலத்தே வெள்ளையனுக்குத் தூபம் போட்டவர்கள் துபாஷிகள் ஆனார்கள். அவர்களுக்கு இன்னமும் நெருக்கமாவதற்காகக் கிறித்துவர்களாகவும் மாறினார்கள். அவர்களுக்குச் சாவடிகளில் வரி வசூல் செய்யும் அதிகாரம் வழங்கப்பட்டிருந்தது. அவர்கள் வசூலித்த பணத்திற்கும் பிரெஞ்சுக்காரனுக்குக் கட்டிய பணத்திற்கும் நிறைய இடைவெளி இருந்தது. துபாஷிகள் காட்டியதுதான் கணக்கும், கட்டியதுதான் கப்பமும்.

அப்படித்தான் பிரெஞ்சுக்காரனிடமிருந்து வரி வசூல் செய்யும் உரிமையை வாங்கினார் சின்ன முதலியார். கணக்குத் தெரியாமல் குவிந்த பணத்தில் கருவடிக்குப்பத்தில் நஞ்சை நிலத்தையும் புஞ்சை நிலத்தையும் இணைக்கும் பரப்பில் நாற்பது காணி தோப்பினைக் குறைந்த விலைக்கு வளைத்துப் போட்டார். மா, புளி, பலா, நாவல் மரங்களால் நிறைந்திருந்த அத்தோப்பின் நடுவே ஒரு காணி பரப்பில் அழகிய மாளிகை ஒன்றைக் கட்ட ஆசைப்பட்டார். கட்டி முடித்தார்.

வெள்ளை உயர் அதிகாரிகளுக்கும் தன் சக கனவான்களுக்கும் விருந்துக் கச்சேரி வைக்கும் நோக்கத்திலேயே கட்டப்பட்ட அம்மாளிகையின் சுவர் முழுக்க ஓவியங்களுடன் கூடிய சீனக் களிமண் ஓடுகள் பதிக்கப்பட்டிருந்தன. உத்திரங்களில் அலங்காரக் கண்ணாடி விளக்குகள். உயரமான சன்னல்களும் அவற்றிற்கு மேல் காற்று வாங்கிகளும் அமைக்கப்பட்டு அவற்றிற்குப் பச்சை, நீலம், கருஞ்சிவப்பு வண்ணக் கண்ணாடிகள் பொருத்தப்பட்டிருந்தன. பகலில் சூரிய ஒளிக் கற்றைகளை உள்வாங்கி மாளிகை வண்ணக் கோலமாகத் திகழும்.

இரவு நேரங்களில் மாளிகையிலிருந்து கசியும் மெழுகுவர்த்தி ஒளி மெல்ல வண்ணக் கண்ணாடிகளின் வழியாக ஊடுருவி விண்மீன்களாகக் கண்சிமிட்டும்.

மாளிகையின் மைய அரங்கத்தில் நிறுவப்பட்டிருந்தது ஒரு நடன மாதின் சிலை. பளிங்கினால் ஆன அந்த நடன மங்கை சிலையின் அழகில் மயங்கி அச்சிலையைத் தழுவிப் பார்க்காத பெரிய மனிதர்களே இல்லை எனலாம். அயல்நாட்டு மதுவின் போதை உச்சத்திற்கேறிய அவர்கள் அச்சிலையிடம் காதல் மொழி பேசிக் கொஞ்சிக் குலாவிய கதைகளும் உண்டு.

மாளிகைக்கு அருகில் செயற்கை நீருற்றுடன்கூடிய சிறு குளம். அதைச்சுற்றி ஆங்கிலேயப் பகுதிகள் மீது நடைபெற்ற படையெடுப்பின் போது கொள்ளையடிக்கப்பட்டு கொண்டுவரப்பட்ட அழகிய கருங்கற் சிலைகள். மேனாட்டுச் சுவையில் வறுக்கப்பட்ட, பொரிக்கப்பட்ட பலவிதமான இறைச்சி வகைகளுடன் முதலியார் தம் நண்பர்களுக்கு விருந்தளிக்கும் நாட்களில் மாளிகை அல்லோலகல்லோலப்படும். போதாகுறைக்கு நடன மாதர்களின் உற்சாக ஆட்டம். மாளிகையின் வடக்கு வாசலில் இக்கூத்துகளைக் கண்டு எதுவும் செய்யமுடியாத நிலையில் எட்டடி உயரமுள்ள மகாவீரர் சிலை.

சின்னசாமி முதலியார் சின்ன முதலியாரின் மூன்றவாது தலைமுறையைச் சேர்ந்தவர். தன் தோட்டத்தைப் பராமரிப்பதற்கும் கணக்கு வழக்குகளைப் பார்ப்பதற்கும் ஒரு கணக்குப் பிள்ளையையும் அவருக்குச் சில உதவியாளர்களையும் நியமித்திருந்தார் முதலியார். அவர்களது குடியிருப்பும் அவரது தோட்டத்திற்குள்ளேயே இருந்தது.

கணக்குப்பிள்ளை எத்திராசுவின் செல்ல மகள்களுள் மூத்தவள் பொன்னம்மாள். இளையவள் கன்னியம்மாள். இடையில் ஓர் ஆண் வாரிசு செல்லப்பன். ஆளாகும் வரை பொன்னம்மாள் புதுச்சேரி கல்லாம் பள்ளிக்கூடத்திற்குக் (கல்வே காலேஜ்) கூண்டு வண்டியில் சென்று படித்துவிட்டு வந்தாள். பிரெஞ்சுப் பாடங்களுடன் தமிழும் நன்கு கற்றுணர்ந்தவளாக விளங்கினாள் பொன்னம்மாள். தேவாரமும் திருவாசகமும் அவளுக்குத் தண்ணீர் பட்டபாடு. வள்ளலார் பாடல்களையும் நெட்டுரு செய்திருந்தாள்.

கண்ணாடி மாளிகைக்குள் எத்தனையோ கேளிக்கை விருந்துகள் நடந்தாலும் முதலியார் அழைப்பின் பேரில் எத்திராசு பார்வையாளராக இருந்ததோடு சரி. மற்ற விசயங்களில் ஆச்சாரம் கருதி விலகி நின்றவர் அவர். மேலும் தன் மக்களை விருந்து நடக்கும் மாளிகைப் பக்கம் நெருங்க விடுவதே இல்லை.

பிரான்சு தேசத்திலிருந்து வந்திருந்த கபினேத்துக்காரர்களுக்கும், அலுவலர்களுக்கும் அவர்கள் விரும்பிய புலால் உணவு வகைகளைக் குறிப்பாக மாட்டிறைச்சியைச் சமைப்பதற்கு மற்ற இனத்தவர்கள் யாரும் முன்வராததால் தாழ்த்தப்பட்ட மக்களென உள்ளூர்வாசிகளால் தள்ளி வைக்கப்பட்டிருந்தோர்களுக்கே அவர்களது குசினியில் வேலைவாய்ப்பு கிட்டியது. அக்காலத்தே மற்றச் சமூகத்தினர் அம்மக்களைத் தங்கள் வீட்டு வாயிற்படி பக்கம்கூட நெருங்கவிட்டதில்லை.

அந்த அளவிற்கு ஆதிக்கச் சக்திகளின் செல்வாக்கு வெறித்தனமாகக் கொடிகட்டிப் பறந்த காலத்தில் ஒடுக்கப்பட்ட மக்களுக்கு அரசாட்சி செய்பவர்களின் இல்லத்தில் அனைத்துப் பகுதிகளிலும் புழங்கக் கிடைத்த வாய்ப்பினைக் கிறித்துவம் வழங்கியதாக அவர்கள் நினைத்ததில் வியப்பேதும் இல்லை. அப்படித்தான் கருப்பண்ணன் என்கின்ற வாழைக்குளத்து இளைஞனுக்கும் புதுச்சேரி நகராட்சி அதிகாரியாகப் பணியாற்றிய லியோன் கரோவின் இல்லத்தில் குசினி வேலை கிடைத்தது. கருப்பண்ணன் கேபிரியேலாக மாறினான்.

கண்ணாடி மாளிகையில் முதலியார் நடத்தும் விருந்து கேளிக்கை நிகழ்ச்சிகளில் பங்கேற்பவர்களுக்குப் பரிமாற மேல்நாட்டு உணவு வகைகளைத் தயாரிப்பதற்கென மறவாமல் கேபிரியேலை அழைப்பது வழக்கம். அவனுடைய சமையலுக்கு விருந்தினர்களிடம் அலாதி வரவேற்பு இருந்தது. விருந்து தினத்தன்று மதிய உணவிற்குப்பின் அவன் கண்ணாடி மாளிகைக்கு வந்துவிடுவான். தேவையான பொருட்களை அவனே வாங்கி வந்துவிடுவான்.

அன்றைக்கு முதலியார் தெபுதேவாகத் தேர்ந்தெடுக்கப்பட்டதைத் தொடர்ந்து பெரும் விருந்திற்கு ஏற்பாடு செய்திருந்தார். சிறப்புச் சமையல்காரனான கேபிரியேல் மாளிகையின் அழகுக்கு ஊறு நேராத வண்ணம், புகை அண்டாத வகையில் சற்றுத் தூரத்தில் அமைக்கப்பட்டிருந்த அடுப்பாங்கரையில் விருந்துக்கான சமையலுக்குத்

தயாரானான். உடன் வந்திருந்த ஆட்கள் காய்கறி நறுக்கத் தொடங்கினர். வழக்கமாகத் தோட்டத்தில் வேலை செய்யும் ஆட்கள் நடப்பது எதையும் பொருட்படுத்தாமல் தங்களது பணிகளில் மும்முரமாக ஈடுபட்டிருந்தனர்.

பொன்னம்மாள் நெற்களத்தையொட்டிப் படர்ந்து தழைத்திருந்த நாவல் மரத்தையே அண்ணார்ந்து பார்த்துக் கொண்டிருந்தாள். பழுத்துத் தானாக உதிர்ந்திருந்த நாவற் பழங்களை வேலை செய்யும் ஆட்கள் பொறுக்கிச் சென்றுவிட்டிருந்தனர். மரத்தில் பழுத்துக் கிடந்த பழங்கள் அவள் கண்களை உறுத்திக்கொண்டேயிருந்தன.

அடுப்புப் பற்ற வைப்பதற்காக நெருப்புப்பெட்டியைத் தடவினான் கேபிரியேல். வாங்கிவர மறந்திருந்தான். அக்கம் பக்கத்து வீடுகளில் நெருப்பு கடன் வாங்குவதைத் தவிர வேறு வழியில்லை அவனுக்கு. அருகிலிருந்த கணக்குப்பிள்ளை வீட்டு வாயிலில் நின்று வீட்டிலிருப்பவர்களைக் கூவி அழைத்தான்.

நாவல் மரத்தை அண்ணார்ந்து பார்த்துக்கொண்டிருந்த பொன்னம்மாள், ''யாரு வேணும்?'' என்றாள்.

''நெருப்பு வேணும்.''

''வீட்டுல யாருமில்லே. அடுப்பிலே நெருப்பிருக்குது. போயி எடுத்துக்குங்கோ.''

''நீங்க வந்து எடுத்துக் கொடுங்க.''

''ம்'' என்றாளே தவிர, பொன்னம்மாள் நாவல் மரத்தடியை விட்டு நகரவேயில்லை.

அருகில் வந்த கேபிரியேல், ''நாவப்பழம் வேணுமா?'' என்றான்.

ஆமாம் என்பதற்கு அடையாளமாகத் தலையை மட்டும் ஆட்டினாள் பொன்னம்மாள்.

கேபிரியேல் மகாவீரர் சிலை பிடத்தில் கால்வைத்துப் பின்புறம் அமைந்திருந்த பிரபையின் மீதேறி மரத்தின் ஒரு கிளையைப்பற்றி உலுக்கினான். நாவற்பழங்கள் கருவண்டுகள் போல் நெற்களத்தில் சிதறி ஓடின. அவசர அவசரமாகப் பொறுக்கி மடியில் கட்டிக்கொண்ட பொன்னம்மாள் கேபிரியேலிடம்,

''ஏன்? நீங்களே நெருப்பு எடுத்துக்கக்கூடாதா?'' என்றாள்.

''நாங்க உங்க ஊட்டு அடுப்பாங்கரைக்குள்ள போவக்குடாதுங்க.''

''ஏன்?''

''தீட்டுப் பட்டுடும்''

''அதெப்படி?''

''நாங்க கீழ்ச்சாதிச் சனங்க.''

பொன்னம்மாள் வரகு வைக்கோலில் நெருப்புத் துண்டு ஒன்றை வைத்து ஊதி எடுத்து வந்து கேபிரியேலிடம் கொடுத்தாள். அவன் அவள் கைமீது தன் கை பட்டுவிடாத வண்ணம் முன்னெச்சரிக்கையுடன் வைக்கோலுடன் நெருப்பைப் பெற்றுக்கொண்டான்.

கேபிரியேல் உலுக்கித் தந்த நாவற்பழங்கள் பொன்னம்மாள் மடியில். அவள் எடுத்துத்தந்த நெருப்பு அவன் சமைக்கும் அடுப்பில். இப்பொருட்களுக்கு ஏற்படாத தீட்டு மனிதருக்குள் எப்படி நுழைந்தது? இந்தக் கேள்வி இருவர் மனதிலும் ஒருசேர எழுந்தது. அவர்களையறியாமல் அவர்களுக்குள் மூண்ட அன்புக் கனல் அடுப்பில் வைத்த நெருப்புக் கனலைப்போல் கனிந்து எரியத் தொடங்கியது.

வெள்ளைக்காரனுடைய அனுசரணைக்காகப் பலர் கிறித்துவத்திற்கு மாறினார்களே தவிர அவர்களால் சாதி மாற முடியவில்லை. கேபிரியலாக மாறிய கருப்பண்ணனுக்குப் பிரெஞ்சுக்கார உயரதிகாரியின் வீட்டில் புழங்க முடிந்தது. உள்ளூர்க் கணக்குப்பிள்ளை வீட்டின் அடுப்பாங்கரைக்குச் செல்ல அனுமதி மறுக்கப்பட்டது. மதம் மாறினாலும் சனாதனம் தொடர்ந்தது. ஏன் தனராசு ரெட்டியார் கிறித்துவத்துக்கு மாறி டேவிட் ரெட்டியாராகத்தான் இருந்தார்.

ஆட்சியாளர்கள் தங்களுக்கு வேலை செய்ய ஆள் கிடைத்ததோடு திருப்திப்பட்டுக்கொண்டார்கள். இதுமாதிரி உள்ளூர் விவகாரங்களில் தலையிடுவதில்லை என்ற உறுதியோடு இருந்தனர்.

உயர்சாதி சனாதனவாதிகள் மற்றும் கிறித்துவத்திற்கு மாறி வந்த உயர்சாதியினரின் ஆதரவையும், வாக்குகளையும் பிரஞ்சியர்கள் ஒருபோதும் இழக்கத் தயாராக இருந்ததில்லை. ஆகையினால் சாதிக்

கொடுமைகள் மன்னராட்சியிலும் இருந்தன. அந்நியராட்சியிலும் தொடர்ந்தன.

கண்ணாடி மாளிகையில் அடிக்கடி விருந்து நிகழ்ச்சிகள் நடந்துகொண்டிருந்தன. பொன்னம்மாள் கேபிரியேல் காதல் அவள் நட்டு வைத்த ரோசா செடிகளைப் போல் வேகவேகமாக வளர்ந்தது. வாய்ப்புக் கிடைத்தபோது தனிமையில் சந்தித்துத் தங்கள் அன்பைப் பகிர்ந்துகொண்டனர். ஒருநாள் கேபிரியேல் விருந்தில் பயன்படுத்தப்படும் பிரெஞ்சு ரோல் ரொட்டியை எடுத்துவந்து பொன்னம்மாளிடம் நீட்டினான்.

''என்ன இதூ?''

''ரோலு ரொட்டி. பிரான்சுல இருந்து வந்தது. கறிக்கொழம்பு தொட்டுக்கிட்டுச் சாப்பிட்டா நல்லா இருக்கும்.''

''அய்யே, நாங்கதான் கறி சாப்பிடமாட்டோமே.''

''சாப்பிட்டுப் பழகிக்க.''

''உயிரைக் கொன்னுச் சாப்பிடறது பாவமுன்னு சொல்லுவாங்க.''

"அட, உன்னை யாரு கறியைச் சாப்பிடச் சொன்னா? நான் ரோலு ரொட்டியைச் சாப்பிட்டுப் பழகிக்கோன்னேன். இது கறிக்கொழம்புக்கு மட்டுமில்லை. காரக் கொழம்புக்கும் நல்லா இருக்கும்.

கேபிரியேலுக்குச் சமைக்கும் வேலை மட்டும்தான். பரிமாறும் இடத்தில் நுழைய அனுமதி இல்லை. விருந்து முடிந்தவுடன் பாத்திரங்களைச் சுத்தப்படுத்தி ஒப்படைத்துவிட்டுச் செல்ல வேண்டும். அதனால் அவனுக்கு இரவு விருந்து முடியும்வரை நிறைய நேரம் இருந்தது.

அன்று, கணக்கர் எத்திராசு வழக்கம்போல் விருந்து நடக்கும் இடத்தில் முதலியாருக்கு ஒத்தாசையில் இருந்தார். அம்மா அடுக்களையில் இருந்தாள். தங்கை பிரெஞ்சுப் பாடத்துடன் மல்லு கட்டிக்கொண்டிருந்தாள். தம்பி சின்ன முதலியார் சாவடிக்கு வாகனத் தணிக்கைக்குச் சென்றிருந்தான். மகாவீரர் சிலையின் பீடத்தில் ஏதோ சிந்தனையுடன் அமர்ந்திருந்த கேபிரியேலின் கவனத்தை மெல்ல தன் வளையல்களைச் சிணுங்கவிட்டுக் கலைத்தாள் பொன்னம்மாள்.

"அம்மணச் சாமிகிட்டே அப்படி என்ன வேண்டுதலோ?" கேள்வி நக்கலாகவே எழுந்தது.

"ம்... எத்தனை நாளுக்குத்தான் நாங்கள் இப்படி ஊருக்குத் தெரியாம இருட்டுல பேசிக்கிறது? எப்போ நாங்கள் கல்யாணம் பண்ணிக்கிறதுன்னு?" என்றான் கேபிரியேல்.

"பாரு, உன் சாமியையும் விட்டுட்டு, என் சாமியையும் விட்டுட்டுப் பொதுவா வேற ஒரு சாமிகிட்ட வேண்டுதல் வைக்கிறோம். இது ரொம்ப வித்தியாசமா இருக்கு இல்ல? என்றாள் பொன்னம்மாள்.

"மனசு ஒத்துப்போனா இந்தச் சாமி முன்னாடியே நம்ம கல்யாணத்தை முடிச்சிக்கலாம்."

"எப்படி?"

கண்ணாடி மாளிகைக்குள் தேவடியாள் கச்சேரி (நாட்டியம்) உச்சத்தில் இருந்தது.

"அதோ அடிக்குதே அதுதான் நம்ம கல்யாண மேளம். இது நான் உன் கழுத்துலே போடற மாலை." என்று கூறியவாறே தன் இரு கரங்களையும் அவள் கழுத்தில் மாலையாகப் போட்டான்.

"பதிலுக்கு நீ மாலை போடணுமே..."

பொன்னம்மாள் சற்று நிலைகுலைந்தாலும் அவன் மேலிருந்த தீராத காதலின் உறுதியால் அனிச்சையாக அவளது கரங்கள் கேபிரியேல் கழுத்தில் மாலையாகத்தான் தவழ்ந்தன.

"அதோ அந்தக் கண்ணாடி மாளிகை சாட்சியா, அம்மணச்சாமி முன்னால நம்ம கல்யாணம் முடிஞ்சே போச்சி."

'இதென்ன சிறுபிள்ளை விளையாட்டுப் போல.' என்று பொன்னம்மாள் நினைத்தாலும் அவள் உண்மையில் திருமணம் நடந்துவிட்டதைப் போலவே உணர்ந்தாள். 'அப்பாவுக்குத் தெரிந்தால்' என்ற கேள்வி மட்டும் அடிக்கடி அவள் கண்முன் நின்றது. அவருக்கு அவர் வணங்கி நெஞ்சுருகப் பாடும் இராமலிங்க சாமி வரிகளையே பதிலாகத் தரத் துணிந்துவிட்டாள்.

"சாதியிலே மதங்களிலே சமய நெறிகளிலே
சாத்திரச் சந்தடிகளிலே கோத்திரச் சண்டையிலே
ஆதியிலே அபிமானித் தலைகின்ற உலகீர்..."

'அப்பாவிடம் தனக்கும் கேபிரியேலுக்குமுள்ள காதலைச் சொல்லிவிட வேண்டியதுதான்.' துணிந்துவிட்டாள் பொன்னம்மாள்.

கண்ணாடி மாளிகையில் கச்சேரி முடிந்துவிட்டதற்கான அறிகுறிகள். 'மெர்சீ முசியே மொதலியார்' எனப் பங்கேற்பாளர்கள் சின்னசாமி முதலியாருக்கு நன்றி சொன்ன பலமான, ஆனால், குழறும் குரலோசைகள் கேட்டவண்ணமிருந்தன.

ஒலிகேட்ட காதலர்கள் தம் நிலைக்குத் திரும்பினர். அதே நேரத்தில் இருளில் பீடியைப் பற்ற வைத்துக்கொண்டு அவர்களை நோட்டமிட்டுக் கொண்டிருந்த சேவகர் (காவலர்) காளியப்பன் தகவலை முதலியாரிடம் பற்றவைத்தான்.

பொன்னம்மாளுக்குத் தெரியாமலேயே அவளது தந்தையிடம் விசாரணையை நடத்தி முடித்துவிட்டார் முதலியார். காலையில் கருவடிக்குப்பம் மாரியம்மன் கோவிலில் பஞ்சாயத்துக் கூட்ட ஏற்பாடு செய்துவிட்டார். ஒருவேலை மட்டும்தான் பாக்கியிருந்தது. கேபிரியேல் நகராட்சி அதிகாரி லியோன் கரோவின் குசினியில் வேலை செய்வதால் அவரது உத்தாரம் வாங்கித்தான் அவனைப் பஞ்சாயத்தில் நிறுத்த முடியும். அதற்காகத் தனது உதவியாளரை இரவோடு இரவாக வெள்ளைக்காரத் தெருவிலிருந்த லியோன் கரோ வீட்டிற்கு அனுப்பி வைத்திருந்தார் முதலியார்.

"பறச் சங்கமாங்கிக்குப் புள்ளமாரு பொண்ணு கேக்குதோ." பொருமிக் கொண்டிருந்தார் முதலியார். ஒடுக்கப்பட்ட ஒருவனுடன் பொன்னம்மாளுக்கு ஏற்பட்ட காதலை ஏற்றுக்கொள்ளும் பக்குவம் கொஞ்சம்கூட இல்லை. கிறித்துவத்திற்கு மாறிய போதும் சாதியக் கட்டமைப்புகளை மீறுவதில் அவருக்கு உடன்பாடு இல்லை.

கணக்குப்பிள்ளையின் வீடு அல்லோலகல்லோலப்பட்டது. பொன்னம்மாள் குத்துக்காலிட்டு அமர்ந்தவள்தான். ஆளாளுக்கு அவள் தலையில் குட்டித் தீர்த்தனர். அவர்களது பேச்சில் அவள் சாதிமாறிக் காதலித்ததற்காக உள்ளூர்க் கிராமப் பஞ்சாயத்துத் தரும் தண்டனைகள்:

கரும்புள்ளிக் செம்புள்ளிக் குத்துதல், கழுதைமேல் ஊர்வலம், சாணம் தோய்த்த துடப்பக்கட்டை அடி, பழஞ்செருப்பு மாலை இப்படி வரிசையாக நினைவுக்கு வந்தன. மானக்கேடாக நினைத்தனர் கணக்குப்பிள்ளை குடும்பத்தார். விடியல் தரும் அதிர்ச்சியினை எப்படி எதிர்கொள்வது எனத் தெரியாமல் பேசிக் களைத்துப்போன குடும்பம் தூக்கம் வந்தது தெரியாமல் உறங்கிப்போனது. சமைத்த உணவு யாரும் தொடாமல் அடுப்பாங்கரையிலேயே கிடந்தது. ஆனால், பொன்னம்மாள் மட்டும் ஏதோ நம்பிக்கையில் விழித்துக்கொண்டிருந்தாள்.

*****

மெல்ல கதிரவன் விழிக்கத் தொடங்கிய நேரம் தொடர்வண்டி விழுப்புரத்தைத் தாண்டிச் சென்றுகொண்டிருந்தது. கேபிரியேல் அருகில் பொன்னம்மாள். தப்பித்த நிம்மதியுடனும், தன் குடும்பத்தினரது நிலைமையை நினைத்து மனக்குழப்பத்துடனும். கேபிரியேலுக்கெனச் சொல்லிக்கொள்ளும் அளவிற்குச் சொந்தமேதுமில்லை என்பதால் சிக்கலேதுமில்லை.

முதல் நாள் இரவு நிகழ்வுகள் நிழலாடின. காளியப்ப சேவகர் இவர்களது காதலை வெளிச்சத்திற்குக் கொண்டு வந்தவுடன் முதலியார் கேபிரியேலைப் பிடித்துத் தூணில் கட்டச் சொன்னார். ஆனால், முதலியாரின் நண்பர்கள், 'கேபிரியேல் வெள்ளை அதிகாரியிடம் வேலை செய்வதால் அவர் உத்தாரம் இல்லாமல் அவன் மீது கை வைப்பது உசிதமில்லை' எனக் கூறித் தடுத்துவிட்டனர்.

ஒருவாறு இரவு தப்பித்து வந்த கேபிரியேல் தன் எசமானனைச் சந்தித்துத் தங்களின் காதலின் ஆழத்தை எடுத்துரைத்தான்.

உள்ளூர்ப் பஞ்சாயத்து, சாதிக் கட்டமைப்புகளில் தாங்கள் தலையிடுவதில்லை எனவும், அது அவர்களது ஆளுகைக்கு அவப்பெயரைத் தரக்கூடுமெனவும் தன் இயலாமையை எடுத்துரைத்தான் லியோன் கரோ. ஆனால் காதலின் மீது தனக்குள்ள நம்பிக்கையையும் காதலர்கள் காப்பாற்றப்பட வேண்டுமென்ற தன் எண்ணத்தையும் எடுத்துச் சொன்ன அவன், கேபிரியேலும் பொன்னம்மாளும் காதல் துரோகிகளிடமிருந்து தப்பித்துத் தொலைதூரத்திற்குச் சென்றுவிடுமாறு அறிவுறுத்தினான்.

உடன் தன் ஓட்டுநரிடம் ஊர்தியைக் கொடுத்தனுப்பி அவர்கள் தப்பிக்க உதவிடுமாறு ஆணையிட்டான்.

தூக்கம் பிடிக்காத பொன்னம்மாள் வீட்டிலிருந்து வெளியேறி மகாவீரர் சிலை அருகில் நின்று தங்கள் நிலையை நினைத்து மௌனமாக அழுதுகொண்டிருந்தாள். ஊர்தியைத் தோட்டத்தின் பின்பக்க வாயிலில் நிறுத்திவிட்டு அசோக மரக்கிளையைத் தொற்றி வேலி தாண்டி உட்புகுந்த கேபிரியேல் மகாவீரர் சிலை பக்கம் நிழலாடுவதைக் கண்டு அது பொன்னம்மாள்தான் என யூகித்தவனாக அருகில் சென்றான். அவள் கரத்தை மெல்லப் பற்றி அழைத்துக் கொண்டுவந்து வண்டியிலேற்றினான்.

தன் காதலின் மீது கொஞ்சம்கூட இரக்கம் காட்டாத, தங்களைப் புரிந்துகொள்ளாத தனது குடும்பத்தின் மேல் ஏற்பட்ட வெறுப்பிலும் கேபிரியேல் மீதுள்ள நம்பிக்கையிலும் உள்ளூர்ப் பஞ்சாயத்தின் தண்டனையிலிருந்து தப்பிக்கும் முயற்சியிலும் பொன்னம்மாள் உடன்போக்கிற்கு உட்பட்டாள்.

ஒருவழியாக ஓட்டுநர் உதவியுடன் தப்பித்துத் தொடர்வண்டியைப் பிடித்தாகிவிட்டது. லியோன் கரோ ஏனத்தில் உள்ள தன் நண்பனுக்கு அறிமுகக் கடிதம் கொடுத்தனுப்பியிருந்தான். அது பத்திரமாக இருக்கின்றதா என அடிக்கடித் தொட்டுப் பார்த்துக் கொண்டான் கேபிரியேல்.

புகைவண்டிப் பயணம் அவர்களை ஒரு புதிய வாழ்க்கையை நோக்கி அழைத்துச் சென்றுகொண்டிருந்தது.

காக்கிநாடாவில் இறங்கிப் பேருந்து பிடித்து ஏனம் சென்றனர் இருவரும். கேபிரியலுக்கு லியோன் கரோவின் நண்பன் வீட்டுக் குசினியிலேயே வேலை கிடைத்தது. அவர்களின் இனிய வாழ்க்கைப் பயணம் தொடங்கியது. அப்பயணத்தின் விளைவாக ஆண் மகவைப் பெற்றெடுத்தாள் பொன்னம்மாள். தன் கணவன், பிள்ளை போதுமான வசதிகள் என வாழ்ந்த அவள் காலப்போக்கில் தான் பிறந்த குடும்பத்தையே மறந்தாள். ஆனாலும் அவர்களது காதல் சாட்சியான கண்ணாடி மாளிகையின் நினைவு மட்டும் அவள் நெஞ்சில் நிழலாடிக்கொண்டிருந்தது.

*****

“கரடிக்குப்பம் புள்ளாக்கோயில் எறங்கு...”

பொன்னம்மாள் கிழவி தட்டுத்தடுமாறி பேருந்திலிருந்து இறங்கினாள். அவள் முகத்தில் காலம் வரைந்த கோடுகள். உடலில் தளர்ச்சி. நாற்பத்தைந்து ஆண்டுக் காலம் உருண்டோடிவிட்டிருந்தது அந்த மண்ணை மிதித்து. ஊரில் காலத்திற்கேற்ப மாற்றங்கள் நிகழ்ந்திருந்தன. புதியதாகக் குடியிருப்புகள் ஏற்பட்டிருந்தன. மின் விளக்குக் கம்பங்கள் நடப்பட்டிருந்தன. சாலையில் நின்றபடி தோட்டத்தை நோட்டமிட்டாள். அவள் ஆவலோடு காணத்துடித்த கண்ணாடி மாளிகையைப் பூமரங்கள் மறைத்திருந்தன. தோட்டத்தின் வாயிலை அடைந்து தன் வலது காலை எடுத்து வைத்து உள்ளே நுழைய எத்தனித்தாள். வாயிலின் அருகே கூண்டுக்குள்ளிருந்து காக்கி உடையணிந்த கூர்க்கா ஓடி வந்தான்.

“கோன் கிளவி? இன்னா உள்ள நொழைரே. போ வெளியே.”

திடுக்கிட்டு நின்ற பொன்னம்மாள் கதவில் மாட்டப்பட்டிருந்த அறிவிப்புப் பலகையைப் பார்த்தாள். ‘அந்நியர்கள் உள்ளே நுழையக்கூடாது’ எனக் கொட்டை எழுத்துக்களில் எழுதி மாட்டப்பட்டிருந்தது.

‘அட, பிரெஞ்சுக்காரன்தான் கப்பலேறியாச்சே. இவன் யாரை அந்நியனெங்கிறான்.’ என்று எண்ணியபடியே,

“கண்ணாடி மாளிகைக்குப் போவணும்.” என்றாள்.

“நை, நை அதுலாம் முடியாது. உட்டாவ்” காட்டுக் கூச்சல் போட்டான். லத்தியைக் கொண்டு பொன்னம்மாளை வெளியில் தள்ளினான் கூர்க்கா.

தோட்டத்திற்குள்ளேயிருந்து ‘அரபிந்தோ ஆசிரமம்’ எனப் பெயரிடப்பட்ட சுமைவண்டி ஒலி கொடுக்க, கதவைத் திறந்துவிட்டு வண்டி சென்றபின் கதவை இழுத்து மூடினான் கூர்க்கா.

வெயில் ஏறத் தொடங்கியது. சற்று நேரம் நின்று பார்த்தாள் பொன்னம்மாள். கூர்க்காவின் மனது இரக்கம் காட்டவில்லை. அவன் அவனது வேலையில் கறாராக இருந்தான். பொன்னம்மாள் மனம் தளர்ந்தவளாகப் பிள்ளையார் கோவில் அருகில் இருந்த கருமாதிச்

சத்திரத்தில் அமர்ந்தாள். அசதியில் உறங்கிப் போனாள். கனவாக நினைவுகள் மெல்ல விரிந்தன.

*****

பஞ்சாயத்தின் தண்டனைக்குப் பயந்து கேபிரியேலுடன் ஏனத்திற்கு ஓடிப்போனது, கேபிரியலுக்குக் குசினியில் வேலை கிடைத்தது, செல்ல மகன் தானியல் பிறந்தது, அவனைப் பிரவே படிக்க வைத்தது, அவனுக்குப் பிரான்சு இராணுவத்தில் சொல்தா (இராணுவ வீரன்) வேலை கிடைத்தது, கைகளில் நல்ல பணப்புழக்கம், கவலையை மறந்த வாழ்க்கை. அப்பப்பா... ஒருவழியாக ஏனத்திற்கும் சேர்த்துப் புதுச்சேரிக்கு விடுதலையும் கிடைத்தாயிற்று.

ஒரு நாள் கேபிரியேலிடம் "பிச்சேரிக்குப் போவலாமா?" என்றாள் பொன்னம்மாள்.

"அங்க யாரு இருக்கா?"

"நம்ம கண்ணாடி மாளிகை." பொன்னம்மாளின் கண்களில் ஆவல் பொங்கி வழிந்தது.

"பையன் வரட்டும் போவலாம்."

ஒருநாள் மகன் தானியலிடமிருந்து கடிதம் வந்தது. அவன் பிரஞ்சுக் குடியுரிமைக்கு (ஒப்பிசம்) விண்ணப்பித்து இருப்பதாகவும் அதற்காக பிரெஞ்சு ஒப்பிசம் உள்ள பெண் ஒருத்தியைப் பதிவுத் திருமணம் முடித்திருப்பதாகவும், ஐந்து வருடம் கழித்து வந்து தாய் தகப்பனை அழைத்துச் செல்வதாகவும் எழுதியிருந்தான். அதற்குப் பிறகு அவனிடமிருந்து கடிதம் வருவதும் பணம் வருவதும் வெகுவாகக் குறைந்து போனது.

"எல்லாம் மருமகளின் வேலை" என்றான் கேபிரியேல்.

"பிள்ளைக்கு என்ன செலவோ?" என்றாள் பொன்னம்மாள் மகனை விட்டுக் கொடுக்க மனமில்லாமல்.

ஒருமுறை ஏனத்தை வெகுவாகத் தாக்கிய விசக் காய்ச்சலுக்கு கேபிரியேல் பலியாகிப் போனான். பிள்ளைக்குத் தந்தி அனுப்பினாள் பொன்னம்மாள். 'விசா கிடைக்கவில்லை. நல்ல முறையில் அடக்கம்

செய்யவும்' எனப் பதில் தந்தி வந்தது. எல்லாம் முடிந்து ஆண்டுகள் பல கடந்த பின்னும் மகன் வந்தபாடில்லை. ஏதோ அவள் பெயருக்குச் கொஞ்சம் பணம் மட்டும் மறவாமல் அனுப்பி வந்தான்.

வயோதிகமும் தனிமையும் பொன்னம்மாளைப் பெரிதும் வாட்டியெடுக்கத் தொடங்கியிருந்தது. ஆனாலும் அவளுக்குக் கண்ணாடி மாளிகையைப் பார்க்கும் ஆசை மட்டும் குறைந்தபாடில்லை. ஒரு நாள் வங்கியிலிருந்த பணத்தை எடுத்துக்கொண்டு புதுச்சேரிக்குக் கிளம்பி வந்தேவிட்டாள்.

*****

பிள்ளையார் கோவில் சுவரோரம் விதைக்கப்பட்டிருந்த திருமணப் பாலிகைகளை மேய்ந்து கொண்டிருந்த ஆட்டுக் குட்டியை ஒரு சிறுவன் விரட்ட அது 'மே'வெனக் கத்திக்கொண்டே பொன்னம்மாளை எழுப்பிவிட்டபடி ஓடியது. எழுந்து அமர்ந்தவள் கண்களில் வண்ண வண்ண ஒளிக்கற்றைகள் பிரதிபலித்தன. கண்களைக் கசக்கிவிட்டுப் பார்த்தவளுக்கு இன்ப அதிர்ச்சி. பூத்துக் குலுங்கிய மரங்களுக்கிடையே அவள் காதல் கோட்டம் கண்ணாடி மாளிகை சூரிய ஒளிபட்டு பளபளத்தது. இரசித்தாள் அதன் அழகை. பார்த்துக் கொண்டேயிருந்தாள் அதன் எழிலை.

கருமாதி கொட்டகையே அவள் நிரந்தர வசிப்பிடமானது. கொண்டுவந்த பணத்தை வங்கியில் போட்டாள். கொஞ்சம் பணத்தைச் செலவுக்கு வைத்துக்கொண்டாள். கருமாதிச் சத்திரத்தில் அமர்ந்து கண்ணாடி மாளிகையைக் கண்டு களிப்பதிலேயே காலம் கழித்தாள்.

முதலில் 'யாரோ பிச்சைக்காரக் கிழவி' என நினைத்த மக்கள் அவளிடமிருந்த பணப்புழக்கத்தைக் கண்டு தங்கள் எண்ணத்தை மாற்றிக்கொண்டனர். அவளைச் 'சொல்தா பாட்டி' என அழைக்க ஆரம்பித்தனர். பிள்ளையார் கோவில் பூசாரி ரத்தினம், தேநீர்க் கடைக்காரர் கிருஷ்ணமூர்த்தி, நேரு யுவக் கேந்திராவுக்கு விளையாட வந்த சிறுவர்கள், பூக்கார ஆயா, தினமும் பேருந்திற்குக் காத்திருக்கும் பயணிகள், ஏன் கூர்க்கா கூடப் பொன்னம்மாளிடம் சிநேகம் காட்டத் தொடங்கினர்.

ஒருநாள் சூர்க்கா பொன்னம்மாளிடம், "நாளிக்கிலேர்ந்து ஓரி வாரம் நியி கண்ணாடி பங்களா பாக்கலாம். கோர்மண்ட புஷ்பம் ஷோ நடக்கிது." என்றான் அவனறிந்த தமிழில்.

மறுநாள் தோட்டம் அமர்க்களப்பட்டது. புதுச்சேரி வேளாண் அமைச்சர் வ.சுப்பையா தலைமையில் முதலமைச்சர் பரூக் மரைக்காயர் 'இந்திய விடுதலை வெள்ளிவிழா மலர்க் கண்காட்சி'யைத் தொடங்கி வைத்தார். ஊரே விடுதலை நாயகரை, மக்கள் தலைவர் சுப்பையாவைத் தலைமேல் வைத்துக் கொண்டாடியது.

'கல்லாம் பள்ளிக்கூடத்தில் படிக்கிறப்போ தேவையான வாத்தியார் வேணுமின்னு போராட்டம் நடத்தினப்போ தான் சுப்பையாவைப் பார்த்திருப்பதாகவும் அதுக்கப்புறம் இப்பொழுதுதான் அவரை நேரில் பார்ப்பதாகவும், தவிர ஏனத்தில் அவரைப்பற்றி நிறைய கேள்விப்பட்டிருப்பதாகவும்' பொன்னம்மாள் எல்லோரிடமும் சொல்லிக்கொண்டாள். பொதுமக்களோடு சேர்ந்து அவரைக் கைகூப்பி வணங்கினாள்.

பொன்னம்மாள் நாள் தவறாமல் தோட்டத்திற்குச் சென்று தன் காதல் திருமணச் சாட்சியான அக்கண்ணாடி மாளிகையைக் கண்டு ஆனந்தம் கொண்டாள். தங்கள் குடும்பம் வாழ்ந்து வந்த விடு பொருட்கள் வைப்பறையாக மாற்றப்பட்டிருப்பதைக் கண்டாள். தன் குடும்பத்தினரைப் பற்றித் தெரிந்து கொள்ளும் ஆவல் எழுந்தது. ஆனாலும் தான் யார் என்பதை வெளிப்படுத்திக்கொள்ள அவள் விரும்பாததால் பேசாமல் இருந்துவிட்டாள்.

மூன்றாண்டுகளுக்கொருமுறை அவளுக்கு மலர்க் கண்காட்சி வாயிலாகக் கண்ணாடி மாளிகையை நேரில் பார்க்கும் வாய்ப்புக் கிட்டியது. மற்ற நாட்களில் கருமாதி மண்டபத்திலிருந்தே மாளிகையைத் தரிசித்து வந்தாள்.

ஒருநாள் புதுச்சேரியே கலவரப் பூமியானது. புதுச்சேரியைத் தமிழகத்தோடு இணைத்துவிடலாமெனத் தலைமை அமைச்சர் மொரார்ஜி தேசாய் அறிவித்ததற்கு எதிர்ப்புத் தெரிவித்து நடந்த போராட்டத்தில் புதுச்சேரியே பற்றி எரிந்தது. ஊரடங்கு உத்தரவு போட்டார்கள். பொன்னம்மாள் அப்போதுகூடக் கருமாதிச் சத்திரத்தைவிட்டு நகரவில்லை.

ஊரடங்கு முடிந்ததும் மக்களுடைய கோபம் மத்திய அரசு அலுவலகங்கள் மீதும் அவர்களது ஆதரவில் இயங்கி வந்த அரபிந்தோ ஆசிரமத்தின் மீதும் திரும்பியது. பெரும் தாக்குதலைத் தொடுத்தது.

அன்றைக்கு ஆசிரமத்திற்கு வாடகைக்கு விடப்பட்டிருந்த சின்ன முதலியார் தோட்டமும் தாக்குதலுக்குத் தப்பவில்லை. மக்கள் கையில் கிடைத்த பொருட்களைச் சூறையாடினார்கள். உண்மையில் பதறிப் போனவள் பொன்னம்மாள்தான். அவள் தான் நேசித்த கண்ணாடி மாளிகையையே சுற்றி வந்தாள். ஆனால், மக்கள் அழகுக் களஞ்சியமான அக்காண்ணாடி மாளிகை மீது சிறு கல்லெடுத்துக்கூட எறியவில்லை. நிம்மதியானாள் பொன்னம்மாள். ஆசிரமத்தின் ஒப்பந்தக் காலம் முடிந்தது. பொன்னம்மாளுக்குத் தினந்தோறும் கண்ணாடி மாளிகையைச் சுற்றிப் பார்க்கும் வாய்ப்புக் கிட்டியது. கண்ணாடி மாளிகை முன்போல் களைகட்டியது. திருமணங்கள், காதணி விழாக்கள், கட்சிக் கூட்டங்கள், மாநாடுகள், திரைப்பட படப்பிடிப்புகள் கூட நடத்தப்பட்டன. தோட்டமடம் குத்தகைக்கு விடப்பட்டிருந்தாலும் முன்போலக் கெடுபிடிகள் ஏதுமில்லை. பகல்பொழுது முழுவதும் மாளிகைக்குள் தான் சிறுபொழுதில் விளையாடிய இடங்களிலும், தங்கள் காதலை வளர்த்தெடுத்த மகாவீரர் சிலை நாவல் மரத்தடியிலும் சுற்றிக் களித்தாள். இரவு கருமாதி மண்டபத்தில் முடங்கினாள். அடிக்கடி தன் காதல் கணவன் கேபிரியேல் நினைவு குறுக்கிட்டுச் சென்றது.

ஒருநாள் அளவையாளர்கள் கூட்டம் தோட்டம் முழுவதையும் அளவிட்டது. அவ்விடத்தில் புதுச்சேரி வேளாண் பல்கலைக்கழகம் அமையவிருப்பதாக அறிந்தாள். அதனால் தன் நேசத்துக்குரிய கண்ணாடி மாளிகைக்கும் தோட்டத்திற்கும் ஆபத்து ஏதுமில்லை என எண்ணி மகிழ்ந்தாள்.

சில நாட்கள் கழித்துப் புதுப்புது நபர்கள் வெள்ளையும் சொள்ளையுமாக ஊர்திகளில் வருவதும் தோட்டத்தையும் கண்ணாடி மாளிகையையும் நோட்டமிடுவதும் நிகழ்ந்துகொண்டிருந்தது. ஒரு நாள் இரவு சுமை வண்டிகளின் படையெடுப்பு. முடிந்த அளவு கண்ணாடி மாளிகையிலிலிருந்த பளிங்குச் சிலைகளும், கலைப் பொருட்களும், கண்ணாடிச் சட்டங்களும், பர்மா தேக்குமரத் தூண்களும் பெயர்த்தெடுக்கப்பட்டு வாரிச் செல்லப்பட்டன. எட்டடி உயரமுள்ள மகாவீர்

சிலையும் இரவோடு இரவாகப் பெயர்த்தெடுக்கப்பட்டு கொண்டு செல்லப்பட்டது. தன் தூக்கத்தைத் தொலைத்த பொன்னம்மாள் தங்கள் காதலின் சாட்சியான கண்ணாடி மாளிகைக்கு ஏதோ விபரீதம் நிகழப் போவதை நினைத்து ஆதங்கப்பட்டுக் கொண்டிருந்தாள்.

விடியற்காலை மிதமான வெடிச் சத்தங்கள். திடுக்கிட்டுப் பார்த்த பொன்னம்மாள் தன் கண்ணெதிரே தங்கள் காதல் கோட்டம் கண்ணாடி மாளிகை மெல்ல, மெல்லச் சிதைந்து, சரிந்து விழுவதைக் கண்டு பதறிப் போனாள். தான் நேசித்த கலைக்கூடம் தன் வடிவத்தை இழந்து நொறுங்கி விழுவதைக் காணச் சகிக்காதவளாக, சக்தியற்றவளாகப் பொன்னம்மாள் தன் இறுதி மூச்சை இழுத்து விட்டாள். கண்கள் மட்டும் திறந்தபடியே வெறிச்சோடிய தோட்டத்தைப் பார்த்தபடி.

வண்ணக் கண்ணாடி மாளிகையும் வளமான விளைநிலமும் வணிகச் சூதாடிகளின் கையில் சிக்கிச் சின்னாபின்னமானது. தோப்புகள் மொட்டையடிக்கப்பட்டன. வீட்டு மனைகளாகப் பிரிக்கப்பட்டன. விற்றுப் பணமாக்கப்பட்டன. வசதி படைத்தவர்கள் நான், நீ எனப் போட்டி போட்டுக்கொண்டு வாங்கித் தங்கள் விருப்பப்படி மாளிகைகள் கட்டிக்கொண்டனர்.

அப்படிக் கட்டப்பட்ட மாளிகைகளில் ஒன்றுகூட அவர்கள் இடித்துத் தகர்த்த கண்ணாடி மாளிகையின் அழகுக்குக் கால் தூசு அளவுக்கு எட்டவில்லை.

7

அலைகடலுக்கு அப்பால்
– இந்திரா சுந்தரம்

நெற்றி வியர்வையை வழித்து நிலத்தில் விட்டபடி நிமிர்ந்தான் செல்வம். புத்தாடை தரித்த சிங்கைத் தமிழர்கள் சிலர் அவ்வழியே போவதைக் கண்டபோது, அவனையும் மீறி ஒருவிதப் பாச உணர்வு மேலெழும்ப, அவர்கள் மறையும் வரை பார்த்து நின்றவன் தன்னைத்தானே ஒருமுறை பார்த்துக் கொண்டான்.

வேலையின் கடுமையைப் பறைசாற்றும் அழுக்குப் படிந்த ஆடைகள் அவனைக் கேலி செய்வதுபோலத் தோன்றின.

அவன் உள்ளத்தில் ஒருவிதத் தகிப்பு. நல்ல நாளும் அதுவுமாக விடுப்பு எடுத்து வீட்டில் இருந்திருக்கலாம். ஏன் புதிய உடைகள் கூட வாங்கி உடுத்தியிருக்கலாம் என்று ஓர் எண்ணம் மனத்தில் தோன்றி மறைந்தது.

'வீட்டில் தனிமையில் இருந்திருந்தால் வேதனைதான் அதிகமாகும். வேலைக்கு வந்ததும் ஒரு வகையில் நல்லதுதான்' என்று தனக்குத்தானே ஆறுதல் சொல்லிக்கொண்டான்.

பொங்கலும் அதுவுமாக அவன் கைகள் தரையைக் கொத்துவதும், இரும்புக் கம்பிகளைக் கட்டாக அணைத்துத் தூக்குவதுமாக இருந்தன. சிங்கை நாட்டில் ஒரு கட்டுமானத் தளத்தில் உழைத்துக்கொண்டிருந்த செந்தமிழ்நாட்டுச் செல்வத்தின் நினைவலைகள் தாயகத்துக்குப் புரண்டன.

முன்பெல்லாம் தமிழர் திருநாளை எப்படிக் கொண்டாடினான்! நினைத்த மாத்திரத்தில் கண்ணீர் 'களுக்'கென்று வெளியேறிச் சிங்கை மண்ணில் சங்கமித்தது. சொந்தநாட்டில் சேற்றையும் நாற்றையும் கண்டு நாணியவன் வேற்று நாட்டிற்கு, மண்ணையும் பொன்னையும் விற்றல்லவா வந்தான்!

வெளிநாட்டிற்கு வேலை செய்யப்போவதை, ஏதோ சொர்க்கத்தை எட்டிப்பிடிக்கப் போவதுபோல அல்லவா எண்ணியிருந்தான்!

அப்பா வயலிலும் வரப்பிலும் குருதி சிந்தி உழைத்தாரே! அவருக்கு என்றைக்காவது செல்வம் ஒத்தாசை பண்ணியிருப்பானா? அம்மா சமைத்துப் போட்டதை வேளாவேளைக்கு விருந்துபோல உண்டு விட்டு, அழுக்குப்படாத வேலைக்காக அலைந்து கொண்டிருந்தவன், இலட்ச ரூபாயைக் கொடுத்துவிட்டு இரண்டாண்டு ஒப்பந்தத்தில் சிங்கப்பூர் வந்தான். வேலை தெரியாமல் வந்தவனுக்குக் கிடைத்த வேலை கட்டுமானம்!

ஊமையாக அழுதான் செல்வம். நாட்டைப் பிரிந்து வீட்டைப் பிரிந்து, உறவைப் பிரிந்து நல்ல நாளும் அதுவுமாக மகிழ்ச்சியை இழந்து, நினைக்கையிலே கண்ணில் நீர் முட்டியது!

'யாதும் ஊரே, யாவரும் கேளிர்' என்று நினைத்தாலும், அந்நியத்தனம் பளிச்சிடத்தானே செய்கிறது!

'வெயிலின் கொடுமையில்தான் நிழலின் அருமை தெரியும்' என்பார்கள். அதுபோலத் தன்னந்தனிமையில் இருக்க நேரும்போதுதான் பந்தபாசத்தின் பெருமை புரிகிறது!

நஞ்சை கொஞ்சும் தஞ்சையான தன் சொந்த ஊரை நினைத்துப் பார்த்தபோது சாமரம் வீசும் தென்னை ஓலைகள் அவன் நெஞ்சை வருடுவது போன்ற உணர்வு படர்ந்தது.

வாய்க்கால் ஓரம் மணிக்கணக்கில் நின்றுகொண்டு நீரோட்டத்தில் துள்ளிக் குதித்து நீந்தும் கெண்டைக் குஞ்சுகளைப் பார்த்துப்பார்த்து மகிழ்ந்து கொண்டிருப்பானே! குஞ்சு மீனின் சலசலப்பு அவன் நெஞ்சைக் கலகலக்கச் செய்தது!

பேசமுடியாத வாயில்லாப் பிராணிகள் என்றாலும் பாசத்தைப் பொழியும் அவன் வீட்டு ஆடுகளும் மாடுகளுங்கூட அவன் நினைவை அலைக்கழித்தன. தூண்டில் மீன்போலத் துடித்துப் போனான் செல்வம். ஏக்கங்கள் அவனுள் குண்டுகள்போல் வெடித்து வேதனையைப் பரப்பின.

தேநீர் நேரம். தோழமை ஊழியர்கள் அனைவரும் சிற்றுண்டியகம் சென்றார்கள். மனது சரியில்லாததால், அருகிலிருந்த ரம்புத்தான் மரத்தடியில் சோர்வுடன் அமர்ந்தான் செல்வம்.

தன் கைகளைப் பார்த்தான். சிவந்து கொப்பளித்துப் போன இடங்களெல்லாம் கால ஓட்டத்தில் காய்ந்து, தஞ்சை நிலத்துத் தரிசு போலிருந்தன.

கடப்பாரை பிடிக்கவேண்டிய கைகளா, அந்தக் கைகள்? இதற்கு ஊரில் கலப்பை பிடிக்கலாமே!

'கூலிக்காரன்' என்று இங்கே எவ்வளவு ஏளனமாகப் பார்க்கிறார்கள்? சொந்த ஊரில் மானத்தோடு வாழலாமே!

அவன் மனம் பிறந்த மண்ணை முத்தமிடத் துடித்துக் கொண்டிருந்தது. வெளிநாட்டு அனுபவம் அவனைப் பக்குவப்படுத்தி இருந்தது.

ஒப்பந்தம் முடிய இன்னும் சில மாதங்கள்தான் இருந்தன. எப்படியும் அடுத்த பொங்கலுக்குள் ஊர் போய்ச் சேர்ந்திடலாம். புத்தாடை அணிந்து, புத்தரிசி பொங்கி, 'பொங்கலோ பொங்கல்' என்று மகிழ்ந்து கொண்டாடலாம் என நினைத்தபோது, ஒருவித நிம்மதிப் பெருமூச்சு அவனிடம் வெளிப்பட்டது.

அந்த நேரத்தில், தாயகத்திலிருந்து வந்து அவனுடன் வேலை செய்யும் ஒரே தமிழனான சரவணன் ஓடோடி வந்தான்.

'செல்வா! சேதி தெரியுமா?' என்று கேள்விக் குறியாகக் கேட்டவனின் முகத்தில் மகிழ்ச்சிச் சதிராட, குரலில் உற்சாகம் இழைந்தோடியது.

'என்னப்பா! விசயம்?' காரணத்தை அறியும் எதிர்பார்ப்புடன் வினவினான் செல்வம்.

'நம்ம முதலாளி நமக்கு வேலை அனுமதியை இன்னும் இரண்டாண்டு நீட்டிக்கப் போகிறாராம். நான் உடனே சரின்னுட்டேன். நீ என்னப்பா சொல்லப்போறே?' சரவணனின் குரலில் குதூகலம் துள்ளியது.

'எனக்கு வேண்டாம்ப்பா! ஏற்கெனவே உள்ள ஒப்பந்தம் முடிஞ்சதும் நான் ஊருக்குப் போகப்போறேன்'. செல்வம் சுரத்தில்லாமல் சொன்னான்.

'என்னடா பைத்தியக்காரத்தனம்! வந்த வாய்ப்பை நழுவ விடலாமா? ஊர்ல இது மாதிரி வேலை செய்தால் நமக்கு மதிப்பு இல்லேப்பா. ஆனா.. அதையே இங்கே செஞ்சோம்ன்னா அது யாருக்கும் தெரியாது. நாம் ஊருக்குப் போகிறப்போ வெளிநாட்டிலேர்ந்து வந்து இருக்கோம்னு எவ்வளவு மதிப்பு தெரியுமா? பொண்ணுகூடப் போட்டிப் போட்டுக்கிட்டுக் கொடுக்க வருவாங்க!' சரவணன் பெருமையாகப் பேசினான்.

செல்வம் மெல்லச் சிரித்தான். அதன் பொருள் அறியாத சரவணன், 'பிழைக்கத் தெரியாத பயல்' என்றவாறு நடந்தான்!

8

ஊருக்கு ஒருவர்

– அ. உசேன்

அக்கா அந்த ரங்கசாமியைப் பற்றி 'அவன் இக்காலத்து நேருடா! ஊர்லயிருக்கிற குழந்தைங்க எல்லாம் சாப்பாடேயில்லாம கூட அவனைப் பார்த்துக் கொண்டே மகிழ்ச்சியா இருந்துடுவாங்க! ஒவ்வொரு குழந்தைக்கும் அதைப் பெத்தவள்தான் தாயின்னா ஊர்லயிருக்கிற எல்லாக் குழந்தைகளுக்கும் அவன்தான்டா தாய்!' என்று அடிக்கடி சொல்வதை என்னால் நம்ப முடியவில்லையென்றாலும் அது 'உண்மையா? பொய்யா?' என்பதை நேரில் பார்த்துத் தெரிந்து கொள்ளவேண்டும் என்ற ஆசையோடு அக்கா ஊருக்குப் போய், அவள் எதிரில் திடுதிப்பென்று நின்றபோது அவள் நம்பமுடியாது ஆச்சரியத்தோடு என்னை வரவேற்றாள்.

குழந்தைகள் 'மாமா! மாமா!' என்று கால்களைக் கட்டிக் கொண்டன. அவர்களுக்கு வாங்கி வந்த தின்பண்டங்கள், பழங்கள், புதிய ஆடைகள் எல்லாம் கொடுத்தேன். அவர்களுக்கு மகிழ்ச்சி பிடிபடவில்லை. நான் குழந்தைகளின் முகத்தில் பொங்கும் மகிழ்ச்சியைக் கூர்ந்து பார்த்தேன்.

எப்போதாவது ஒரு நாள் திடீரென்று வந்து தின்பண்டங்களும், பழங்களும், புத்தாடைகளும் கொடுத்து மாமா என்ற இரத்தப் பாசத்தால் இந்தக் குழந்தைகளுக்கு நான் ஏற்படுத்தும் மகிழ்ச்சியை விட அதிகமான மகிழ்ச்சியை யாரோ ஒரு பிச்சைக்காரன் ரங்கசாமி எதுவுமே வாங்கித் தராமல் குழந்தைகளுக்கு ஏற்படுத்துகிறானாம். சில குறிப்பிட்ட குழந்தைகளுக்கு என்றில்லாமல் இந்த ஊரிலுள்ள எல்லாக் குழந்தைகளுக்கும், அதுவும் சில நாட்களுக்கு என்றில்லாமல் எல்லா

நாட்களுக்கும், அதுவும் ஒரு நாளைக்கு அவனைப் பார்க்கவில்லை யென்றாலும் குழந்தைகளுக்கு ஏக்கம் வரும் அளவிற்காம். அவனால் எப்படி அவ்வாறு குழந்தைகளைக் கவர முடிகிறது?

மனோ தத்துவம் பயின்ற நான் இதை நம்ப முடியாமல் தானே உண்மையைத் தெரிந்து கொள்ள வந்திருக்கிறேன். இது உண்மையாய் இருந்தால் எப்படி அவனால் அது முடிகிறது? அவர்களைக் கவர அவன் என்னதான் அப்படிச் செய்கிறான்? என்றெல்லாம் சிந்தனைகள் விரிய உடனே அவனைப் பார்க்க வேண்டும் என்ற எண்ணம் வந்தது.

"அக்கா! நான் உடனே ரங்கசாமியைப் பார்க்கணும்!" என்றேன்.

"என்னடா தம்பி! அவனை அப்புறமா பார்க்கலாம்! அவன் எங்கே போயிடப் போறான்? மூணு மணி நேரம் ரயில்ல வந்திருக்கே! உடம்பெல்லாம் ஒரே வலியாய் இருக்கும். இதோ வெந்நீர் போடறேன்! குளிச்சி, சாப்பிட்டு, கொஞ்சநேரம் படுத்திருந்தினா சாயங்காலம் ரங்கசாமியே இந்தப் பக்கம் வருவான் பார்த்துக்கிடலாம்" என்றாள்.

நான் குளித்துச் சாப்பிட்டுவிட்டுக் கொஞ்சநேரம் படுத்தேன்! எனக்கு நினைப்பெல்லாம் ரங்கசாமியைப் பற்றியே இருந்ததால் என்னால் தூங்க முடியவில்லை. ஐந்து மணிக்கெல்லாம் எழுந்து கை கால், முகமெல்லாம் கழுவிக் கொண்டு அக்கா கொடுத்த காபியைக் குடித்து விட்டு,

"அக்கா! ரங்கசாமி எத்தனை மணிக்கு வருவான்" என்று கேட்டேன்!

"வர்ற நேரந்தான்! நம்ம தெரு முக்கூட்டில போய் நின்னுக்கோ! அங்கதான் ரங்கசாமி வந்து டான்ஸ் ஆடுவான்!" என்றாள் அக்கா.

உடனே நான் சட்டையைப் போட்டுக் கொண்டு, வீட்டிற்கு அருகாமையிலேயிருந்த தெருமுனைக்குச் சென்றேன். எனக்கு முன்பே என் அக்கா குழந்தைகளும், மற்ற அந்தத் தெருவிலிருந்த எல்லாக் குழந்தைகளும், அங்கே நின்று கொண்டிருந்தனர். நான், என்னைக் குழந்தைகள் கவனிக்காதது போல் கொஞ்சதூரம் தள்ளி நின்று கொண்டு ரங்கசாமியை எதிர்பார்த்து அவன் உருவம் எப்படியிருக்குமென்று கற்பனை செய்து கொண்டிருந்தேன்.

'ரங்கசாமி மாமா வந்தாச்சி! ரங்கசாமி மாமா வந்தாச்சி!' என்ற ஒரே குதூகலமான குரல்கள். என் சிந்தனை நின்றது. ரங்கசாமியைப் பார்க்கும் ஆர்வத்தோடு திரும்பினேன்.

'பிள்ளை பிடிக்கும் பூச்சாண்டி!' என்று சொல்வார்களே அதை ஞாபகப்படுத்துவது போல காவியேறிய ஒரு நாலு முழவேட்டி! மேலே பாரதியாரை ஞாபகப்படுத்துவது போல ஒரு கறுப்புக் கோட்! அந்தக் கோட்டுக்குள்ளே மல்துணியில் தைக்கப்பட்ட கை வைத்த பாடி! அழுக்கு இல்லாவிட்டாலும் பழுப்பு ஏறியிருந்தது. முகத்தை மறைத்தது போல் தாடி! தலையில் பிய்ந்துபோன ஒரு கதர்க் குல்லாய்! நெற்றியில் விபூதிப் பட்டை! அதன் நடுவே ஒரு பொட்டு! தூரத்திலிருந்தபோது பூச்சாண்டியின் தோற்றம் போல் தெரிந்தாலும் அருகில் அவன் வந்தபோது பார்க்கையில் அமைதி தவழும் இனிமையான முகம்! முகத்தில் எப்போதும் மாறாத புன்சிரிப்பு! கண்களில் கூரிய பார்வையின் ஒளி வெள்ளம்.

தூரத்தில் பார்க்கையில் வெறுப்பாக இருந்த அவன் தோற்றம் அருகில் பார்க்கையில் மாற்றமாயிருந்தது. ஆம், அருகில் அவனை என் உள்ளம் விரும்பியது.

அவன் அருகில் வந்ததும் 'வணக்கம் மாமா!' என்று பிள்ளைகள் வகுப்பில் நுழையும் ஆசிரியருக்கு மாணவர்கள் வணக்கம் கூறுவது போல் கூறினர்.

ரங்கசாமியும் 'அன்பான பிள்ளைகளே! வணக்கம்!' என்று கூறிவிட்டு 'பிள்ளைகளே! நான் மகிழ்ச்சி! நீங்கள்..' என்று கேட்டான்.

உடனே குழந்தைகள், 'மகிழ்ச்சி! மகிழ்ச்சி!' என்றனர்.

அந்தக் கூட்டத்தில் நடக்கக் கூடிய ஒன்றரை வயது குழந்தைகள் முதல் 6, 7 வயது குழந்தைகள் வரை இருந்தனர். சில 10, 15 வயதுக் குழந்தைகளும் இருந்தனர். பேசத் தெரிந்த குழந்தைகள் அவனோடு பேசின. மற்ற குழந்தைகள் கைகளைத் தட்டிச் சிரித்துக் கொண்டு, பேசுகின்ற மற்றவர்களின் வாயைப் பார்த்து அவர்கள் போல் வாயசைத்தன.

உடனே அவன் அக்குழந்தைகள் கூட்டத்தை ஒரு கணம் கூர்ந்து பார்த்து 2, 3 பெயர்களைக் கூறி அவர்கள் வரவில்லையல்லவா என்றான்.

வகுப்பிலுள்ள மாணவர்களைப் பார்த்து ஒரு கணத்திலே யார் யார் வரவில்லை என்று ஆசிரியர் சொல்வதைப் போல் இருந்தது அது. உடனே குழந்தைகள் ‘ஆம்!மாமா! அவர்கள் வரவில்லை!’ என்று கூறி அவர்கள் வராததற்குத் தங்களுக்குத் தெரிந்த காரணங்களைக் கூறினர்.

‘நல்லது பிள்ளைகளே! இன்னைக்கு நான் உங்களுக்கு ஒரு புதுப்பாட்டு பாடறேன். கவனமாய்க் கேட்டு அதுமாதிரியே நடக்கணும் என்ன? என்று கூறி அவர்களைப் பார்த்தான். அதற்குள் சில பிள்ளைகள்,

‘மாமா! சின்ன டான்ஸ் பெரிய டான்ஸ் ஆடலியா?’ என்றனர்.

‘டான்ஸ் தானே, இதோ பாடிக்கிட்டே ஆடறேன்!’ என்று கூறிவிட்டு,

‘வீசுங்கள் பிள்ளைகளே! – கைகளை
வீசுங்கள் பிள்ளைகளே! – நீங்கள்
வீரர்கள் ஆகித் தாய் நாட்டைக் காத்திட
வீசுங்கள் பிள்ளைகளே! – கைகளை
வீசுங்கள் பிள்ளைகளே!
பேசுங்கள் பிள்ளைகளே! – நீங்கள்
பேசுங்கள் பிள்ளைகளே! – என்றும்
பேருண்மை தனைமட்டும் யாவரும் ஏற்றிடப்
பேசுங்கள் பிள்ளைகளே! – நீங்கள்
பேசுங்கள் பிள்ளைகளே!
ஆடுங்கள் பிள்ளைகளே! – கூடியே
ஆடுங்கள் பிள்ளைகளே! – உயர்
அன்பொன்றே நெஞ்சினில் ஆறாகப் பெருகிட
ஆடுங்கள் பிள்ளைகளே – நீங்கள்
ஆடுங்கள் பிள்ளைகளே!
பாடுங்கள் பிள்ளைகளே! – இனிமையாய்ப்
பாடுங்கள் பிள்ளைகளே – உயர்
பாரத தேசத்தில் யாவரும் சமமென்று
பாடுங்கள் பிள்ளைகளே! – நீங்கள்
பாடுங்கள் பிள்ளைகளே!”

என்று இனிமையான குரலில் பாடிக் கொண்டே, பாட்டிற்கு ஏற்ப நின்ற இடத்திலே கை கால்களை அசைத்து ஆடினான். பாடும்போது

தொடர்ச்சியாக அவனுக்கு இருமல் வந்தது. என்றாலும் அவன் அதைச் சமாளித்து அடக்கிக் கொள்கிறான். பாட்டு முடிந்ததும், 'பிள்ளைகளே! சின்ன டான்ஸ் ஆடிகிட்டுப் பாடினேன். இப்போ பெரிய டான்ஸ் ஆடிகிட்டுப் பாடறேன்!' என்று சொல்லவிட்டு அதே பாடலைப் பாடிக்கொண்டு அந்தக் கடைசிக்கும் இந்தக் கடைசிக்கும் கைகால்களை அசைத்து நடந்து கொண்டே பாடினான். குழந்தைகள் ஆசிரியரிடம் பாடம் கேட்பதை விட அமைதியாக, மகிழ்வாக அவன் ஆடிக்கொண்டே பாடியதைக் கேட்டனர். நானும் என்னை மறந்து அவன் ஆடிக் கொண்டே பாடியதைக் கேட்டேன். அந்தப் பாடல் எந்தத் திரைப்படப் பாடல்களாகவோ அல்லது எந்தக் கவிஞருடைய பாடல்களாகவோ தெரியவில்லை. இவன் சொந்தப் பாடல்களாகவே அவை இருக்க வேண்டும்! எனக்கு அவன் மேல் வியப்பு அதிகமாக அதிகமாக மரியாதை அதிகமாகியது. அவன் சிறந்த ஞானியாக இருக்க வேண்டும். அவன் பிள்ளைகளோடு பழகும் முறையே பெருமிதமாய், உயர்வானதாய் இருந்தது. இவன்தான் குழந்தைகளிடம் எவ்வளவு மென்மையாக, மேன்மையாக, தன்மையாக அறிவுடனும் மகிழ்வுடனும் பழகுகிறான்? ஓ! இவன் சாதாரண பிச்சைக்காரன் இல்லை.

இவன் என்ன சொன்னாலும் பிள்ளைகள் கேட்கக் கூடிய நிலையில் இருக்கிறார்கள். அரசியல்வாதிகளும் மதவாதிகளும் குழந்தைத்தனமான மக்களைத் தங்கள் கொள்கைகளையும் கட்சிகளையும் நோக்கி இழுத்துச் செல்வதுபோல் இவன் இந்தக் குழந்தைகளை எந்தக் கொள்கைக்கு வேண்டுமோ, எந்தக் கட்சிக்கு வேண்டுமோ, எந்த மதத்திற்கு வேண்டுமோ அழைத்துச் செல்ல முடியும்! ஆனால் இவன் வியாபார, விளம்பர நோக்கமாக இல்லாமல் உண்மையான உள்ளத்தோடு அவர்களை நல்ல நோக்கம், நற்பண்புகளை நோக்கியே அழைத்துச் செல்கிறான். அதனால் தான் குழந்தைகள் இவனிடம் அன்பாய், மகிழ்வாய் இருக்கிறார்கள். இவன் இல்லாமல் ஏங்குகிறார்கள். அக்கா சொன்னது உண்மைதான்.

அவன் அவர்களிடம் விடைபெறுகிறான். 'பிள்ளைகளே! வரட்டுமா? மகிழ்ச்சியாய் இருங்கள்-மற்றவர்களையும் மகிழச் செய்யுங்கள்!' என்று கூறிக் குழந்தைகளை நோக்கிக் கைகுவித்து வணங்கினான்.

'சரி, மாமா! மகிழ்ச்சியாயிருப்போம்! மற்றவர்களையும் மகிழச் செய்வோம்! நன்றி!' என்று கூறி அவன் சென்றதும் குழந்தைகள்

கலைகிறார்கள். அவன் இப்படிச் செய்வது ஒரு பேரவை போல், ஒரு கூட்டம் போல், ஒரு பாடசாலை போல் இருக்கிறது.

அவன் அந்தத் தெருவிலிருந்து 50, 60 வீடுகளையும் தாண்டி அடுத்த தெருவில் முக்கூட்டிற்குச் சென்றான். நானும் அவனை அவனுக்குத் தெரியாமல் பின்தொடர்ந்தேன். அங்கேயும் அவன் வருகைக்காகக் குழந்தைகள் கூடியிருந்தனர். அங்கும் இங்குப் போலவே வணக்கம் தெரிவித்து இவனிடமிருந்து பதில் வணக்கம் பெற்றனர். அங்கும் அதே ஆட்டம் அதே பாட்டு! இறுதியில் அவர்களிடமிருந்து விடைபெறும்போது அதே வேண்டுதல். 'மகிழ்ச்சியாய் இருங்கள்! மற்றவர்களையும் மகிழச் செய்யுங்கள்!' இதுதான் இவன் தாரக மந்திரம் போல் இருக்கிறது.

இவனைத் தொடர்ந்துகொண்டே இருந்தேன். இவனுக்கு மிக அதிகமாக இருமல் வருகிறது. இருந்தாலும் இவன் மிகக் கஷ்டப்பட்டு அடக்கிக் கொள்கிறான். இது எந்தக் குழந்தைக்கும் தெரியாமல் மிக ஜாக்கிரதையாய்ச் செய்கிறான். இவனுக்கு மிகவும் உடல்நிலை சரியில்லை போல் இருக்கிறது. அந்த ஊரிலுள்ள ஏழெட்டுத் தெருக்களிலும் அவன் முதல் தெருவில் செய்த அதையே செய்து கொண்டு வலம் வந்தான். எல்லாத் தெருக்களும் முடிந்தது. அவன் அவ்வூரைத் தாண்டி ஒரு மைல் தூரம் கடந்து வயல் வெளிக்குப் பக்கத்தில் அங்கிருந்த 2 தென்னை மரங்களின் இடையில் தெரிந்த ஒரு குடிசையின் முன் நின்று திறந்தே கிடந்த காகிதத் தட்டியை நீக்கி விட்டுக் குடிசையின் உள் நுழைந்தான்.

நான் 'வணக்கம்!' என்றேன்.

அவன் திரும்பிப் பார்த்தான். நான் என் அக்கா பிள்ளையின் பெயரைச் சொல்லி அவர்களின் மாமா என்றும் 'திருவாரூருக்குப் பக்கத்தில் இருக்கும் திருமுக்கூடல் ஊரிலிருந்து உங்களைப் பார்க்க வந்துள்ளேன்!' என்றும் கூறினேன்.

'மகிழ்ச்சி!' என்றான். நான் குடிசையை ஆராய்ந்தேன். குடிசையே காகிதத் தட்டியினால்தான் ஆகியிருந்தது. கூரை கூடக் காகிதத் தட்டிதான். அதன் மேலே டின்களிலிருந்து பிரிக்கப்பட்ட துரு ஏறிய தகடுகள்! குடிசைக்குள்ளே எண்ணி இரண்டு பேர் உட்காரலாம்! படுக்கலாம்.

அவ்வளவு சிறிய இடம். உள்ளே சிம்னி விளக்கு சிறியதாக எரிந்து கொண்டிருந்தது. ஊதுவத்தி மணந்து கொண்டிருந்தது. உள்ளே வேறு யாரும் இருப்பதாகத் தெரியவில்லை.

'நான் உங்களைப் பற்றித் தெரிந்து கொள்ள வேண்டும்! என்று விரும்புகிறேன்' என்றேன்.

'என்னைப் பற்றித் தெரிந்து கொள்ள முக்கியமாக ஏதுமில்லை! என்னை மன்னித்து விடவும்!' என்று புன்சிரிப்போடு கூறி 'வேறு ஏதாவது சொல்ல விரும்புகிறீர்களா?' என்று அவசரமாகக் கேட்டான்.

உடனே என்னை அனுப்பிவிட வேண்டும் என்று அவன் நினைப்பதாக எனக்குத் தெரிந்தது. 'என்னைப் பற்றிச் சொல்ல ஏதும் இல்லை!' என்று அவன் கூறியது என்னை அவமானப்படுத்தியதுபோல் இருந்தது, எனவே 'வேறு ஏதும் சொல்ல விருப்பமில்லை!' என்று அவன் கேள்விக்குப் பதில் கூறிவிட்டு,

'உனக்கு அதிகமாக உடல்நிலை சரியில்லை! கவனமாகப் பார்த்துக் கொள்!' என்று எச்சரிக்கை கொடுத்துவிட்டு விருட்டென்று வந்து விட்டேன்.

அவனைப் பற்றியே சிந்தித்துக் கொண்டு வீடு வந்தேன். ஒரு பிச்சைக்காரனுக்கு எப்படி இவ்வளவு அன்பு குழந்தைகள் மேல் வந்தது? அவன் நோக்கம் என்ன? கொள்கை என்ன? அவன் குழந்தைகளுக்குப் பாடுவதெல்லாம் அவனே எழுதிய பாடல்களா? அப்படியானால் அவன் ஒரு கவிஞனா? அவன் ஏதேனும் பத்திரிகைகளுக்குக் கவிதை எழுதுகிறானா? அவனுக்குக் குடும்பம் இருக்கிறதா? அவன் அடிக்கடி இருமுகிறானே அவனுக்கு உடல்நிலை சரியில்லையா என்று அவனைப் பற்றியே சிந்தித்தேன். அவன் வாழ்க்கையை முழுதும் அறிந்து கொள்ள வேண்டும் என்ற ஆர்வம் வந்தது.

"ஏழெட்டு வருஷத்துக்கு முன்னால அவன் இந்த ஊருக்குப் பெண்டாட்டி கூட வந்தானாம்! அந்தப் பொண்ணு நல்ல செக்கச் செவேல்னு சாயபு வீட்டுப் பெண்ணாட்டம் இருக்குமாம். ஆனா அது கீழ்சாதிப் பொண்ணுன்னு ஊரில எல்லாம் பேசிக்கினாங்களாம். அந்தப் பொண்ணுக்குப் பாவம் ஒரு கையும் காலும் விளங்காதாம்.

ரங்கசாமிக்குச் சீர்காழிக்குப் பக்கத்தில இருக்கிற திருமுல்லைதான் பூர்வீகமாம். அவுங்க அப்பா பெரிய ஜமீன்தாராம். அவருக்கு ஏழு பிள்ளைகளாம். அதில் ரங்கசாமி தான் மூத்த பிள்ளையாம். எல்லாப் பிள்ளைகளையும் விட ரங்கசாமிதான் நல்லவனாம். மத்த எல்லாருக்கும் எல்லா கெட்டப் பழக்கமும் உண்டாம். அதனால் அப்பா ரொம்ப வருத்தப்படுவாராம். அந்த வருத்தத்திலேயே ஒரு நாள் அவர் எங்கேயோ ஓடிட்டாராம். அவர் செத்தாரா இருக்காரான்னு யாருக்குமே தெரியாதாம்.

முதல்ல அவன் இந்த ஊருக்கு வந்ததும் வேலைக்கு அலைஞ்சி அப்புறம்தான் பிச்சை எடுக்க ஆரம்பிச்சானாம். ஒரு நாளைக்கு நாலஞ்சி வீட்டிலதான் பிச்சை எடுப்பானாம். மறுநாளைக்கு அடுத்த நாலஞ்சி வீட்டில பிச்சை வாங்குவானாம். இப்படியே அவன் ஊர் பூராவும் பிச்சை வாங்க ஒரு மாசம் ஆவுமாம். அப்புறம் முதல்லயிருந்து வருவானாம்! இப்பிடியே ஏறக்குறைய ஒரு மாசத்துல ஒரு தடவை தான் ஒவ்வொரு வீட்டிலயும் பிச்சைக்கு வருவானாம். பிச்சைக்குக் காசே வாங்க மாட்டானாம். வயித்துக்கு, 'அது போடுங்கோ இது போடுங்கோ!'ன்னு கேக்க மாட்டானாம். விருப்பமாய் எது கொடுத்தாலும் வாங்கிக்குவானாம். விருப்பமில்லாம எது குடுக்கற மாதிரி இருந்தாலும் ஏதாவது சமாதானம் சொல்லிட்டு வாங்காம வந்துடுவானாம்.

குழந்தைகள் என்ன சொன்னாலும் அப்படியே செய்வானாம். ஒரு தடவை குழந்தைகள் பூவரசம் பூவுக்கு ரொம்ப அடம்பிடிச்சதுங்களாம். அதனால மரம் ஏறிப் பழக்கமில்லாத அவன் குழந்தைகளுக்காகப் பூவரசம் மரத்தில ஏறிப் பூப்பறிச்சானாம். அப்போ மரம் ஒடிஞ்சி கீழே விழுந்து கை ஒடிஞ்சிப் போச்சாம். அப்புறம் ஓட்டேரிப்பாளையம் போய்க் கட்டுக் கட்டிச் சரியாச்சாம்.

யாரோ காரு எடுத்துக்கிட்டு வந்து 4, 5 தடவை அவனையும் அவன் பொண்டாட்டியையும் அழுது அழுது கூப்பிட்டாங்களாம். 'எனக்கு யார் மேலயும் கோபமில்ல! ஆனால் நான் வரவிரும்பல. மன்னிச்சிடுங்கோ!'ன்னு சொல்லி இவன் அனுப்புச்சிட்டானாம். அனேகமா அவுங்க அவனுடைய தம்பிகளா இருப்பாங்களாம்"

இதையெல்லாம் ரங்கசாமியைப் பார்த்து விட்டு வீட்டிற்கு வந்ததும் அக்காவிடம் கேட்டுச் சேகரித்தேன். இதையெல்லாம் சொல்லிவிட்டு அக்கா குலுங்கக் குலுங்க அழுதாள்.

“என்னக்கா ஏன் அழுவறே?” என்று கேட்டேன்.

“தம்பி! நீ வந்தவுடனே சொல்லக் கூடாதுன்னு இருந்தேன். அதை எப்படிச் சொல்றது. குழந்தைங்கிட்ட இம்மா ஆசை வச்சிருக்கிற அந்த ரங்கசாமி பெண்டாட்டி முழுவாம இருந்தா! கல்யாணம் ஆகி ஏழெட்டு வருஷமா இல்லாமயிருந்து இப்ப உண்டானதில அவளுக்கும் ரங்கசாமிக்கும் ரொம்ப சந்தோஷம். அவுங்களை விட குழந்தைங்கிட்ட ரொம்ப சந்தோஷமாயிருக்கிற அவுங்களுக்கு ஒரு குழந்தை பிறக்கப் போவுதே!’ன்னு இந்தப் பாளையத்திலயிருக்கிற எங்களுக்கெல்லாம் ரொம்ப சந்தோஷம். ஆனா அடுத்த மாசம் பொறக்க வேண்டிய குழந்தை இந்த மாசத்திலே பொறக்க ஆரம்பிச்சி, அவளால பிரசவிக்க முடியாம போயி, நாங்கல்லாம் சேந்து வண்டியில இட்டுகிட்டு ஆஸ்பத்திரிக்குப் போனோம். போற வழியிலியே அந்தப் பொண்ணு செத்துப் போச்சி! குழந்தை பொறக்கவேயில்ல! குழந்தையும் வயித்துக்குள்ளேயே செத்துப் போயிருக்கு! அப்புறம் எதுக்கு ஆஸ்பத்திரிக்குப் போறது? அப்போ ‘இந்த ரங்கசாமி வெடிச்சி அழுதானாம் பாருடா தம்பி! பாத்தவங்க வயிறு பூச்சியெல்லாம் செத்துப் போச்சிடா!’

தம்பி அப்போ பாருடா! பொணத்தை எடுக்கப் போறாங்க! இவன் கதறினான்! துடிச்சான். அவனைப் பாத்து இந்தக் குழந்தைங்க எல்லாம் அழுதிச்சிங்க! அப்போ,

‘மாமா! எப்பவும் மகிழ்ச்சியாயிருக்கணும்னு சொல்லுவிங்களே! இப்ப நீங்க ஏன் அழுவறீங்க!’ன்னு நம்ம வீட்டு வாண்டு கேட்டது. அப்போ எல்லாக் குழந்தைகளும்,

‘ஆமாம்! ஆமாம்! மகிழ்ச்சியா இருக்கணும்னு சொல்லிட்டு நீங்களே இப்ப அழுவலாமா?’ ன்னு கேட்டுதுங்க!

அதுங்களுக்குத் தெரியுமா? இவன் பெண்டாட்டியைப் பறி கொடுத்த துக்கம்! அவுங்க அவுங்களும் அவுங்க அவுங்க வீட்டுக் குழந்தைகளை ரெண்டு போட்டு ‘பேசாம இருங்கோ! இப்போ மாமா கிட்டே எதுவும் கேட்டுத் தொந்திரவு பண்ணக் கூடாது!’ன்னோம்.

அதுக்கு ரங்கசாமி ‘வேண்டாங்க! குழந்தைகளை அடிக்காதிங்க. குழந்தைங்க சொல்றமாதிரி எப்பவும் மகிழ்ச்சியாதாங்க இருக்கணும்!’னு சொல்லிட்டு, ‘பிள்ளைகளே! நான் இப்போ அழலை! மகிழ்ச்சியாதான்

இருக்கேன்! என்னைப் பாருங்கோ!'ன்னு கண்ணைத் துடைச்சிகிட்டான் தம்பி! இந்தக் குழந்தைங்க அத்தோட விடலை.

'அப்படின்னா நீங்க அன்னாடம் ஆடுவீங்களே டான்ஸ்! அதை இப்போ ஆடுங்க மாமா!'ன்னு சொல்லுச்சிங்க.

உயிருக்குயிரான பெண்டாட்டி செத்துக்கிடக்கிறா. அவனைப் போயி டான்ஸ் ஆடுடான்னா அவன் என்ன பண்ணுவான்? கேக்கிற நமக்கே கஷ்டமாயில்லையாடா? ஆனா அவன் என்ன பண்ணான் தெரியுமா?

'பிள்ளைகளே! இதோ சின்ன டான்சும் பெரிய டான்சும் ஆடறேன்!'னு சொல்லிட்டுப் பொணத்துக்கு முன்னால சுடுகாடு வரைக்கும் ஆடிக்கிட்டே வந்தான். அவனால எப்படி முடிஞ்சுது? நாங்க எல்லாம் அவனை நினைச்சியே ஒருநாள் பூரா அடுப்புக் கூடப் பத்த வைக்காம அழுதுகிட்டே இருந்தண்டா!" என்றாள்.

இதைக் கேட்ட எனக்கு மடைதிறந்த வெள்ளம்போல் கண்ணீர் பெருகிற்று. என்னால் கட்டுப்படுத்தவே முடியவில்லை. 'அவன் வாழ்க்கையில் இவ்வளவு சோகங்களா? இன்னும் எவ்வளவு சோகங்கள் இருக்குமோ?' என்று நினைத்துக்கொண்டு, "அக்கா இது எப்போ நடந்தது?" என்று கேட்டேன்.

'இது நடந்து இன்னையோட ஏழு நாள்தாண்டா தம்பி ஆகுது! இப்போயெல்லாம் எப்பவும் போலத்தான் இருக்கான். ஆனால் இப்போயெல்லாம் அவன் பிச்சைக்கு வர்றதில்லை. எங்க சாப்பிடறானோ? என்ன செய்யறானோ தெரியலை!" என்று அக்கா வேதனையோடு கூறினாள்.

அவனைப் பற்றிய துயரச் செய்தி என்னை வாட்டியது. 'அவனுக்கு எதுவும் உதவி செய்ய முடியுமா?' என்று யோசித்தேன். 'அவனுக்கு நான் என்ன உதவி செய்ய முடியும். அப்படியே நான் செய்தாலும் நிச்சயம் அவன் ஏற்றுக்கொள்ள மாட்டான்' என்று அவனைப் பற்றிய நினைவுகளுடனே நான் மறுநாள் அந்தப் பாளையத்தில் இருக்கப் பிடிக்காமல் என் சொந்த ஊருக்குத் திரும்பிவிட்டேன்.

நான்கு நாட்கள் மெல்ல நகர்ந்தன! ரங்கசாமியைப் பற்றிய நினைவுகள் என் நெஞ்சை விட்டு நகரவில்லை. 'ஒரு ஜமீன்தார்

பரம்பரையில் பிறந்தவன் ஏன் சாதாரணப் பிச்சைக்காரனானான்? அரிஜனப் பெண்ணை எப்படி ஏன் மணந்து கொண்டான்? மனைவி இறந்து போன துயரத்தையும் எப்படி அவனால் சாதாரணமாய் ஒதுக்கி வைத்துவிட்டு குழந்தைகளின் மகிழ்ச்சியில் பங்குகொள்ள முடிந்தது? எவ்வளவு பணத்துக்கு வேண்டுமோ அவ்வளவு பணத்துக்குக் கமிஷன் எடுத்துக் கொண்டு சில்லறை தருகின்ற அளவிற்குப் பிச்சையெடுப்பதையே தொழிலாகக் கொண்டு சம்பாதிக்கின்ற எவ்வளவோ பிச்சைக்காரர்கள் நடுவில் இப்படியும் ஒருவனா?' நினைக்க நினைக்க ஆச்சரியமாகவே இருந்தது. உண்மையாய் இருந்தாலும் யார் இதை நம்புவார்கள்?

அவன் நினைவிலிருந்து மீள முடியாமல் அமர்ந்திருந்த என் சிந்தனையை 'சார்! போஸ்ட்' என்ற குரல் கலைத்தது. சுவரில் வந்த கடிதத்தை வாங்கினேன். கடிதத்தைப் பார்த்ததும் எனக்கு ஒரே பதைப்பு! இவ்வளவு கத்தைக் கத்தையாக எனக்கு யார் எழுதி அனுப்பப் போகிறார்கள். அக்கா இவ்வளவு பெரிய கடிதம் எழுத மாட்டாளே! வேறு யாரும் எழுத வாய்ப்பில்லையே! யார்தான் எழுதியிருக்கக் கூடும் என்று அதை அறிந்து கொள்ளும் ஆவலில் கடிதத்தைப் பிரித்தேன்.

'மதிப்பிற்குரிய திரு.சேகருக்கு! ரங்கசாமி வணக்கத்துடன் எழுதிக் கொள்வது!' என்று கடிதம் ஆரம்பிக்கப்பட்டிருந்தது.

'ரங்கசாமியா எனக்குக் கடிதம் எழுதியிருக்கிறான்?' நினைக்கவே ஆச்சரியமாயிருந்தது. என்னுடன் பேசுவதற்கே மறுத்துவிட்ட ரங்கசாமியா? அதுவும் கத்தைக் கத்தையாக. எனக்கு மனம் படபடத்தது. 'சரி! அமைதியாகப் படிக்க வேண்டும்!' என்று மனதை ஆசுவாசப்படுத்திக் கொண்டு படிக்க ஆரம்பித்தேன்.

"நீங்கள் என்னைப் பற்றித் தெரிந்து கொள்ள வேண்டும்! என்று மிகுந்த ஆர்வமாக வந்தீர்கள்! நான் உங்கள் ஆர்வத்தை முறியடித்து விட்டதற்காக முதலில் மன்னித்துவிடவும். நான் இப்போது மிக முக்கியமான ஒரு காரணத்தை முன்னிட்டு இக்கடிதத்தை எழுதுகிறேன்.

சீர்காழிக்குப் பக்கத்திலுள்ள திருமுல்லையில் நான் பெரிய ஜமீன் பரம்பரையில் பிறந்தவன் என்பதை நீங்கள் இங்கு வந்தபோது அறிந்திருப்பீர்கள் என்று நம்புகிறேன். அது உண்மைதான். 'மகாராஜ ராஜஸ்ரீ ஜெய ராஜ நடேச சிவ பூபதி' என்றால் அந்த வட்டாரத்தில்

தெரியாதவர்கள் இருக்க மாட்டார்கள். அவர்தான் என் தந்தை. அவர் சிறந்த ஒழுக்கச் சீலர்! காந்தியவாதி. சுதந்திரப் போராட்டத்தில் காந்தியடிகளோடு நெருங்கிய தொடர்பு கொண்டிருந்தவர். கதராடைதான் எப்போதும் அணிவார். தம்மிடம் வேலை செய்பவர்களை ஒருபோதும் அவர் அடிமைபோல் நடத்தமாட்டார். அவர்களுக்குச் சொந்தமாக ஒரு குடியிருப்புப் பகுதியையே கட்டிக் கொடுத்து இருக்கிறார். அவருக்கு என்னையும் சேர்த்து ஏழு பிள்ளைகள். அதில் நால்வர் பெண்மணிகள். எல்லோரையும் அவர் இருக்கும்போதே கட்டிக் கொடுத்து விட்டார்.

'ஜமீன்தார் என்றால் செல்வத்தில் நிகரற்று விளங்குபவன் மட்டுமல்ல! உள்ளத்தின் உயர் பண்புகளிலும் அவன் நிகரற்றவனாக விளங்க வேண்டும்!' என்பார். 'பணமில்லாதவனை விட பணமுள்ளவன்தான் எப்போதும் பயந்து கொண்டிருக்க வேண்டும். அதைக் காப்பாற்றுவதற்காக அல்ல. அதைப் பாவத்தின் வழியில் செலுத்தாமல் முறையான வழியில் செலவு செய்ய!' என்பார். அவர்தான் எனக்குக் குரு! தெய்வம் எல்லாம். எனக்கு நல்ல பண்புகளை ஊட்டியவர் அவர்தான்! அதனால்தான், என் தந்தையாரின் பண உதவியோடு பி.ஏ. படித்து அறிவிலும் அழகிலும் நிகரற்றவளாக விளங்கிய அம்மாசி என்ற எங்கள் வீட்டில் வேலை செய்த அரிஜனக் கிழவனின் மகள் காத்தாயியை நான் விரும்பினேன். என் விருப்பப்படியே அந்தப் பெண்ணை எனக்கு உற்றார் உறவினர்களின் எதிர்ப்புக்கிடையிலும் தானே தலைமை தாங்கி என் தந்தை திருமணத்தை முடித்து வைத்தார்.

அவருக்கு எல்லா வகையிலும் என் தம்பிகள் நேர்மாறாக விளங்கினர். அவர்கள் எல்லாக் கெட்ட வழிகளிலும் சென்று பணத்தை வாரி வாரி இறைத்தனர். இது என் தந்தைக்கு நீங்கா வேதனையை ஏற்படுத்தியது. அவர் அறிவுரையை அவர்கள் ஏற்பதாய் இல்லை.

ஒரு நாள் என் தம்பி ராஜதுரை மிக அதிகமாகக் குடித்துவிட்டு வந்து, 'டேய்! இது என்ன ஊரா? சேரியாடா? சேரியில இருக்கிறவளையெல்லாம் வீட்டுக்குள்ளே கொண்டாந்து வச்சிகிட்டீங்க!' என்று கத்தினான்.

அந்தச் சொல் என்னையும் என் தந்தையையும் என் மனைவியையும் அம்பாகப் பாய்ந்து வந்து தாக்கியது.

'டேய்! உன் அண்ணியை மரியாதையாய்ப் பேசுடா!' என்றார் என் தந்தை.

'சேரிக்காரிச்சியா எனக்கு அண்ணி! எனக்கு உள்ளதை மரியாதையாய்ப் பிரிச்சிக் குடுத்துடு! இந்தச் சேரி வீட்டில் நான் நுழைய மாட்டேன்!' என்றான்.

மீண்டும் பாதிக்கப்பட்ட என் தந்தை அதற்குமேல் அவனிடம் பேச்சுக் கொடுத்து மரியாதையைக் கெடுத்துக்கொள்ள விரும்பாமல் உள்ளே சென்றுவிட்டார். அன்று இரவெல்லாம் அவர் உறங்காமல் அறையில் குறுக்கும் நெடுக்குமாக நடந்து கொண்டிருந்தார். விளக்கு எரிந்து கொண்டேயிருந்தது.

மறுநாள் காலையிலிருந்து என் தந்தையார் காணப்படவில்லை. அவர் அறையில் உயில் ஒன்று எழுதி வைக்கப்பட்டிருந்தது. அதில் சொத்தின் பெரும்பகுதி எனக்கும் என் மனைவிக்கும், சிறுபகுதி மற்றவர்களுக்குமாய்ப் பிரித்து எழுதப்பட்டிருந்தது. என்னைத் தேட வேண்டாம் என்றும் அதில் இருந்தது. எனினும் என்னால் இயன்றவரை தேடினேன். அவர் கிடைக்கவில்லை.

அவர் வீட்டை விட்டுச் சென்ற பிறகு, என் மனைவி மேல் அதிகச் சொத்து எழுதப்பட்டிருந்ததன் காரணத்தாலும், அவள் சேரியைச் சேர்ந்தவள் என்பதாலும் நான் இல்லாத சமயங்களில் என் தம்பிகள் இருவரும் சேர்ந்து அவளை வீட்டிற்கு வெளியே நிறுத்தி வைப்பது, கழியால் அடிப்பது, கேவலமாகத் திட்டுவது இப்படியாய் அதிகமான கொடுமைகள் செய்து வந்தனர்.

இதையெல்லாம் என் மனைவி அவள்பொருட்டுச் 'சண்டை வேண்டாம்!' என்ற நல்லெண்ணத்தால் என்னிடம் மறைத்து வந்திருக்கிறாள். ஒருநாள் இரவு முழுவதும் நான் இல்லாதபோது சரியான மழையில் அவளை வெளியே நிறுத்தி மரத்தில் கட்டிப்போட்டு இருந்திருக்கின்றனர். நான் காலையில் வந்தபோது அவள் உணர்வின்றி கிடந்தாள். மருத்துவமனையில் சேர்த்தேன். நான்கு நாட்கள் சரியான காய்ச்சல். அந்தக் காய்ச்சலில் அவளுக்கு ஒரு கை கால் விளங்காமல் போய் விட்டது.

அன்றே என் பெயரிலும் அவள் பெயரிலும் இருந்த எல்லாச் சொத்தையும் என் தம்பிகள் பெயருக்கு எழுதி வைத்து விட்டு நாங்கள் வீட்டைவிட்டு வெளியேறினோம். அப்புறம்தான் இந்த விழுப்புரத்திற்குப் பக்கத்திலுள்ள பாக்கத்திற்கு வந்தோம்.

'நான்கைந்து நாட்கள் வேலை கிடைக்கும் வரை பிச்சையெடுத்துச் சாப்பிடுவோம்!' என்றுதான் முதன்முதலில் நான் பிச்சை வாங்க ஆரம்பித்தேன். அப்போது அழும் சில குழந்தைகளின் அழுகையை நிறுத்த, சும்மா கை கால்களை அசைத்து ஆடிக் காட்டினேன். சிரிப்பு உண்டாக்கச் சில வேடிக்கைகள் செய்து காட்டினேன். அப்பழக்கம் தொடரவே பிள்ளைகள் நான் வந்ததும் ஓடிவந்து என்னைச் சுற்றி நின்று கொண்டு, 'டான்ஸ் மாமா! டான்ஸ் ஆடுங்கோ!' என்று மகிழ்வோடு வேண்டினார்கள். நான் அவர்களின் விருப்பத்தை நிறைவேற்றி மகிழச் செய்ய ஆடினேன். இந்த நிலை தொடரத்தொடர அந்த ஊர்க் குழந்தைகள் அனைவருக்கும் நான் அன்பு நிறைந்த ஒரு மகிழ்ச்சிப் பொருளாகி விட்டேன்.

இப்படித்தான் எனக்கும் குழந்தைகளுக்கும் நெருங்கிய தொடர்பு ஏற்பட்டதே தவிர நான் முதலிலேயே திட்டம் போட்டு, லட்சியம் கொள்கை அது இது என்றெல்லாம் ஏற்படுத்திக் கொண்டு அவர்களோடு பழகவில்லை. இதை லட்சியம் என்றும் நான் நினைக்கவில்லை. ஒரு வேளை இதை லட்சியம் என்று நீங்கள் நினைத்துக் கொண்டால் அதற்குச் சமய சந்தர்ப்பங்கள் தான் காரணமே தவிர நான் காரணமில்லை. ஆம்! உண்மையிலே எந்த ஒரு லட்சியவாதியும் தானே தோன்றி விடுவதில்லை. சமய சந்தர்ப்பங்களே ஒருவனை லட்சியவாதியாய் ஆக்குகின்றன.

நான் அவர்களுக்கு வெறும் மகிழ்ச்சியை மட்டும் ஏற்படுத்த ஆட்டம் ஆடிச் சென்றுவிட்டால் அதனால் அவர்களுக்கு ஏதும் பயன் ஏற்படுமா என்று சிந்திக்க ஆரம்பித்தேன். இதை என் மனைவியிடம் கூறியபோது அவளும் இது பற்றிச் சிந்தித்து, 'அவர்களுக்கு மகிழ்ச்சியின் ஊடே சில நல்ல பண்புகளையும் உண்டாக்கவேண்டும். இப்போது உண்டாக்கும் நல்ல பழக்கங்கள் அவர்களுக்கு என்றும் மாறாது - மறையாது.

கட்டடம் பாதிக் கட்டியபிறகு மேலே என்னதான் அழகு வேலை செய்தாலும் கட்டடத்தின் அடிப்படை வலிமையற்றதாக இருந்தால்

அதனால் எந்தப் பயனும் இல்லாமல் நிலையின்றி அழிந்துவிடும். கட்டடத்தின் அடிப்படை வலிமையுள்ளதாய் இருந்தால் அது நிலைத்து நிற்கும். அதைப் போல்தான் குழந்தைகளுக்கு இளமையிலேயே நல்ல பண்புகளை ஏற்படுத்துவது அவர்களின் சிறந்த எதிர்கால வளர்ச்சிக்கு நல்ல வலிமையுள்ள அடிப்படையாகும்' என்று கூறுவாள்.

அதன் விளைவே அவள் எழுதிய பாடல்கள். அதைத்தான் நான் தினமும் அவர்களிடம் பாடிக்காட்டி ஆடினேன்.

வளர்ந்தவர்களிடம் சாதி ஒழிப்பு, கலப்பு மணம், வரதட்சணை, குடி ஒழிப்பு, கல்லாமை போன்ற எல்லாவற்றின் கொடுமையையும் உணரச் செய்வது கட்டப்பட்ட கட்டடத்திற்கு மேலே செய்யும் அழகு வேலையைப் போன்றது. அதனால் வெற்றியும் கிடைக்கலாம்-தோல்வியும் ஏற்படலாம். ஆனால் பெரும்பாலும் தோல்விதான் ஏற்படுகிறது. அதனால் தானே இந்தச் சமூகம் இன்னும் மாறாமல் இருக்கிறது.

எனவே, இதைவிடவும் வளர்நிலையில் இருப்பவர்களிடம் இப்போதே நல்ல எண்ணங்களை, பண்புகளை வளரச் செய்வது எளிமையானது. அப்படிச் செய்துவிட்டால் கட்டடத்திற்குச் சிறந்த அடிப்படை போட்டது போலாகும். அந்த அடிப்படையில் கட்டப்படும் எல்லாக் கட்டடங்களும் என்றும் வலிமையுள்ளதாய் நிலைத்து நிற்கும். எந்தச் சாதி, மத, இன வேறுபாடுகளால் எழும் கொடிய சக்தியாலும் அதை வீழ்த்த முடியாது.

எனவே, இப்போது நாம் செய்ய வேண்டியதெல்லாம் கட்டடத்திற்கு வலிமையான அடிப்படையைப் போடுவது.

ஆம்! வளர இருப்பவர்களுக்கு நல்ல பண்புகளை ஏற்படுத்துவது - நல்ல வித்தானால் செடி பழுதாகுமா? இன்றைய நல்ல குழந்தை நாளைய நல்ல தலைவன் அல்லவா? அவனால் சமூகம் மேலும் வளராதா?

இதையெல்லாம் எண்ணித்தான் நான் அவர்களிடம் மென்மையாக, மேன்மையாக, தன்மையாக, அறிவாகப் பழகினேன். இப்படி நல்ல திசையில் குழந்தைகளைத் திருப்பப் பெற்றோர்களும் முயலவேண்டும். எனினும், எல்லாக் குழந்தைகளையும் ஒரு சேர இணைக்க 'ஊருக்கு ஒருவர்' இருந்தாலே போதுமென்று நான் நினைகிறேன்.

அவர்களோடு உண்மையாகப் பழகிவிட்டால் போதும். அவர்கள் உண்மையானவர்களாய் ஆகி விடுவார்கள். அதன் மூலம் நாம் எதையும் சாதிக்கலாம்.

குழந்தைகள் தெய்வங்கள்! அந்தத் தெய்வங்களுக்கு விருப்பமுள்ளவர்களாக முதலில் நாம் நடந்து கொண்டால் போதும். பின் நாம் விரும்பும் எல்லா நற்பண்புகளையும் அவர்களிடம் நிச்சயம் எதிர்பார்க்கலாம்!

அவர்கள் சிறந்த மலர்கள்! மலர்களில்தான் எத்தனை வகை? ரோஜா, மல்லிகை, தாமரை, சாமந்தி, அல்லி, செண்பகம், முல்லை!- அவர்களிலும் அத்தனை வகை உண்டு. இஞ்சினியர், டாக்டர், விஞ்ஞானி, வக்கீல், கலெக்டர், அரசியல்வாதி, கவிஞர் போன்ற எல்லா மலர்களும் அவர்கள்தான்.

அவர்களிடம் நாம் கற்றுக் கொள்ள வேண்டியவை கொஞ்ச நஞ்சமல்ல!

என் மனைவி இறந்து விட்டபோது 'எப்போதும் எல்லோரும் மகிழ்ச்சியாய் இருக்க வேண்டும்! என்ற, நான் சொல்லிக் கொடுத்த பாடத்தையே அவர்கள் மூலம்தான் கற்று என் துயரத்தை மறந்தேன்.

இதையெல்லாம் நான் முன்பே சொல்லாததற்குக் காரணம், அன்று எனக்கு நீங்கள் சொன்னதுபோல் மிகவும் உடல்நிலை சரியில்லாததே யாகும். உங்களிடம் அன்று நான் பதில் சொன்னபோதே என் மூக்கிலும் வாயிலும் ரத்தம் இருந்தது. அதை உங்களிடமிருந்து மறைக்கவே உங்களிடம் எதுவும் கூறாமல் விரைவாய் அனுப்பினேன். நீங்கள் சென்றவுடனே குடம்குடமாய் ரத்த வாந்தி எடுத்தேன்.

மறுநாள் விழுப்புரம் மருத்துவமனைக்குச் சென்றேன். எனக்கு மிகவும் கொடுமையான தொற்றும் வகையைச் சேர்ந்த எலும்புருக்கி நோயாம். மிகவும் முற்றிவிட்ட நிலையாம். மருத்துவமனையிலே தங்குங்கள் என்றார்கள். இன்னும் இரண்டு நாளில் வந்து தங்குவதாகச் சொல்லிவிட்டு வந்து இறுதியாக எல்லாக் குழந்தைகளையும் பார்த்துவிட்டு வந்து விட்டேன். இக்கடிதம் உங்கள் கையில் கிடைக்கும்போது நான் உயிருடன் இருக்க மாட்டேன்.

இது தொற்றும் வியாதியாய் இல்லையென்றால் இறக்கும்வரை குழந்தைகளோடு இருந்திருப்பேன். தொற்று நோயை அவர்களுக்குத் தொற்றி அவர்களுக்கும் நோய் ஏற்படுத்துவதைவிட இறப்பதே மேல் என்பதால் நான் தற்கொலைக்கு முயன்றுவிட்டேன்.

ஒரு பிச்சைக்காரன் வாழ்க்கை இப்படியிருக்குமா? என்று யாராவது நம்ப மறுத்தால் நான் அவர்களுக்காக வருத்தம்தான் கொள்வேன். தன் மனைவி மக்களுக்குச் சொத்துச் சேர்க்க வேண்டும் என்று நினைக்காமல் தன் வயிற்றுப் பிரச்சனையை மட்டும் நினைக்கின்ற தனியன் ஒருவன் நிச்சயம் மற்றவர்களின் பொதுநலனுக்காக எதையும் செய்யத் தயங்க மாட்டான். நானும் அப்படித்தான் செய்தேன். எனவே இதில் நம்ப மறுப்பதற்கு ஏதுமில்லை. இது முடியக்கூடியதுதான்.

இப்போது நான் எல்லாவற்றையும் விளக்கமாக உங்களுக்குத் தெரிவித்தற்குக் காரணம், நான் இக்கடிதத்தில் முன் சொல்லியுள்ளேனே...' குழந்தைகளை மகிழ்வித்து அவர்களை நன்னெறிப்படுத்த ஊருக்கு ஒருவர் போதும்!' என்று. அந்த ஒருவர் நீங்களாய் இருப்பீர்கள் என்று நான் நம்புவதால் ஆகும். இதனை உங்கள் அக்கா பிள்ளையிடம் முகவரி வாங்கி உங்களுக்கு எழுதுகிறேன்.

"ஊருக்கு ஒருவராய்' நீங்கள் இருப்பீர்கள் என்ற என் நம்பிக்கை வெற்றியடைந்தால் என் உயிரும் உங்களுக்கு நன்றி கூறும்"

இப்படிக்கு
உயிரோடு உங்களிடம் விடைபெறும்
ரங்கசாமி

நான் ஒரு காவியத்தைப் படித்து முடித்து விட்டேன். அதனால் என் கண்கள் நீரில் குளித்துப் புனிதமாயின.

இப்போது எனக்கு எல்லாம் புரிந்து விட்டது! ஆம். என் கடமை உட்பட. அதனால்தான் இதோ என் வேலைக்கு ராஜினாமா எழுதிக் கொடுத்துவிட்டு அந்த ஊருக்குப் புறப்படுகிறேன்.

9

யக்கா

– தெ. குப்புசாமி

''வெண்டக்கா!... கத்தரிக்கா!... தேங்கா!...''

அவளுடைய குரல் கேட்கத் தொடங்கிவிட்டது. கோபம் கோபமாக வந்தது, பங்கஜத்துக்கு.

மணி காலை ஏழு அடித்து ஓய்ந்தது. வாசலுக்கு வந்துவிட்டது, காய்கறிக்கூடை.

''இன்னக்கி அந்தக் காய்கறிக்காரியை உண்டு இல்லைன்னு பாத்துடறதே சரி! என்னவொரு திமிர் அவளுக்கு!...''

''யக்கா! யக்கா! யக்கோவ்!...''

மண்டையைப் பிளந்தது காய்கறிக்காரியின் கத்தல். கோபத்தைக் கூட்டி விழுங்கிக் கொண்டாள், பங்கஜம்.

''காய்கறி வாங்கிட்டுப் பிறகு வச்சிக்கலாம் கச்சேரியை...''

மனதுக்குள் முணகியபடி, வீட்டிலிருந்து வேகமாக வெளிப்பட்டாள்.

''சும்மா கத்தாதே! என்ன காய் இருக்கு? சொல்லு...''

''என்னாக்கா? இன்னக்கி இப்படிப் பொரியற! தேதான் பாக்கறயேக்கா! கூடையில, அம்புட்டும் விக்கிறதுக்குத் தானேக்கா! எடுத்துக்கினு போவியா...''

பங்கஜத்தின் மூக்கு அனல் கக்கியது. தம்பிடித்துக் கோபத்தை அடக்கிக்கொண்டாள்.

"இந்தக் காய்கறிக்காரியின் குலமென்ன?... கோத்திரமென்ன?... தொழிலென்ன?..."

கணவரின் பெயர், பதவிக்குக் கீழே பங்கஜம் இராமநாதன் எம்.ஏ., பி.எட்., டீச்சர் என்ற பெயர்ப்பலகையை ஒரு முறை கம்பீரமாகப் பார்த்துக் கொண்டாள்.

பார்வையைத் தாழ்த்திக் காய்கறிக்காரியைப் பார்த்தாள். கிழிந்த புடவை, பிய்ந்துபோன செருப்பு, வெளுத்துப்போன வளையல், காதிலே மின்னும் பத்து ரூபாய் லோலாக்கு, சிக்குத் தலை, கன்னங்கருப்பு...

"இந்த இலட்சணத்துக்கு நான் அக்காவா? என்ன கொழுப்பு இருக்கும் இவளுக்கு? வாய்க்கு வாய் அக்கா! அக்கா! இவளை...?"

பற்களை நரசநரவென்று கடித்துக் கொண்டாள்.

காய்களை இரண்டு கைகளிலும் ஏந்திக் கொண்டு படியேறினாள்.

"யக்கா! தேங்காய மறந்துட்டுப் போறியேக்கா!" என்று கைநீட்டினாள், காய்கறி.

அந்த வார்த்தை காதை எட்டியதுதான் தாமதம், சூடு தலைக்கேறிவிட்டது, பங்கஜத்துக்கு.

"ஏய்! என்ன சொன்ன?"

கைகளிலிருந்த காய்கள் கூடையை நோக்கிப் பறந்தன.

"யாருடி...? யாருடி...? உனக்கு அக்கா! நீ கெட்ட கேட்டுக்கு உனக்கு நான் அக்காவா?"

"நானும் பொறுத்துப் பொறுத்துப் பாக்கறேன், ரொம்பத்தான் ஓவராப் போறியே... நாயே!

"இன்னும் ஒரு தடவை என்னை அக்கான்னு கூப்பிட்டுப் பாருடி! என்ன நடக்குதுன்னு பார்!"

''என்னம்மா அது சத்தம்?'' என்று கேட்டுக் கொண்டே வெளியே வந்தார், இராமநாதன்.

''பாருங்க இந்தக் காய்கறிக்காரியோட திமிரை... நான் இவளுக்கு அக்காவாம், வாய்க்கு வாய் அக்கா... அக்கான்னு கூப்பிடுறா, சிறுக்கி!'' என்று பொங்கினாள், பங்கஜம்.

நெற்றியைச் சுருக்கியபடித் தலையைச் சொறிந்துகொண்ட இராமநாதன், காய்கறிக்காரியின் பக்கம் திரும்பினார்.

கண்களிலிருந்து தாரை தாரையாகக் கண்ணீர் கொட்டி மாராப்பை நனைக்க, தேம்பித் தேம்பி அழுதபடி நின்றிருந்தாள், அவள்.

''ஐயா!... அக்கான்னு கூப்பிடுறது ஒரு தப்புங்களா?...''

என்றவளை, அங்கிருந்து போய்விடுமாறு அவர் சாடை காட்ட, அவளும் நகர்கிறாள்.

* * *

''இந்த மழை நாளில் ஊர்ப்பயணம் என்றாலே எவ்வளவு எரிச்சலாக இருக்கிறது. போதாக்குறைக்குப் பஸ்ஸில் நெரிசலோ நெரிசல். ரெண்டு காலையும் ஊன்றிக்கூட நிற்க முடியவில்லை.''

மனதுக்குள் முணகினாள், பங்கஜம்.

இராமநாதனோ பஸ்ஸில் முன்புறம் எங்கோ முடங்கிக் கிடந்தார். பின்புறப் படிக்கருகிலிருந்து எவ்வளவுதான் எட்டிப் பார்த்தாலும் அவர் தலை தென்படவில்லை.

அந்த இரவு நேரத்தில், மதுரையில் ஒரு திருமண வரவேற்புக்குச் சென்று திரும்பிக் கொண்டிருந்தார்கள், அவர்கள் இருவரும். தூறல் போட்ட வண்ணமிருந்தது, வானம். கடப்பது எந்த ஊர் என்றே தெரியவில்லை. பங்கஜத்துக்குப் பரிச்சயமில்லாத வழி அது. வழியில் வண்டி மாற வேண்டும் என்று கணவர் சொன்னது, ஞாபகத்தில் இருந்தது.

இப்போது, கன மழை கொட்டத் தொடங்கியது. ஒரு பேருந்து நிலையத்தில் வளைந்து நின்றது, வண்டி.

‘‘ஏம்மா, இறங்கும்மா, சீக்கிரம்!’’

என்ற இராமநாதனின் குரல், நெட்டித் தள்ளிக் கொண்டு இறங்க வைத்தது, பங்கஜத்தை. வேறு ஒரு குடும்பமும் தொடர்ந்து இறங்க, பஸ் புறப்பட்டுவிட்டது.

வீட்டுக்காரர் எங்கே? சுற்றுமுற்றும் பார்க்கிறாள், அவரைக் காணவில்லை.

‘‘நிறுத்துப்பா!.... நிறுத்து! என்று கூவிக் கொண்டே அந்தக் கொட்டும் மழையில் வண்டிக்குப் பின்னால் ஓடுகிறாள்; சகதியில் சறுக்கி விழுகிறாள். எதையும் பொருட்படுத்தாமல் வண்டி வளைந்து சென்று மறைந்துவிடுகிறது.

யார் குரலையோ கேட்டு, மனைவி இறங்கிவிட்டதை அறியாமல் இராமநாதன் அந்த வண்டியில் போய்க் கொண்டிருந்தார்.

முழங்கால் நீரிலும் ஜன நெரிசலிலும் நீந்தி ஒரு கூரையின் கீழே வந்து நின்ற பங்கஜம் தன்னைத்தானே ஒருமுறை பார்த்துக் கொள்கிறாள். மேலெல்லாம் சேறு, புடவை எப்படிக் கிழிந்ததென்று தெரியவில்லை. சறுக்கியதில் செருப்பு அறுந்து போயிருந்தது. கைமுட்டியில் காயம் பட்டு இரத்தம் கசிந்து கொண்டிருந்தது. தலையோ... தலைவிரி கோலமாக, மொத்தத்தில் ஒரு பிச்சைக்காரியைப் போல...

எல்லாருடைய கண்களும் தன்னையே பார்ப்பதாக உணர்ந்தாள்; அழுகை அழுகையாய் வந்தது, அவளுக்கு.

‘‘இது எந்த ஊர்? நான் எப்படிப் போய்ச் சேருவது? பணம் நகையெல்லாம் அவருடைய பெட்டியில். திருட்டுக்குப் பயந்து காதில்கூட ஐம்பது ரூபாய் கம்மல், தெரிந்த அறிந்த முகங்கள் ஏதும் தென்படவில்லை. செல்போனை வேற அதில் வைச்சுத் தொலைச்சுட்டேனே...’’

தலையில் அடித்துக் கொண்டாள்.

அழுகையை அடக்கப் புடவைத் தலைப்பைப் பற்றினால், அதிலும் சேறு. விம்மலை அடக்க முடியாமல் திண்டாடினாள். எல்லாரும் தன்னை ஒரு மாதிரியாகப் பார்த்துவிட்டு ஒதுங்கிப் போனது, அவளுக்கு

அவமானமாக இருந்தது. இந்த நிலையில் யாரிடம் போய் உதவி கேட்பது? வழியில் பார்த்துக் கொள்ளலாமென்று அங்கே சாப்பிடாமல் வந்துவிட்டதால் பசி வேறு வயிற்றைக் கிள்ளியது. குளிரில் உடலும் நடுங்க, நரக வேதனை என்பதை முதன்முதலாக அனுபவித்துக் கொண்டிருந்தாள், பங்கஜம்.

என்ன செய்வதென்று தெரியாத, பித்துப்பிடித்த நிலையில், திடீரென, எங்கிருந்தோ கேட்டது, அந்தத் தேவதையின் குரல். தனக்குப் பரிச்சயமான அக்குரல் தேனாய்ப் பாய்ந்தது, பங்கஜத்தின் காதுகளில்.

''யக்கா! யக்கா! என்னாக்கா... நீ எப்படி இங்கே? யார்கூட வந்த? இது என்னக்கா கோலம்?''

சரமாரியாகப் பரிவு கலந்த வியப்புடன் வினாக்களைத் தொடுத்துக் கொண்டு எதிரில் நின்றாள், காய்கறி.

கண்களில் நீர் பொங்க, கேவியபடி... அவளைக் கட்டிப் பிடித்துக் கொண்டு அழ ஆரம்பித்துவிட்டாள், பங்கஜம்.

நடந்தவற்றைக் கேட்டபின், தொடர்ந்தாள் காய்கறி,

''யக்கா! நீ ஒன்னும் கலங்காதக்கா! இந்த டவுனுக்குப் பக்கத்துலதான் என் சொந்த ஊரு. பொங்கலுக்குப் புதுத்துணி எடுக்க வந்தேங்கா. இது என் அக்காவுக்கு எடுத்த புடவை. இதைக் கட்டிக்க. எனக்குத் துணி எடுக்க பணம் வச்சிருக்கேன். அதை வண்டி செலவுக்கு வச்சிக்கிடலாம். அதுக்கு முந்தி, ஏதாவது சாப்பிடலாம், வாக்கா.''

புதுப்புடைவையோடும், நிறைந்த வயிற்றோடும், கையில் பணத்தோடும் வண்டியில் ஏறினாள், பங்கஜம்.

''யக்கா! பாத்துக்கா! போயிட்டுவாக்கா! டாட்டாக்கா!'' என்று வண்டிக்குப் பின்னாலேயே ஓடிவருகிறாள், காய்கறி.

இப்போது, அவள் சொன்ன ஆயிரத்தெட்டு அக்காவைக் கேட்டு, பங்கஜத்துக்குப் பொங்கிவந்தது... ஆத்திரமா?

இல்லை, 'ஆனந்தக் கண்ணீர்!'

10

தாயைத் தேடி
– எஸ். குமாரகிருஷ்ணன்

'பிரெஞ்சுக் கலாசாரத்தின் பலகணி'யான புதுச்சேரிக் கடற்கரைக் கடல் கன்னியின் அலைக்கரங்கள், கரைக் காதலனைத் தொட்டுத் தழுவிட, ஓயாமல் துடித்துக் கொண்டிருந்தன.

அழகான கல் தூண்கள் சுற்றி நிற்க, நடுவே கம்பீரமாய்க் காந்தி சிலை, அருகிலிருக்கும் சிமெண்ட் கட்டையில், முகத்தில் விரக்தி படிந்தபடி அமர்ந்திருந்தான் சுந்தரம்.

புதிய துறைமுகத்துக்கு அப்பால் கடலின் தாலாட்டில் மிதக்கும் கப்பலோ, அதிலிருந்த சரக்குகளை இறக்கிச் செல்லும் படகுகளோ அவனது கண்ணுக்குத் தெரியவில்லை. மண் அரிப்பைத் தடுப்பதற்கெனக் கரையில் குவிக்கப்பட்டிருக்கும் பெரிய பெரிய கற்களின் மேல் சில ஜோடிகள் நெருக்கமாய்க் கொஞ்சுவதும் அவனது பார்வையில் படவில்லை.

ஆனால், பிரெஞ்சு வீரர்களின் நினைவிடத்திற்கு எதிரே இருக்கும் 'லே கபே'வுக்குள் நுழைந்து கொண்டிருக்கும் பாரிஸ் நகரத்தின் இளம் ஜோடிகளைப் பொறாமையுடன் வெறித்துக் கொண்டிருந்தான்.

சைலன்சர் இல்லாததால், அத்தனை பேரின் கவனத்தையும் இழுத்து, முகம் சுளிக்க வைக்கும்படி உறுமிக்கொண்டு வந்து அவனெதிரே நின்றது, ஒரு ஹீரோ ஹோண்டா, பின் சீட்டில், சொல்தா வீட்டு டீன் ஏஜ் ஒன்று இளமைப் பூரிப்பில், அவன் முதுகை உரசிக்கொண்டு இருந்தது!

"போன்சுவார் மிசியே!" என்று மாலை வணக்கம் சொன்னான், வண்டியிலிருந்தவன்.

சுந்தரம் திரும்பிப் பார்த்தான். கொஞ்சம் முகம் மலர்ந்தது.

"ஹலோ, கமராத்! (நண்பன்) வா, வா! பிரான்சில் இருந்து எப்ப வந்தே?"

"அங்கெல்லாம் ஜூலை, ஆகஸ்டு ரெண்டு மாசம் ஸ்கூலுக்கு வக்கான்ஸ் (விடுமுறை) அதான்... ஜாலியா ஆந்த (இந்தியா) போவணும்னு நெனச்சோம். பிறந்த மண்ணுக்கு வந்துட்டோம்! அது சரி, உனக்கு ஜாப் கிடைச்சிடுத்தா?"

சுந்தரம் நண்பன் ஜான்பாலுவை ஏக்கமாய்ப் பார்த்தான்.

"நீயும் நானும் தாகூர் ஆர்ட்ஸ் காலேஜில் ஒண்ணாய்த் தான் சேர்ந்தோம். ரெண்டு பேரும் கிளாசைக் 'கட்' அடிச்சுட்டு 'நவீனா'வுக்குப் போனோம்! ஆனா, இன்னைக்கு நீயோ பாரிஸ்ல, மெத்ரோவில் போற... என்னைப்பார்! பாண்டிச்சேரியில் முத்தியால் பேட்டையில் ஒரு ஓட்டை சைக்கிள்! அம்மா, ஆறு மாசமாய் ஜிப்மர் ஆஸ்பத்திரியில்..."

"ஏய், சும்மா புலம்பாதே! இதோ பார்.. இவதான் என்னோட ஃபாம் (மனைவி) பேரு மேரி மூன்தார்க்" என்று தன் மனைவியை அறிமுகப்படுத்தினான், ஜான்பாலு.

போகன் வில்லாவாய்க் குலுங்கிச் சிரித்தபடி, "ஹலோ" என்று சகஜமாய்க் கை குலுக்கினாள், மேரி.

"ஜான்... உன்னோட ஒரு முக்கியமான விஷயம் பேசணும்..."

"ரொம்பவும் முக்கியமா?"

"என்னோட வாழ்க்கைப் பிரச்சனை!"

"இப்ப இவளோட 'சர்க்கிள் த பொந்திச்சேரி" போறேன். நாளைக்குக் காலையில் 'ஆரோவில்' அழைச்சிக்கிட்டுப் போறதா பிராமிஸ் பண்ணிட்டேன்!... ம்... சாயந்தரம் துய்ப்ளே வீதி 'இண்டியன் காபி ஹவுஸ்' வர்றியா?"

"அங்க முன்ன மாதிரி சிகரெட் பிடிக்க முடியாது!"

“அப்போ... கவர்னர் மாளிகைக்கு எதிரே-ஆயிமண்டபம் பக்கத்துல-பார்க் பெஞ்சுல உட்கார்ந்திரு. சரியா ஏழு மணிக்கெல்லாம் வந்துடறேன்” என்றவன், அவசரமாக ஹோண்டாவைக் கிளப்பினான்.

இன்னும் சில சிறுவர்கள் போட்டி போட்டுக் கொண்டு, விதம் விதமான கிளிஞ்சல்களைப் பொறுக்கிக் கொண்டிருந்தனர்.

இளைஞர்கள் சிலர், தங்கள் காலணியை அலைகளில் வீசியெறிந்து விளையாடிக் கொண்டு இருந்தனர்.

சுந்தரம், இப்போது பயன்படுத்தப்படாத பழைய கலங்கரை விளக்கத்தைப் பார்த்தபடி சேன்ந்தாழ் வீதிக்குப் புறப்பட்டான்.

வீட்டுக்குள் நுழைந்ததுமே, அப்பா பிடித்துக் கொண்டார். “ஏண்டா! வீட்டுக்கு நீ மூத்த பையன்... தண்டச்சோறு தின்னுட்டுத் தினம் இப்படி நாலு புல்வாரையும் சுத்திட்டு வந்தா, குடும்பம் உருப்படுமா?” லேட்டாக வேலை கிடைத்துச் சீக்கிரமே ரிடையர்டு ஆகிவிட்டதால் ஏற்படும் எரிச்சல்!

அடுத்தது அம்மா “சுந்தரம்! வயசுக்கு வந்து நிக்குற உன் ரெண்டு தங்கச்சியையும் நான் எப்படித்தான் கரை சேர்ப்பேனோ? யார் காலில் விழுந்தாவது ஒரு வேலையைத் தேடிக்கக் கூடாதா?”

“கிடைக்கும்! எப்படி வேலை கிடைக்கும்? அதான் மத்த ஊர்க்காரங்க எல்லாம் இங்க வந்து பொழைக்க ஆரம்பிச்சுட்டாங்களே! இப்ப, இந்தப் புதுச்சேரியில பொறந்து வளர்ந்தவங்க, பீச்சுல சுண்டல் விக்க வேண்டியிருக்கு!” விசாலப் பார்வையால் விழுங்கு மக்களை’ என்று பாடிய பாரதிதாசன் பிறந்த ஊரில், மண்ணின் மைந்தரான தாத்தாவின் புலம்பல்!

எல்லாவற்றையும் ‘வழக்கம் போல்’ கேட்டுக் கொண்டே சாப்பிடப் பிடிக்காமல் படுக்கையில் விழுந்தான், சுந்தரம்.

மறுநாள் மாலை நண்பன் ஜான்பாலு, தன் வாழ்க்கைக்கு ஒரு வழி காட்டுவான் என்ற நம்பிக்கையுடன் சட்டசபைக்கு எதிரே இருக்கும் பாரதிப் பூங்காவுக்குச் சென்றான் சுந்தரம்.

அவனுக்கும் முன்பே ஜான்பாலு உட்கார்ந்திருந்தான்!

"ஜான்'! வர்ற வழியில் ஒரு மரண ஊர்வலம்... நம்ம ஊர் வழக்கப்படி, சைக்கிளை விட்டுக் கீழே இறங்கி, மரியாதை செய்துட்டு வந்தேன். அதான் லேட்..."

"அதிருக்கட்டும்! இங்கே இருக்கிற சொல்தாங்க பத்தாயிரம், இருபதாயிரம்னு பிரெஞ்சுப் பென்ஷன் வாங்குறதுக்கே நீ ஆச்சரியப்படுறியே... பிரான்சில் என் வாழ்க்கை எப்படின்னு சொல்லட்டுமா? எனக்குன்னு சொந்தமா ஒரு அப்பார்த்மா (அப்பார்ட்மெண்ட) இருக்கு!"

"நாங்க வாடகை வீடுதான்!"

"அட! இதைக் கேளுஞ்.சொந்தமா கார் இருக்கு, 'கனால் ப்புளிஸ்' வசதியோட டி.வி. இருக்கு. செக்ஸ் படம் வரும்! உலக நாடுகளின் சினிமாக்கள் ஓடிக்கொண்டே இருக்கும். போரடிச்சா 'புவாத் து நுய்' போவேன்!"

"அப்படின்னா!"

"இரவு நேர நடனங்கள் நடக்கிற இடம்! 'முலந் து பரி' பார்ப்பேன்! ஆணும் பெண்ணும் மேல் உடையில்லாமல் சேர்ந்து ஆட்டம் ஆடுவாங்க!"

"அநியாயமா இருக்கே!" என்றான், சுந்தரம்.

"இதுல தப்பே இல்ல! நாட்டுக்கு நாடு கலாச்சாரம் மாறுது! 'பேன்ந் து சொலை'ன்னா என்ன தெரியுமா? சூரியக் குளியல்! உடம்பு பூராவும் எண்ணெய் பூசிக்கிட்டு, வெறும் ஜட்டியோட புல் தரையில் படுத்துக் கிடப்பாங்க! இதையெல்லாம் நின்னு முறைச்சிப் பார்க்காம போகணும்!"

நண்பன் கூறக் கூற, சுந்தரத்திற்குக் கற்பனைச் சிறகுகள் முளைத்துப் பாரிஸ் நோக்கிப் பறக்கத் தொடங்கினான்.

"உன் குடும்பப் பிரச்சினை தீரணும்னா. உன் வறுமை ஒழியணும்னா, அதுக்கு ஒரு வழி இருக்கு"

"கமராத், சொல்லு! சீக்கிரம் சொல்லு! நான் என்ன பண்ணனும்?"

“உடனே ‘அலியான்ஸ் பிரான்சே’வில் சேர்ந்துக்க.. கஷ்டப் பட்டாவது பிரெஞ்சு கத்துக்க, பிரெஞ்சுக் குடியுரிமை இருக்கிற பெண்ண தேடி ஓடு! அவ கருப்பா, சிவப்பா, அழகா, அசிங்கமான்னு ஆராய்ச்சிப் பண்ணாதே! ஜாதி, மதமெல்லாம் பணத்துக்கு விரோதி! சட்டுன்னு அவளைக் கல்யாணம் பண்ணிக்க! அப்புறம் ஒரே வருஷத்தில் நீயும் என்னை மாதிரி ஒரு ‘ப்ரொனேன்’ (பட்டப்பெயர்) வச்சுக்கிட்டு, மாசம் அஞ்சாயிரம் பிரான்க் சம்பாதிக்கலாம்!”

குளிர் தேசத்தின் நதிக்கு அடியில் செல்லும் மின்சார ரயிலான மெத்ரோவில், தன் புது மனைவியுடன் பயணிப்பது போலவும், பாண்டிச்சேரியிலிருக்கும் பெற்றோருக்கும் கணிசமாய்ப் பணம் அனுப்புவது போலவும் அப்போதே கனவுலகில் மிதந்தான், சுந்தரம்.

“மெர்சி (நன்றி) நண்பா!” என்றபடி அவனது பதிலுக்குக் கூடக் காத்திராமல் வீட்டுக்கு வேகமாய் ஓடினான்...

நேற்று நடந்தது போல் இருக்கிறது - பாரிஸ் வந்து எட்டு மாதங்கள் ஓட்டிவிட்டான்! இன்னும் ராபர்ட்(!) சுந்தரத்துக்கு வேலை கிடைக்கவில்லை! ஒப்பித்தாலில் (மருத்துவமனை) வாங்கி விடலாம் என்ற நம்பிக்கை இருந்தது.

ஆனால், சுந்தரத்தின் கனவுக் கோட்டையை அவனது மனைவியே வார்த்தை உளியால் கொஞ்சம் கொஞ்சமாய் உடைத்துக் கொண்டிருந்தாள்!

“ஜாதி மதம் பார்க்க வேணாம்னு சொன்னேன் தான்... ஆனா, குண நலன் பார்க்க வேணாம்னு சொல்லலியே!’ என்று நண்பன் ஜான்பாலு கேட்பது போல் இருந்தது.

“கல்யாணத்துக்கு முன்னால் பாண்டிச்சேரியைத் தவிர வேற ஊருக்குப் போனதுண்டா? இந்த உல்லாச ஊருக்கு, என்னைக் கட்டிக் கொண்டதால் தானே வர முடிஞ்சது!” என்று ஒருநாள் பெருமை பேசினாள். சுந்தரம் சாதாரணமாக எடுத்துக் கொண்டான்.

“பாண்டி பீச்சில் பத்துப் பைசாவுக்கு வழியில்லாம உட்கார்ந்து கிடந்த நீங்க, பாரிஸ்ல ஆயிரக்கணக்கில் சம்பாதிக்கப் போறது என்னோட தயவால்தான்!” என்று வேறொரு நாள் கிண்டல் செய்தாள்.

இதையும் பெரிது படுத்தாமல் பொறுத்துக் கொண்டான், சுந்தரம்

"வெரிகுட்! புதுச்சேரியில 'டெம்போ'வில் உட்கார்ந்து கிட்டுப் போன நீங்க, இப்ப எங்க கான்டெசா காரை ஓட்டக் கத்துகிட்டிங்களே... சபாஷ்!" என்று அவனது ஏழ்மையை இன்னொரு நாள் குத்திக் காட்டினாள்!

எல்லாவற்றையும் சகித்துக் கொண்டே வந்தவனுக்கு, அன்று நடந்தது, உண்மையை உணர்த்தியது.

"சரிதான்! பத்து மாசம் ஆயிட்டது! இன்னும் உங்களுக்கு வேலை கிடைக்கலை... எங்க'பப்பா'வுக்குப் புத்திகெட்டுப் போச்சு! உங்களைவிட நல்ல மாப்பிள்ளையே அவர் கண்ணுல படாம போச்சு! சரி, விடுங்க... ஒரு அனாதைக்கு ஆதரவு கொடுத்தோம்னு நினைச்சிக்கிறேன்!"

'பளார்!'

கன்னத்தைத் தடவிக் கொண்டவள், கோபத்தில் குதித்தாள். "நான் சொன்னதிலே என்ன தப்பு? என்னை மரியாஷ் பண்ணிக்கலைன்னா, உன் கதி என்ன ஆகியிருக்கும்!"

'உன்' கதி!

ஆண்மை அவமானப்பட்டுத் துடிக்க, மானம் மரியாதை எல்லாம் ஒரு வினாடி நேரத்தில் காற்றில் கலந்து பறக்க...

'அடடா! பக்தி மணம் கமழும் மணக்குள விநாயகர் ஆலயம்! கம்பீரமான புனித ஜென்மராக்கினி மாதா கோவில்! அமைதியான அரவிந்தர் ஆசிரமம்... குயிலோசை கேட்கின்ற சித்தானந்த சுவாமி கோயில்... எல்லாவற்றுக்கும் மேலாக, மூன்று வேளை போடுகின்ற சோற்றைச் சொல்லிக் காட்டாத பெற்ற தாய்! அடடா! ஒரு தாயைப் போல இருக்கும் என் இனிய தேசத்தை விட்டு விட்டு வந்தேனே...'

மறுநாள்... பாரதம் நோக்கிப் பறந்து கொண்டு இருந்த ஏர் இந்தியா பயணிகளில், சுந்தரமும் ஒருவனாக இருந்தான்!

11

ஒளியை நோக்கி

– சு. சங்கர்

பாப்பாத்திக்குப் 'பகீர்'' என்றானது. உடல் முழுக்க வியர்க்க ஆரம்பித்தது. தன் கையில் வைத்திருந்த 'டீ கிளாஸை'ப் பிடிக்கக் கூடச் சக்தியின்றிக் கீழே வைத்துவிட்டாள்.

திரட்சியுடன் அவளது கண்கள் அங்கும் இங்கும் அலைபாய்ந்தன. காசியம்மாளைக் காணவில்லை. அவளை உட்கார வைத்துவிட்டுப் போன சீட்டில் வேறு யாரோ ஒரு பெண் உட்கார்ந்திருந்தாள்.

"ஏங்க, இங்க சிவப்பா ஒரு பொண்ணு உட்கார்ந்திருச்சே பாத்தீங்களா?"

"பொண்ணா? இல்லியே! நான் பஸ்ல ஏறும்போது பஸ்ஸே காலியாத்தானே இருந்தது. நான் தான் முதல் ஆளா வந்து உட்கார்ந்தேன்!" என்றாள் அந்தப் பெண்மணி.

"அப்படின்னா காசியம்மா எங்க போயிருப்பா? கீழே இறங்கி போயி என்னைக் காணாம எங்கியாவுது தேடறாளா?" தன்னைத் தானே கேள்வி கேட்டுக் கொண்டாள் பாப்பாத்தி. பதட்டத்தோடு பஸ்ஸை விட்டுக் கீழே இறங்கினாள்.

"அய்யோ கடவுளே! ஊர் பேர் கூடச் சரியாச் சொல்ல வராதே! எங்கே போயிருப்பாள்?" பாப்பாத்தி புலம்ப ஆரம்பித்தாள்.

எதிர்க்கடையில் இருந்து சில்லரையை வாங்கிக்கொண்டு திரும்பிய கண்டக்டர் அவள் கண்ணில் பட்டார்.

"அய்யா, கண்டக்டர் சாரு! எம் மவள பாத்தியா?"

"என்னது... உம்மவளா? யாரு உம் மவ?"

"இந்த பஸ்லயா? உம் மவள இதுல உட்கார வச்சிட்டு நீ எங்க போயி வர்ர?,"

"அதோ அந்த ரோட்டுக் கடையிலிருந்து, புள்ளைக்கி ஒரு டீ வாங்கியாரப் போனேன்?"

"ரோட்டத் தாண்டிப் போயி வந்தியா? நீ சொல்றத பாத்தா பத்து நிமிஷத்துக்கு மேலே ஆகியிருக்கனுமே!"

"அப்படின்னா?"

பாப்பாத்தி புரியாமல் கேட்டாள்

"இந்த பஸ் இங்க வந்து நின்னே அஞ்சு நிமிஷம் கூட ஆகலியம்மா" குழப்பத்தோடு கண்டக்டர் சொன்னார்.

"இல்லியே! நீ கூட இதே எடத்துல நின்னுக்கிட்டு 'விழுப்புரம் விழுப்புரம்'னு சத்தம் போட்டு கூப்படல!"

"சரிதான் போ உனக்குக் காக்கி சட்டை போட்ட எல்லோருமே ஒரே மாதிரி தெரியறாங்களா? நானு வேல பாக்கறது திண்டிவனம் போகற வண்டியில! இதுல இல்ல"

"அப்படின்னா, என்னா சாரு சொல்ற நீ?" குழப்பத்தோடு பாப்பாத்தி கேட்டாள்.

கண்டக்டர் லேசாக ஒரு சிரிப்புச் சிரித்துவிட்டுப் பக்கத்தில் நின்றிருந்த ஒரு முப்பத்தைந்து வயதுக்காரரிடம் சொன்னார்,

"இப்படித்தாங்க. ஊர் பேருகூடப் படிக்கத் தெரியறதில்ல. எந்த வண்டியிலாவது ஏறி உட்கார்ந்துக்க வேண்டியது. டிக்கட் போடும்போது தான் போக வேண்டிய ஊரைச் சொல்லி நம்ம உயிரை வாங்க வேண்டியது. இது மாதிரி கேஸ் எல்லாம்..."

கண்டக்டர் பேசியதெல்லாம் பாப்பாத்தியின் காதுகளில் விழவில்லை.

மறுபடியும் பஸ்ஸுக்குள் ஏறினாள். முதல் சீட்டில் உட்கார்ந்திருந்தவரிடம் கேட்டாள்.

“அய்யா, இது விழுப்புரம் போற பஸ்தானே,”

“ஆமாம்மா, விழுப்புரம் தான் போவுது. நீ எங்க போவப் போற?”

கேள்விக்கு மறு கேள்வி கேட்டார் அந்த மனிதர்.

“நானு எங்க போவப் போறேன். எம் மவள கண்டுபிடிக்கலன்னா எமலோகம்தான் போவணும். அய்யா நானு எம் மவள தேடறேனுங்க” பாப்பாத்தி பரிதாபமாகச் சொன்னாள்.

பதில் சொன்னபடியே கீழே இறங்கியபோது தான் கவனித்தாள் பஸ்ஸின் பின்பக்கக் கண்ணாடியில் பெரிய அளவில் வரையப்பட்டிருந்த புலி படத்தைக் காணோமே..

காசியம்மாள் கூடச் சொன்னாளே, “அம்மா, அம்மா அந்தப் புலி பஸ்ல ஏறலாம்னு” தனக்குள்ளே பேசிக் கொண்டாள் பாப்பாத்தி.

“அப்படின்னா, இது வேற பஸ்தானா!” பாப்பாத்திக்கு தலை சுற்ற ஆரம்பித்தது.

தட்டுத் தடுமாறி அருகில் இருந்த பெரிய தூணில் சாய்ந்து நின்றாள். அவளுக்குப் பக்கத்தில் நின்றிருந்த பெரியவர் கேட்டார்.

“ஏம்மா என்ன தேடற?, நானும் அரைமணி நேரமா பாத்துக்கிட்டுத்தான் இருக்கறேன். பஸ்ல ஏறதும் இறங்கறதுமா இருக்கற!”

“எம் மவள காணாம தேடறேனுங்க. அவளையும் காணல. அவள உட்கார வச்சிட்டுப் போன பஸ்ஸையும் காணலிங்க”

“அடடா, இதுக்கு முந்தி போன வண்டியா! அது இந்நேரம் சுல்தான் பேட்டையைத் தாண்டி இருக்குமே! போச்சி போ! நீ இப்ப வந்து தேடறியம்மா”

தன் பேச்சைக்கூட முடிக்காமல், அவர் போக வேண்டிய ஊருக்கான பஸ் வந்துவிடவே விருட்டென்று ஓடி மறைந்தார். பாப்பாத்தியின் கைகால்கள் உதற ஆரம்பித்தன. இதயம் படபடத்தது.

"ஆசையா பெத்து வளர்த்த பொம்பளைப் புள்ளைய இன்னொருத்தர் வீட்டுக்கு வேலைக்காரியா கொண்டு போயி விட்டுட்டு வரலாம்னு முடிவு எடுத்தேனே! எவ்வளவு பெரிய பாவம்! அதுக்குத்தான் இந்தத் தண்டனையா?" மனதுக்குள் பேசிப் புழுங்கினாள்.

தன் கணவனை மனதாரச் சபித்தாள்.

"பாவி... குடிகாரப் பாவி... நீ சரியா இருந்தீன்னா, எனக்கு ஏன் இந்த நிலைமை வரப்போவுது! நானு ஏன் என் கண்மணிய இன்னொருத்தனோட வீட்டுக்கு வேலைக்கி அனுப்பப் போறேன்! தினமும் குடிச்சிட்டு வந்து பொண்டாட்டின்னு பாத்தியா?, வயசுக்கு வந்த பொண்ணுன்னு பாத்தியா? அடிச்சிச் சித்ரவதை பண்ணி உயிரோட கொன்னு வெறியாட்டம் போட்டியே! அதத்தாங்க முடியாமத் தானே நானு இந்த முடிவுக்கு வந்தேன்...! எழுதப் படிக்கத் தெரியாத நாயி நான்.. எந்த வண்டியில உட்கார வச்சிட்டுப் போனேனோ என் புள்ளைய தெரியலியே...!"

வாய்விட்டுப் புலம்பினாள்.

அந்த பஸ்ஸும் நகர ஆரம்பித்தது. ஏதோ வாழ்க்கையே வெறுமை ஆனது போல் உணர்ந்த அவளுக்கு இப்போது பக்கத்து வீட்டு அமாவாசை மேல் கோபம் வந்தது.

அவன்தானே சொன்னான்...

'விழுப்புரத்துல இந்த அட்ரஸ்ல இருக்கற பேங்க் மேனேஜர் வீட்டு வேலைக்கி ஆள் வேணுமாம். எத்தனை நாளுக்குத்தான் உம் மவ உன்னோட புருஷன் கிட்ட அடிவாங்கிச் சாவா? அடி உதையெல்லாம் உன்னோட போவட்டும். அவளாவது நல்லா இருக்கட்டும்.. மூணு வேளை சாப்பாடு, தங்கறதுக்கு இடம், துணிமணி, எப்பவாவது படம் பாத்துக்கலாம். வீட்டில டி.வி. இருக்குது" என்னல்லாம் சொன்னான்!'

ஊழ்வினை தரும் வேதனை அவன் உருவத்தில் வந்ததாக எண்ணி வருந்தினாள்.

"ஏம்மா..த..அப்பிடித்தள்ளி நில்லு. பெருக்கந்தான, எதியோ பறிகுடுத்த மாதிரி மிரண்டு போயி நிக்கறியே!"

புதிதாக ஒரு குரல் கேட்டுப் பாப்பாத்தி சிந்தனை களைந்து திரும்பிப் பார்த்தாள். கையிலே துடைப்பத்தோடு ஒரு பெண் நின்றிருந்தாள். பஸ் ஸ்டேண்டைப் பெருக்குபவள்.

தலைமுடியெல்லாம் கலைந்திருந்தது. கிழிந்து போன புடவையோடு அழுக்குப்படிந்த உடலோடு அவள் இருந்தாள்.

அவளையே உற்றுப் பார்த்தாள் பாப்பாத்தி.

“அய்ய... நவுரு.. அப்பிடி..” என்றாள் அந்தத் துடைப்பக்காரி.

அவளுடைய பாஷையே பாப்பாத்திக்குப் புதுமையாக இருந்தது.

‘நானு பேசறதே, பரவாயில்ல போலிருக்குதே’ எண்ணிக் கொண்டே அனிச்சைச் செயலாய்ச் சற்று நகர்ந்தாள் பாப்பாத்தி.

அப்போதுதான் கவனித்தாள். தொலைவிலிருந்து சிறுமி ஒருத்தி ஓடிவந்து கொண்டிருந்தாள். பஸ் ஸ்டேண்டைப் பெருக்கிக் கொண்டிருந்தவளிடம் தான் அவள் வந்து நின்றாள்.

பத்து வயது இருக்கும் அழகான முகம். பளிச்சென்ற உடை, ஷு, டை என மிகவும் நேர்த்தியாக இருந்தாள்.

“அம்மா, நான் ஸ்கூலுக்குப் போறேன். டைம் ஆயிடுத்து” சிறுமி சொன்னாள்.

“போய் வாடி கண்ணு... நல்லா படி” என்றாள் பெருக்கிக் கொண்டிருந்தவள்.

தன் இடுப்பிலிருந்து இரண்டு ரூபாய் நாணயம் ஒன்றை எடுத்து, சிறுமியிடம் நீட்டினாள்.

“தேங்க் யூ குட் மம்மி” என்று சொல்லிவிட்டு அவளது தாயின் கன்னத்தைச் செல்லமாகத் தட்டிய அந்த ‘யூனிஃபார்ம்’ முயல் துள்ளிக் குதித்து ஓடியது. அருகிலிருந்து இதைக் கவனித்துக் கொண்டிருந்த பாப்பாத்தி அப்படியே உருகிப் போனாள்.

கட்டுப்பாட்டை மீறிக் கண்களிலிருந்து வழிந்தோடிய கண்ணீரைத் துடைத்துவிட்டு,

“ஏம்மா, இது உன் மவளா?” என்றாள்.

பெருக்குவதை நிறுத்திவிட்டு அவள் நிமிர்ந்தாள்.

“ஆமாம் என்ன தாயி.. ஆச்சரியமா இருக்குதா? அவ எம் பொண்ணுதான். கான்வெண்ட்டுல அஞ்சாவுது படிக்கிறா. உம்.. நானுதான் படிக்காத நாயி.. வேற வழியில்லாம ஒரு குடிகாரன கட்டிக்கினு அவஸ்தைப்படறேன். என் கஷ்டம் என்னோட போவட்டும்..ம்.. என் மவளாவுது நல்லாயிருக்கனும்னுதான் கஷ்டத்திலேயும் உயிரையே குடுத்து இவள படிக்க வைக்கிறேன். நம்ப மாட்ட நீ.. எம் புருஷன்காரன் வுட்டானா என்னை! நான் உறுதியா சொல்லிட்டேனே...’ இதோ பாரு, எம் மவ படிப்பு விஷயத்தில மட்டும் நீ தலையிட்டேன்னா.. அப்பறம் நானு அவள கூட்டிக்கினு எங்கியாவது போயிடுவேன். இல்லாட்டி இங்கியே கவுத்துல தொங்கிடுவேன்’னு தலைக்கு மேலயிருக்கற உத்தரத்தைக் காட்டுவேன். உடனே அந்த ஆளு மிரண்டு போயிடுமில்ல.. இதப்போல சொல்லிச் சொல்லியே அத மிரட்டி வச்சிருக்கேன். அதுவும் பாவம்... என்னை வுட்டா அந்த ஆளு வேற எங்கதான் போவும்!... படிஞ்சிடும்...”

ஆச்சரியத்தோடு அவளையே பார்த்துக் கொண்டிருந்த பாப்பாத்தி எதுவும் பேசவில்லை.

“ஒண்ணு தெரியுமா, எம்மவ இங்கிலீஷ்ல பேசுவா பாரு, அடடா இன்னிக்கெல்லாம் கேட்டுக்கினே இருக்கலாம் போ. க்ளாஸ்லயே அவதான் ஃபர்ஸ்ட் தெரியுமா? பள்ளிக்கூடத்துல நடந்ததெல்லாம் தினமும் வந்து சாயந்திரத்துல சொல்லுவா பாரு. நானு அப்படியே உட்கார்ந்து ரசிச்சிக்கினே இருப்பேன். அந்த மனுஷனும் தான். அந்தச் சுகமே தனி தெரியுமா?”

அவளே தொடர்ந்து பேசினாள்.

“உம் அத வுடு நம்ம வேலய பார்ப்போம்” மீண்டும் அவள் குனிந்து பெருக்கத் தொடங்கினாள்.

பாப்பாத்தி மீண்டும் தனித்து விடப்பட்டாள். அவளுக்கு நெஞ்சு கனத்தது. உதடுகள் துடித்தன. தன்னுடைய இயலாமையை நினைத்துப் பார்த்தாள்.

“காசியம்மா, நாலாவது படிக்கும் போதே அவளோட படிப்ப நிறுத்தனும்னு கட்டாயப்படுத்தி உள்ளூர் பேஸ்ட் கம்பெனியிலே வேலைக்கி அனுப்பி வச்சானே, எம் புருஷன், அப்பகூட என்னால செய்யமுடியலியே! சும்மா ஒரு பேச்சுக்கு மறுத்தப்பா, மாடாட்டம் போட்டு உதச்சி கலாட்டா பண்ணி அவளோட புஸ்தகமெல்லாம் தூக்கி அடுப்புல போட்டானே அப்பவும் எதுவும் என்னால பண்ண முடியலியே! எம் மவ மட்டும் பள்ளிக்கூடம் போயிருந்தா இந்நேரம் ஏழாங்கிளாஸ்ல இல்ல இருந்திருப்பா!”

தனக்குத்தானே பேசிக் கொண்டே அங்கிருந்த தூணில் சரிந்து உட்கார்ந்தாள்.

“இந்தப் பெருக்கற பொம்பளக்கி இருக்கற உறுதி கூட எனக்கு இல்லாம போயிடுச்சே... கடவுளே!” அப்போதுதான் அவளுக்கு நினைவுக்கு வந்தது.

உள்ளூர்ப் பள்ளிக்கூட வாத்தியார் ஆனந்தன், வீட்டுக்கே வந்து எத்தன தடைவ காசியாம்மாளைப் பள்ளிக்கூடம் அனுப்பச் சொல்லி கூப்பிட்டிருக்கிறார். அப்போது கூட அலட்சியப்படுத்திவிட்டுப் பாப்பாத்தியை நாலு காசு சம்பாதிக்கத் தானே பயன்படுத்திக் கொண்டாள். இன்றும் கூட நாலு காசுக்கு ஆசைப்பட்டுத் தானே வீட்டு வேலைக்கு அவளை அனுப்பத் தயாரானாள். ஆனால்... இப்போது ஒரு முடிவுக்கு வந்தாள்.

“தாயே... அங்காளம்மா... என் மவள எப்பிடியாவுது கொண்டாந்து எங்கிட்ட சேத்துடும்மா..”

கால்களை மடக்கி உட்கார்ந்து முகம் புதைத்துக் கொண்டு அழுதாள். சில நிமிடங்கள் உணர்வுகளை இழந்து அமைதியாக இருந்தாள். அவள் தன்னை மறந்திருந்த வேளையில் திடீரென, இரண்டு பிஞ்சுக் கரங்கள் அவளது தோளைத் தொடுவதை உணர்ந்தாள். நிமிர்ந்து பார்த்தாள். அங்கே...

காசியம்மாள் கண்கள் இரண்டும் குளமாக நின்று கொண்டிருந்தாள். ஆயிரம் வாட் பல்பின் பிரகாசம் பாப்பாத்தியின் முகத்தில் பளிச்சிட்டது. தன் மகளை வாரி அணைத்துக் கொண்டு முத்தமிட்டாள் ஆசை தீர!

“தாயே என்னைப் பெத்த ஆத்தா! என்னைத் தவிக்க விட்டுட்டு எங்கேடி போன? உன்னப் பிரிஞ்சி என்னால இருக்க முடியாதுடி கண்ணு. என்ன மன்னிச்சிடுடா. ஐயோ.. இந்தப் பாவிக்கு மன்னிப்பே கிடையாது. உன் பிஞ்சுக் காலாலியே என்ன எட்டி உதடி உத... அப்பத்தான் இந்த நாயிக்கிப் புத்தி வரும்” பித்துப்பிடித்தவள் போல் பாப்பாத்தி உளறினாள்.

காசியம்மாள் தன் தாயை வினோதமாகப் பார்த்தாள்.

“அம்மா, நீ எங்க போனேம்மா? பஸ் நவுந்தப்ப அய்யோ பஸ்ஸ நிறுத்துங்க பஸ்ஸ நிறுத்துங்க... எங்கம்மா இன்னும் வரல... எங்கம்மாவைக் காணோம்’னு சொல்லி, ‘அம்மா... அம்மா”ன்னு பஸ்ஸுக்கு வெளியே எட்டிப் பார்த்துச் சத்தமா கத்தி அழுதனா, ‘சரியான சாவுக் கிராக்கி’ன்னு திட்டின கண்டக்டரு. பஸ் ஸ்டேண்ட் தாண்டிப் போயி என்னைக் கீழே எறக்கி வுட்டுட்டுப் போயிட்டார்மா. நானு, ‘அம்மா அம்மா’ன்னு அழுதுக்கினே, பொறுமையா நடந்து வந்துட்டம்மா”

காசியம்மா பேசப் பேசப் பாப்பாத்தியின் கண்களில் ஆறாக ஓடியது கண்ணீர். விசும்பலுக்கிடையே எப்படியோ தன்னைத் தேற்றிக் கொண்டு “எப்படியோ வந்து சேர்ந்துட்டியே தாயே! அதுவே போதும்டா எனக்கு” என்றாள்.

“இப்ப வாம்மா, விழுப்புரம் போவனும்னு சொன்னியே போவலாம். எனக்காக எதுவுமே வாங்கப் போவாதம்மா, எங்கூடவே இரும்மா”. காசியம்மாள் பேசியது பாப்பத்தியைத் தீயாகச் சுட்டது.

“இல்லடா கண்ணு இப்ப நாம விழுப்புரம் போவலடா, நேரா வீட்டுக்குப் போறோம். அது மட்டும் இல்ல. நீ இனிமே பள்ளிக்கூடம் போவப் போறடா... படிக்கப் போற. வா, வாத்தியார் கால்ல கைல வுழுந்து கெஞ்சி.... இப்பல்லன்னாலும் அடுத்த வருஷமாவுது உன்ன பள்ளிக்கூடத்துல சேத்துடறேன். அதுவரைக்கும் சாயந்திர பள்ளிக்கூடத்துல சேத்து வுட்டுடறேன். உங்கப்பன் தடுத்தான்னா இனிமே நானு பாத்துக்கறேன்.. வா”

வேகமாக எழுந்த பாப்பாத்தி, தன் மகளுடைய கையைப் பிடித்தபடி கம்பீரமாக நடந்தாள்...

12

மணமகள் யாரோ?

— மு. சாயபு மரைக்காயர்

"அறிமுகமில்லாத ஓர் ஆம்பிளை முன்னாலே, எங்களை அலங்கரிச்சுட்டு வந்து நிற்கச் சொல்றியே! ஏம்மா! நீ நடத்தப் போறது கல்யாணமா அல்லது வியாபாரமா?"

காமிலா சற்றுக் கடுமையாகவே கேட்டாள். ஜமிலாவும், ஷகீலாவும் கூட அதே கேள்விக்குப் பதிலை எதிர்பார்ப்பது போல ஆமினாவை உற்றுப் பார்த்தனர்.

மகளின் அந்தக் கேள்விக்குப் பதில் சொல்ல முடியாத ஆமினாவின் கண்களில் ஈரம் பளபளத்தது.

"சந்தையிலே ஆடு மாடுகளை விற்கிற மாதிரி இப்படி ஒரு கல்யாண ஏற்பாடு தேவை தானா? ஏம்மா? நாங்க உனக்குப் பாரமா போயிட்டோமா?"

ஜமிலா கேட்டாள். அப்பொழுதும் ஆமினா வாய் திறக்கவில்லை.

"அம்மா! எங்களுக்குக் கல்யாண ஆசை கொஞ்சங்கூட இல்லேம்மா! நாங்க வாழறதே உனக்காகத்தான்! இத்தனை வருடங்களாக எத்தனையோ தியாகங்களைச் செய்து, எங்களை நீ வளர்த்து ஆளாக்கியிருக்கே! இனிமேலாவது உனக்கு ஓய்வு கொடுத்து, காலமெல்லாம் நீ கண்கலங்காமல், நாங்க உன்னை வச்சுக் காப்பாத்தணும்னு ஆசைப்படுறோம்! அதுதாம்மா எங்க வாழ்வின் லட்சியம்!"

உருக்கமாகவும், உறுதியாகவும் சொன்னாள் ஷகிலா. பயமறியாத இளங்கன்றின் படபடப்பும், வேகமும் அவளது பேச்சில் எதிரொலித்தன.

"ஆமாம்மா! உனக்குச் சேவை செய்றதிலே எங்களுக்குக் கிடைக்கிற மகிழ்ச்சியும், மனநிறைவும் கல்யாணத்தாலே கிடைச்சுடாதும்மா" ஆணித்தரமாகச் சொன்னாள் ஜமிலா.

"கல்யாணம் என்ற பேராலே எங்களை உங்ககிட்டே இருந்து பிரிச்சுடாதம்மா!" பனித்த கண்களோடு ஜமிலாவும் வேண்டினாள்.

மூன்று பெண்களும் மாறி மாறிப் பொழிந்த அந்தப் பாசமழையில் திக்குமுக்காடிப் போனாள் ஆமினா. கண் கலங்கி நின்ற அவர்களை அருகே அழைத்து அணைத்துக் கொண்டாள்.

தாய்ப் பறவையிடம் தஞ்சமடையும் குஞ்சுகளைப் போல், ஆமினாவின் அரவணைப்பில் ஆறுதலைக் கண்டனர் அந்தப் பருவச் சிட்டுக்கள்! அவர்களுக்காவது தம் சொந்த விருப்பு, வெறுப்புகளைச் சொல்லி, ஆறுதலைத் தேட ஓர் அன்னை இருக்கிறாள். ஆனால் ஆமினாவுக்கு?

உள்ளத்தை அழுத்தும் வேதனைச் சுமைகளையும், நெஞ்சை நெருடும் கவலைகளையும் யாரிடத்தில் அவள் சொல்லுவாள்? அல்லாவை நம்பினால் எல்லாமும் நடக்குமென்று இன்னமும் தான் அவள் நம்பிக் கொண்டிருக்கிறாள். நாள்தோறும் தவறாமல் ஐந்து வேளையும் தொழுகிறாள். ஆண்டுதோறும் ரமலான் நோன்பு நோற்கிறாள். இன்னும் அவள் ஈமானை இழக்கவில்லை. ஆனால் அந்த நம்பிக்கைக்கு அவள் கண்ட பலன்?

'ஆண்டவன் யாருக்கு நலம்புரிய நாடுகின்றாயோ, அவர்களுக்கே அதிகத் துன்பங்களைத் தருகிறான்; சோதனைகள் பெருகுவதைப் பொறுத்தே ஆண்டவனுடைய சன்மானமும் கிடைக்கின்றது'

அப்படியொரு நபிமொழியை அடிக்கடி நினைத்துக் கொண்டு, தன்னைத் தானே தேற்றிக் கொள்வது ஆமினாவின் வழக்கம்! இப்பொழுதும் அதைத்தான் செய்தாள் அவள்.

வெடித்துக் கொண்டு பொங்கிய அழுகையை நெஞ்சுக்குள் அடக்கிக் கொண்டு, அமைதியாகச் சொன்னாள் ஆமினா.

'உங்களில் யாரையும் பிரிவதற்கு எனக்கு மனசில்லைதான்! ஆனால் வயசுக்கு வந்த பெண்களுக்கு வாழ்வமைத்துக் கொடுக்க வேண்டியது ஒரு தாயின் கடமை இல்லையா?!

"அது சரிம்மா! எங்களுக்குக் கல்யாணம் பண்ணும் அளவுக்கு உனக்கு ஏதும்மா வசதி?" இடைமறித்துக் கேட்டாள் ஷகீலா.

"வசதி இல்லாததால்தான் வலிய வந்த இந்தச் சம்பந்தத்துக்கு நானும் சம்மதிச்சேன். உங்களில் ஒருத்திக்காவது நல்ல வாழ்க்கை அமைந்தால், அதைப் பார்த்து மகிழலாம்னு ஆசைப்பட்டேன். அந்தச் சந்தோஷத்தைத் தருவதற்குக் கூட உங்களுக்குப் பிடிக்கலேன்னா, நான் யாரையும் வற்புறுத்த விரும்பலே!"

அதற்குப் பிறகு ஆமினா பேசவில்லை. அணை உடைந்த ஆறாகப் பெருகிய கண்ணீர் அவள் விழிகளில் தங்கவும் இல்லை. அன்னையின் கண்ணீரைக் கண்டு மூன்று பெண்களும் துடித்தனர்.

"நீ அழக்கூடாதும்மா! இந்தக் கல்யாண ஏற்பாட்டாலே உனக்கு மகிழ்ச்சி கிடைக்கும்னா நாங்க சம்மதிக்கிறோம். இப்பவே எங்களை அலங்கரிச்சுக்கிறோம்".

தளிர்க் கரங்களால் தாயின் கண்ணீரைத் துடைத்து விட்டு அறையை நோக்கி விரைந்தாள் காமிலா. ஜமிலாவும் ஷகிலாவும் அவளைத் தொடர்ந்தனர்.

ஆமினா சிந்தனையில் ஆழ்ந்தாள். 'அவர் மட்டும் உயிரோடு இருந்திருந்தால் இப்படியெல்லாம் வருந்தும் நிலை வந்திருக்குமா?'

யாகூபுக்கு மனைவியாகும்போது ஆமினாவுக்கு வயது என்னவோ பதினைந்து தான்! அடுத்தடுத்து மூன்று பெண் குழந்தைகளுக்குத் தாயானபோது அதற்காக அவள் வருந்தவில்லை. கை நிறையச் சம்பாதிக்கக் கணவன் இருக்கும்போது அவள் ஏன் கண்கலங்க வேண்டும்?

ஆனால், ஆண்டவர் அப்படியா அவளைச் சோதிக்க வேண்டும்? பொருளீட்டுவதற்காக வெளிநாட்டுக்குச் சென்ற யாகூப் திரும்பவே இல்லை. விதி அவள் வாழ்வில் விளையாடியது. விளைவு? இருபது வயதிலேயே விதவையானாள் ஆமினா.

கணவனின் சொத்துக்களாக எஞ்சி நின்ற மூன்று குழந்தைகளையும் காப்பாற்றுவதற்கு, கடந்த பதினைந்து வருடங்களாக அவள் பட்டபாடுகள், அடைந்த துன்பங்கள் - அவையெல்லாம் ஆதரவற்ற இளம் பெண்களுக்கு இந்தச் சமுதாயத்தில் ஏற்படும் வழக்கமான அனுபவங்கள்!

பிச்சை எடுக்காமல், பெண்மையை விற்காமல், எப்படியெல்லாமோ பாடுபட்டு மூன்று பெண்களையும் வளர்த்து ஆளாக்கி விட்டாள் ஆமினா. ஆனால் அவர்களுக்கு மணம் முடித்து வைக்கத்தான் அவளால் முடியவில்லை. ஆயிரக்கணக்கில் கைக்கூலியாகப் பணமும், நூற்றுக்கணக்கில் பவுன் நகைகளும், ஏராளமாகச் சொத்தும் கொடுத்து மாப்பிள்ளை எடுப்பதற்கு ஆமினாவிடம் ஏது வசதி?

பணம் படைத்தவர்களே ஒரு பெண்ணைக் கட்டிவைக்க பெரும்பாடு படும்போது, மூன்று பெண்களைப் பெற்ற ஓர் ஏழைத் தாய் என்னதான் செய்வாள்?

கைக்கூலியும், சீதனமும் கேட்காமல் ஏழைப் பெண்களுக்கு வாழ்வளிக்கும் ஆண்மையும், துணிவும் இந்தச் சமுதாயத்தில் எத்தனை இளைஞர்களுக்கு இருக்கின்றது? மணம் முடிக்கும் வகையற்ற ஏழைப் பெண்களைப் பற்றி யாருக்கு இருக்கிறது அக்கறை?

'தனக்கும் மணம் முடியுமா!' என்று ஏங்கிப் பெருமூச்செறிந்து வெம்பிச் சாகும் பருவக் குமரிகளின் கண்ணீர் இந்தச் சமுதாயத்தை அழிக்காமல் விடாது.

ஆமினா புலம்புகிறாள்; சபிக்கிறாள்; ஆனால் அவற்றையெல்லாம் பொறுமையோடு கேட்கச் சமுதாயத்துக்கு ஏது நேரம்?

அதனால் தான் அப்துல் ரஹீம் அந்தச் சம்பந்தத்தைப் பற்றிச் சொன்னபோது, ஆமினாவால் மறுக்க முடியவில்லை.

"ஆமினா! எனக்கு வேண்டியவர் ஒருவர் சைகோனில் இருந்து வந்திருக்கிறார்! பெரும்பணக்காரர்! ரொம்பவும் நல்லவர்! நடத்தி வைக்கப் பெரியவங்க இல்லாததால் இன்னமும் அவர்க்குக் கல்யாணம் நடக்கலே! நாற்பது வயது ஆகிவிட்டாலும் முதல் விவாக மாப்பிள்ளை தான்!

ஓர் ஏழைப் பெண்ணைக் கட்டிக் கொள்ள ஆசைப்படுகிறார்! உன் குடும்பத்தைப் பற்றி அவரிடம் நிறைய சொல்லியிருக்கிறேன்! மூன்று பெண்களையும் பார்த்துத் தனக்குப் பிடித்த ஒருத்தியைக் கட்டிக்கிறதா வாக்குக் கொடுத்திருக்காரு! நீ என்னம்மா சொல்றே?"

ரஹீம் கேட்டபோது ஆமினாவால் தட்ட முடியவில்லை. ஆமினாவின் தந்தைக்கு ரஹீம் நெருங்கிய நண்பர்! அந்தக் குடும்பத்தின் மேல் இன்னமும் அக்கறை காட்டும் ஒரே நல்ல உள்ளம்! அவரது சொல்லை மீறும் சக்தி ஆமினாவுக்கில்லை.

ஆனால் பத்தொன்பது, பதினேழு, பதினாறு என்று பருவத்தின் தலைவாயிலில் பூத்து நிற்கும் இளம் மொட்டுகளில் ஒன்றை, முதுமையை எட்டிப் பிடிக்கும் ஒருவர்க்கு மணம் முடித்துக் கொடுப்பதா? ஆமினா யோசித்தாள்.

அதுவும் மூன்று பெண்களைக் காட்டி ஒருத்திக்கு வாழ்வு அளிப்பதென்றால், மற்ற இருவரின் நிலை! அப்படியொரு "பெண் பார்க்கும் படலத்துக்குச்" சம்மதிக்க அவள் மனம் விரும்பவில்லை.

ஆனால் இந்த வாய்ப்பையும் இழந்துவிட்டால், ஒருத்திக்குக் கிடைக்கும் நல்வாழ்வும் வீணாகுமே என்று நினைக்கும்போது, ஆமினாவால் அந்தச் சம்பந்தத்திற்குச் சம்மதிக்காமல் இருக்க முடியவில்லை.

வாசலில் கேட்ட கார் சத்தம் ஆமினாவின் சிந்தனையைக் கலைத்தது "ஆமினா!" என்று கூப்பிட்டுக் கொண்டே வீட்டுக்குள் நுழைந்தார் அப்துல் ரஹீம்.

"வாங்க மாமா!" என்று வரவேற்றவள், மடக்கி வைத்திருந்த நாற்காலிகளை விரித்துப் போட்டு "இப்படி உட்காருங்கள்!" என்றாள்.

அவள் நிமிர்ந்தபோது, ரஹீமுடன் வந்த அவரைக் கண்டாள். அவனும் ஆமினாவைப் பார்த்தான்.

"இவர்தாம்மா நான் சொன்ன அவர்!" என்று ரஹீம் சொல்லி முடிப்பதற்குள். "அஸ்ஸலாமு அலைக்கும்!" என்று கனிந்த குரலில் ஆமினாவுக்குச் சலாம் சொன்னான் சித்திக்.

ஒரு கணம் தடுமாறிய ஆமினா, தானும் பதிலுக்குச் சலாம் சொல்லிவிட்டு, பெண்களை அழைத்துவர அறைக்கு விரைந்தாள்.

அங்கே பனாரசும், காஞ்சிபுரமும் இல்லாமல், பளபளக்கும் நகைகளும் மேனியில் மின்னாமல், பதினைந்து ரூபாய் வாயில் சேலையிலேயே எழிலரசிகளாகப் பொலிந்த தம் பெண்களைக் காணும் போது ஆமினாவின் கண்ணே பட்டுவிடும் போலிருந்தது. அவர்களை வெளியே அழைத்தாள் ஆமினா.

அடுத்த நிமிடம்?

முக்காடிட்ட மூன்று முழு நிலவுகள் ஒரே நேரத்தில் அந்த அறையிலிருந்து வெளிவந்தன. வேதனை கலந்த வெட்கத்தில் அவர்கள் தலைகுனிந்து நின்றனர்.

சித்தீக் அவர்களை நிமிர்ந்து பார்த்தான். அந்தப் பார்வையில் குடிகொண்டிருந்த கருணையும், கண்ணியமும் ஆமினாவின் கருத்தைக் கவர்ந்தன.

ரஹீம் எழுந்து சென்று, மூவரையும் தரையில் போடப்பட்டிருந்த விரிப்பில் அமரவைத்தார். தானே அவர்களைச் சித்தீக்குக்கு அறிமுகப்படுத்தினார்.

"மூத்தவள் காமிலா பி.யு.சி. வரை படிச்சிருக்கு. அடுத்தவள் ஜமிலா தையலிலும், எம்பிராய்டரி வேலைகளிலும் கெட்டிக்காரி! இளையவள் 'ஷகிலா பத்தாவது படிச்சிட்டிருக்கு! மூன்று பேருமே குர்ஆன் முழுவதையும் ஓதியிருக்கிறார்கள். அருமையாகக் 'கிராஅத்' ஓதுவார்கள்.

"அப்படியா! 'கிரா அத்' ஓதிக் கேட்பதென்றால் எனக்கு மிகவும் பிடிக்கும்! அவர்களைக் கொஞ்சம் ஓதச் சொல்லுங்களேன்!"

சித்தீக் ரஹீமை வேண்டினான். ரஹீம் ஆமினாவைப் பார்த்தார். ஆமினா தன் பெண்களைப் பணித்தாள்.

சினிமா பாட்டு பாடுமாறு கேட்காமல், திருமறையை ஓதுமாறு சித்தீக் கேட்டமை ஆமினாவுக்குப் பிடித்திருந்தது.

ரெஹால் பலகையோடிருந்த திருக்குர்ஆனை விரித்து மூவரும் ஆளுக்கொரு சூராவை அழகிய ராகத்தில் ஓதினர்.

மெல்லிய குரலில் இழைந்தோடி மிதந்து வந்த தெய்வீகத் திருவசனங்களைக் கேட்ட போது, 'சித்தீக்கின் மேனி சிலிர்த்தது. உள்ளம் கரைந்தது. அவன் கண்கள் ஏனோ கலங்கின.

மூவரும் ஓதி முடித்ததும், ரஹீம் சித்தீக்கிடம் மெதுவாகக் கேட்டார்.

"எந்தப் பெண்ணைப் பிடிச்சிருக்கு?"

"நான் நாளைக்குச் சொல்றேனே!" சித்தீக் சொல்வதற்கு ஏனோ தயங்கினான்.

ஆமினா கொண்டு வந்து கொடுத்த தேநீரைக் குடித்து விட்டு, ரஹீமும், சித்தீக்கும் அந்த வீட்டை விட்டு வெளியேறினர்.

சித்தீக்கை மணக்கப் போகும் அந்த அதிர்ஷ்டசாலி மகள் யாரென்று அறியாமல், மூவரையும் உச்சிமோந்தாள் ஆமினா.

அந்த ஒருத்தியாகத் தான் அமைந்துவிடக் கூடாதென்று, ஒவ்வொருத்தியும் உள்ளுக்குள் அல்லாவிடம் வேண்டிக் கொண்டிருப்பதை ஆமினா அறிந்திருக்க நியாயமில்லை.

மறுநாள் மாலை ரஹீம் வீட்டுக்கு வந்தபோது, ஆமினா எதிர் கொண்டு வரவேற்றாள்.

"அவருக்கு எந்தப் பெண்ணைப் பிடிச்சிருக்காம்"?

ஆர்வத்தோடு கேட்டாள் ஆமினா. ரஹீமோ சட்டென்று சொல்வதற்குத் தயங்கினார்.

"மூன்று பெண்களில் அவருக்கு யாரைப் பிடிச்சிருக்காம்! சொல்லுங்க மாமா!"

"மூணு பேரையுமே அவருக்குப் பிடிக்கலியாம் ஆனால்...!"

ரஹீம் ஏனோ நிறுத்தினார். என்னவென்று கேட்பது போல் அவரை ஏறிட்டுப் பார்த்தாள் ஆமினா.

"உன்னைக் கட்டிக் கொள்ள சித்தீக் ஆசைப்படுறாரும்மா!"

"மாமா.....!" ஆமினா அலறினாள். குப்பென்று அவள் உடலெங்கும் வியர்த்துக் கொட்டியது. அதிர்ச்சியில் அவள் கை, கால்கள் நடுங்கின.

"பதட்டப்படாதேம்மா! சித்தீக் தன் முடிவை என்னிடம் கூட நேரடியாகச் சொல்லலே! ஒரு கடிதம் எழுதி எனக்குக் கொடுத்து அனுப்பியிருக்காரு! நான் படிக்கிறேன். நீ கேளும்மா!"

ஜிப்பாவுக்குள்ளிருந்த கடிதத்தை எடுத்துப் பிரித்துப் படித்தார் அப்துல் ரஹீம்.

"மதிப்பிற்குரிய ரஹீம் அண்ணனுக்கு...

அல்லாவின் அருளால் பண்புமிக்க ஒரு ஏழைக் குடும்பத்தைச் சந்திக்கும் வாய்ப்பு உங்களால் எனக்குக் கிடைத்து.

மூன்று பெண்களையும் பார்த்தேன். யார்மேலும் எனக்கு ஆசை பிறக்கவில்லை. ஆனால் என்னையும் அறியாமல் அவர்கள் மேல் ஓர் இனந்தெரியாத பாசம் பிறப்பதை நான் உணர்கிறேன். எனக்கும் காலத்தில் கல்யாணம் நடந்திருந்தால், இப்படிச் சில பெண்களுக்கு நானும் தந்தையாய் இருந்திருப்பேன் அல்லவா?

காமிலா, ஜமிலா, ஷகிலா மூவரையுமே என் மக்களாக நினைக்கிறேன். அவர்களுக்கு ஒத்த வயதில் தக்க மாப்பிள்ளைகளைத் தேர்ந்தெடுத்து, மணம் முடித்து வைக்க வேண்டியது என் கடமை. வாழவேண்டிய வயதில் விதவைக் கோலம் பூண்டிருக்கும் ஆமினாவை நான் மனப்பூர்வமாக விரும்புகிறேன். அவருக்குத் துணைவனாக ஆசைப்படுகிறேன்.

அவரும் என்னை மணக்கச் சம்மதித்தால் என்னை விட அதிர்ஷ்டசாலி வேறு யாரும் இருக்க முடியாது. அவரின் சம்மதம் எனக்குத் தேவை.

குழந்தைகள் மூவருக்கும் என் அன்பைத் தெரிவியுங்கள். ஒரு நல்ல முடிவோடு என்னைச் சந்திப்பீர்கள் என நம்புகிறேன்.

- அன்புள்ள, சித்தீக்"

கடிதத்தைப் படித்து முடித்த ரஹீம் ஆமினாவைப் பார்த்தார். அவள் பிரமை பிடித்தவளாய்ச் சிலையாகி நின்றாள்.

“ஆமினா! உன் மகளுக்கு நல்வாழ்வு கிடைக்கணும்னு இரு கையேந்தி ஆண்டவனிடம் நீ ‘துஆ’ கேட்டே! ஆனால் கருணைக் கடலான ஆண்டவன் உனக்கும் சேர்த்து நல் வாழ்வைக் கொடுத்திருக்கிறான். அவன் நாட்டப்படி நடக்கிறது தான் உன் கடமை!”

ரஹீம் எடுத்துச் சொன்னார். ஆனால் ஆமினாவின் கண்கள் அந்த மணத்திற்கு இணங்க மறுத்தன. ரஹீம் தொடர்ந்தார்.

“உன்னை என் மகளாக நினைத்துச் சொல்றேன்! உனக்காக இல்லாவிட்டாலும், உன் பெண்களுக்கு நல்ல வாழ்க்கை கிடைப்பதற்காகவாவது நீ சித்தீக்கை மணந்து கொள்ளத்தான் வேண்டும்”

ஆமினா நிமிர்ந்தாள். தன் பெண்களை உற்றுப் பார்த்தாள். மூவருமே எதையோ சொல்லத் துடித்தனர். ஆனால் அதை வெளிப்படுத்தாமல் ஏனோ தயங்கினர். மூவரின் பார்வையும் ஆமினாவிடம் எதையோ கெஞ்சிக் கேட்டன. ஒரு முடிவுக்கு வந்தவளாய் ஆமினா தலைகுனிந்தாள்.

“உன் மௌனத்தைச் சம்மதமாக நினைக்கிறேன். சித்தீக்கிடம் சொல்லி நிக்காஹுக்கு ஏற்பாடு செய்கிறேன்! இனிமேல் நீ கண் கலங்கக் கூடாதும்மா! எல்லாம் அல்லாவின் அருள்!”

ஆமினாவின் கன்னத்தில் வழிந்தோடிய கண்ணீரைத் துடைத்துவிட்டு, நிம்மதிப் பெருமூச்சோடு சீத்தீக்கின் வீடு நோக்கி நடந்தார் அப்துல் ரஹீம்.

மலர்ந்த முகத்தோடு ஓடி வந்து, ஆமினாவை அணைத்துக் கொண்டனர் மூன்று பெண்களும்!

அவர்களது மகிழ்வில் மகிழ்வைக் கண்டாள் ஆமினா.

13

அம்மா

– க.தமிழமல்லன்

ஒரு மாதமாக ஒரே மகிழ்ச்சி. அமெரிக்காவுக்குச் செல்லப் போகிறோம் என்று நினைத்துப் பார்த்தாலே அந்த மகிழ்ச்சி பன்மடங்கு அதிகமாயிற்று. நியூஜெர்சி என்னுமிடத்தில் என்மகன் வேலை பார்க்கிறான்.

என் மருமகளும் அங்கேயே வேலைபார்க்கிறாள். அவர்கள் இருவரும் திருமணம் முடிந்து சில நாள்கள் தான் இங்கிருந்தார்கள். வேலை அவர்களை விரைந்து அழைத்துக் கொண்டது. பறந்து போய்விட்டார்கள்.

என் மகன் என் வீட்டில் அவளோடு குடும்பம் நடத்துவதை என் கண்ணால் கண்டு மகிழ முடியவில்லை. சில நாள்கள் மட்டும் பெண்வீடும் அதுவுமாய் இருந்துவிட்டான்.

அப்பா, ஏறத்தாழ ஒன்பது மாதங்கள் ஓடிவிட்டன. ஸ்கைப்பில் இணையத்தில் பேசிக்கொள்வதோடு சரி. இருவரும் விடுமுறை நாள்களில் என்னிடம் பேசுவார்கள். அவர்களிடத்தில் பேசும்போது ஏற்படும் மகிழ்ச்சியின் மதிப்பு இருக்கிறதே அது ஒரு புதுமை.

'அம்மா இன்று அவளோடு சேர்ந்து சுற்றுலா போய்வந்தேன்'மா என்று சொல்வான். 'அம்மா இங்கு வீடும் மகிழுந்தும் வாங்கியே ஆகவேண்டும்'மா. அவை இல்லாவிட்டால் மதிப்பு இல்லம்மா... பணம் வேணுமா'ப்பா என்று நான் கேட்டேன். அதெல்லாம் இப்போது வேணாம்'மா. எதையும் இங்கே கடனாக வாங்கிவிடலாம். மாதாமாதம் கட்டிக் கொண்டே வந்தால் போதும்மா', என்றான். 'இதோ பாரும்மா...

இதுதான் நம் வீடு. நேற்றுத்தான் வாங்கினேன். 60ஆவது மாடியில் தான் கிடைத்தது. அழகாக இருக்குதாம்மா' என்றான்.

என்ன வியப்பென்றால், இணையத்திலே வீட்டையெல்லாம் சுற்றிக் காட்டிவிட்டான். ஐயோ இவ்வளவு அழகான வீட்டில் நாம் இருந்து மகிழ முடியவில்லையே என்று என் மனம் வருந்தியது. இருந்தாலும் எனக்குப் பெருமை தாங்க முடியவில்லை.

அப்புறம் ஒரு நாள் என்ன சொன்னான் தெரியுமா? அம்மா இங்கே பாரேன்... நம்ம மகிழுந்து. நீ இங்க வரும்போது இதில் தான் உன்னை உட்கார வைத்து ஊர்சுற்றிக் காட்டுவேன். அம்மா நீ எப்போது வரப் போகிறாய்? நாங்க சுற்றுலாப் போகும்போதெல்லாம் உங்களை நினைத்துக் கொள்வோம்.

எங்களோடு நீங்களும் இருந்தால் நன்றாகப் பார்த்து மகிழலாமே என்ற எண்ணம் எனக்கு மிகுதியாய் உண்டு என்று சொன்னானே ஒழிய அழைப்பதைப் பற்றி அதிகம் பேசமாட்டான். அவன் உண்மையிலேயே விரும்பிப் பேசுகிறானா? என்னும் ஐயம் எனக்குத் தோன்றிவிடும். ஏனென்றால் நான் அங்குப் போவதென்றால் அவனுடைய அழைப்புத் தேவை. அதன்பின்னர்த்தான் மற்றப் பணிகள் நடக்கும். வானூர்திச் செல்கைச் சீட்டு வாங்கி அனுப்பவேண்டும் அல்லவா? அதைப் பற்றியெல்லாம் ஒன்றும் சொல்லாமல் மேம்போக்காகச் சொல்லிவிட்டால் அதன் பொருள் என்ன?

திருமணம் ஆகிவிட்டாலே பையன்கள் மனைவியர் பேச்சைத்தான் மதித்து வாழ்க்கை நடத்துவார்கள். பெற்றவர்களைப் பற்றி அவர்களுக்குக் கவலை ஏது? இதையெல்லாம் தெரிந்துதான் அவர் அடிக்கடி சொல்வார். எதையும் பிள்ளைகளிடத்தில் பெற்றோர் எதிர்பார்க்கக் கூடாது. இயன்றால் அவர்களுக்கு உதவிசெய்யலாம். இல்லையேல் அமைதியாய் இருக்க வேண்டியதுதான்.

எதிர்பார்ப்பு இருந்தால் ஏமாற்றம் இருக்கும். ஏமாற்றம் தேவையில்லை என்றால் எதிர்பார்ப்பைக் கைவிடு என்று சொல்வார். என்னவோ தெரியவில்லை. அவர்சொன்னபடி நடந்து கொண்டார்.

இருந்தவரை என் பையனை எந்த வேலையும் வாங்கியதில்லை. அவரால் முடிந்தால் செய்வார்.

இல்லையென்றால் முடிந்தபோது செய்வார்.

ஒருநாள் திடுமெனத் தன் வாழ்க்கையை முடித்துக்கொண்டார். பையனைப் படிக்கவைத்தார்.

வேலையில் சேர்த்துவிட்டார். மணம் நடக்குமுன்னே அவர் கண்மூடிவிட்டார். அவர் பார்த்துவைத்த பெண்ணையே அவன் மணந்துகொண்டான். அந்தப் பெண்ணை அவன் மிகவும் விரும்பினானாம்...

சில நாள்கள் அவன் பேசவில்லை. நான் இணையத்தில் முயன்றால் தொடர்பில் அவன் வரவில்லை.

திடுமென ஒருநாள் அவன் தொலைபேசினான். அம்மா இன்று இணையத்தில் பேசலாம் என்றான். ஏன்'பா இத்தனைநாள் பேசவில்லை என்றேன்... அதற்குள் துண்டித்துவிட்டான்.

அன்று இரவு பேசினான். அம்மா ஒரு இனிப்பான செய்தி. அவள் முழுகாம இருக்கா. நீதான் வந்து பார்க்கவேண்டும். எல்லா ஆவணங்களையும் ஒழுங்குபண்ணிடுவேன். கடவுச் சீட்டு எடுக்க நானே ஏற்பாடு செய்திடுவேன். செல்கைச் சீட்டு அனுப்புவேன்... நீ வந்து இங்குச் சில மாதங்கள் இருந்து கவனிக்க வேண்டும்...என்னம்மா மகிழ்ச்சிதானே? நீ அமெரிக்காவுக்கு வரவேண்டும் என்று சொன்னாயே உன் ஆசை நிறைவேறப்போகுது..

எனக்குக் குழப்பமாக இருந்தது. இருந்தாலும் உள்ளத்தில் சிறு மகிழ்ச்சி ஏற்பட்டது உண்மைதான்.

2

அமெரிக்க வாழ்க்கை எனக்கு இனிக்கும் என்று எதிர்பார்த்தேன். ஆனால் ஒரே கசப்பு. சேச் சே...என் மருமகள் இருக்கிறாளே முற்றிலும் அமெரிக்கப் பெண்ணாகிவிட்டாள். இவன் என்னடான்னா எப்போதும் வேலை வேலைன்னு ஓடிக்கிட்டே இருக்கான். மகிழுந்து ஓட்டிக்கொண்டே சாப்பிடுவானாம்.

உடைமாற்றுவதுகூட அப்படித்தானாம். எத்தனை சுறுசுறுப்பு. இதில் ஒரு விழுக்காடு கூட உள்நாட்டில் காட்டவில்லையே. அங்கே சோறு கிடைப்பது அரிதாகிவிட்டது. இரண்டு பேரும் வேலைக்குப் போய்விட்டால் யாரிடமும் பேசஇயலாது. வாயை மூடிக்கொண்டு வீட்டுக்குள்ளே கிடக்க வேண்டும் பணிநிறைவடைந்து வீட்டில் இருந்தாலும் அது என்வீடு. என்ஊர் என்மக்கள் அங்கிருந்த கலகலப்பு இங்கில்லை. தொடர்களைப் பார்ப்பேன். அதில் வரும் பெண்கள் கட்டியிருந்த சேலைகளைப்பற்றிப் பேசினால் தான் ஒரு நாள் இனிக்கும். என்னசெய்வது? பேறுகாலத்திற்காக மருமகள் வீட்டில் இருக்கத் தொடங்கினாள். சில நாள்தான். அப்போதுகூட நான் ஒன்றும் அவளைக் கேட்க இயலாது. என்னிடம் பேசவும் மாட்டாள். பல்லைக்கடித்துக் கொண்டிருந்தேன். குழந்தை பிறந்ததும் எப்படியாவது ஊருக்குத் திரும்பிவிடவேண்டும் என்று நினைத்தேன். என் பையனிடம் சொல்லிக்கொண்டே இருந்தேன்.

டேய் உன்மாமியார் அருகில் இருந்து பார்த்தால்தான் உன்மனைவிக்கு நன்றாக இருக்கும்.

அதுதான்டா முறை. பெண்ணின் தாய்வீட்டில்தான் பேறு நிகழவேண்டும். குறைந்தது அவள் அம்மா இருந்தால் நன்றாக இருக்கும்.

நீ ஓய்வு பெற்றுவிட்டாய். அவங்க இன்னும் பணியில் இருக்கிறாங்க... இது அவங்களுக்குப் பணிமுடியும் காலம். கணக்குத் தீர்த்துக்கொண்டு வரலாம் என்று நாங்கள் சொல்லிப்பார்த்தோம்.

ஆனால் அவர் ஒப்புக்கொள்ளவில்லை. பாரிசில் இருக்கும் மகன் வீட்டுக்குப் போவார்களாம். அதனால் நீ இரும்மா. அது மட்டுமல்ல. உன் சொத்துக்களையெல்லாம் விற்று அதை வைப்பகத்தில் முதலீடு செய்துவிடு. குழந்தை பிறந்தபின் நாம் ஊருக்குப் போய் அந்த வேலைகளை முடித்துவிடலாம். சென்னையில் பணத்தைப் போடவேண்டா. இங்கே வந்து இருந்துவிடு. இங்கேயே பணத்தைப் பாதுகாத்தால் வீண் தொல்லை இருக்காது.

அம்மா நீ சென்னைக்குச் சென்றதும் சில ஆவணங்களில் கையெழுத்துப் போடவேண்டியதுதான். நான் எல்லா ஏற்பாடும் பண்ணி விட்டேன். பெரிய ஆள் ஒருவர் நம் சொத்துக்களை எல்லாம் வாங்கிக் கொள்கிறார். உனக்கு அங்கே வீடு தேவையில்லை.

தற்சமயம் அடுக்குமாடிக் குடியிருப்பில் ஒரு வீட்டை வாடகைக்கு எடுத்துவிடலாம்.

ஐயோ அம்மா அப்படியெல்லாம் சொல்லாதே. எல்லார்க்கும், வந்த புதிதில் அப்படித்தான் இருக்கும். உன்மனம் நாளடைவில் சரியாகிவிடும்.. பழகிவிட்டால் இந்த நாட்டைவிட்டுப் போக யாருக்கும் மனம் வராது. உனக்கு எல்லா நன்மைகளும் இங்குத் தானாக நடக்கும். இன்னும் சில நாள்களில் பேரனைக் கொஞ்சப் போகிறாய்... அப்புறம் என்ன மகிழ்ச்சிதானே?

உன்னிடம் பெற்ற துணிச்சலால் தான் நான் இங்குவந்தேன். இந்த நிலைமையில் நானிருக்கிறேன் என்றால் அதற்கு நீங்கதான்மா காரணம். அப்படியிருக்க இந்தச் சூழல் பிடிக்கவில்லை என்கிறாய். அப்படிச்சொல்லாதேமா. எல்லாம் பழகிவிட்டால் சரியாய்விடும்....

டேய், மீண்டும் மீண்டும் அதையே சொல்கிறாய். பழகிவிட்டால் சரியாய் விடும் என்றால் என்னடா? உள்ளே இருக்கிற உன் மனைவியே பழகமாட்டறா.... பேசமாட்டறா.... வேறே யார்கூட நான் போய்ப் பழகுவேன்? இவ்வளவு தொலைவு உனக்காக வந்திருக்கிறேன். என்னை நீங்கள் கண்டு கொள்வதே இல்லை... என்னடா? இப்போதுதான் புரியுது. என்னுடைய சொத்துக்காகத்தான் நீ அன்புள்ளவன் போல் நடிக்கிறாய். அவ்வளவுதான். என்னால் அதெல்லாம் முடியாது. என்னை விட்டுவிடு, நான் போய்ச் சேர்கிறேன். என்பொண்ணு இருக்கிறா எனக்கு. என்னைப் பட்டாட்டம் பார்த்துக்குவா... அவளுக்கு ஒன்றும் தராமல் நீயே எடுத்துக்கலாம் என்று பார்க்கிறாய்... அதுவும் எனக்குப் புரிகிறது.. அமெரிக்கான்னா நான் மயங்கிடுவேனா?

அம்மா அப்படியெல்லாம் பேசாதே. ஏன் உனக்கென்ன ஆயிற்று?

3

அடடா பேரன் அப்படியே என்மகனை உறிச்சு வச்சிருக்கான். அவனைக் கொஞ்சும்போது உண்டாகும் இன்பத்துக்கு அமெரிக்காவே இணையாகாது, கனடாவும் இணையாகாது. நாள்தோறும் அவனைக் கவனிப்பதிலே என் இன்பம் பெருகியது. என் மருமகளுக்கு நான் பணிவிடை செய்யத் தயங்கவே இல்லை. அவளால் முடியாதபோது

உதவிசெய்யாமல் இருக்கமுடியுமா? என்ன இருந்தாலும் எனக்கொரு பேரனைக் கொடுத்திருக்கிறாள் இல்லையா? என் குடும்பம் தழைப்பதற்கு ஒரு குழந்தையைத் தாங்கிக் கொடுத்திருக்கிறாள். இந்தக் காலத்துப் பெண்களுக்குக் குழந்தை பெறுவதில் விருப்பமே இல்லை. ஆனால் என் மருமகள் குழந்தை பெற்றெடுத்தாளே ஐயோ! அவள் தாய். புட்டிப்பால் புகட்டுவதுதான் இன்றைக்கு நாகரிகம். ஆனால் இவளோ அப்படிச்செய்யவில்லை... நல்லவள்தான் போலும்... ஆனால் என்னைத்தான் முறைக்கிறாள். நான் தலைமையாசிரியை. என்னிடம் எத்தனைபேர் முறைப்பு வாங்கியிருப்பார்கள்? ஆனால் இங்கே?

4

ஒருநாள் சொன்னான். அம்மா அவளுக்கு விடுப்பு முடியப்போகுது. வேலைக்குப் போக வேண்டும். அப்புறம் குழந்தையை இரவு நேரத்தில் மட்டும் தான் அவள் பார்க்கமுடியும். முழுமையாக நீதான் வளர்க்க வேண்டும். அம்மா அதற்குள் நாம் சென்னைக்குப் போகலாம். ஆவணம் பதிந்து விற்பனையை முடித்துவிட்டு வந்துவிடலாம்.

என்னப்பா சொல்கிறாய். விற்கவேண்டிய தேவை என்ன வந்தது? அப்படியே இருக்கட்டும். உங்க அப்பா விற்பதற்காகவா வாங்கினார்? எனக்கு அங்கே நிறைய வேலை இருக்கிறது. நான் எங்கே போவேன்?

அம்மா இனிமேல் நீ அமெரிக்கப் பெண்மணியாகிவிடுவாய். குடியுரிமையெல்லாம் வாங்கிவிடலாம். சென்னைக்கெல்லாம் போகத்தேவையில்லை. வேண்டுமானால் பக்கத்தில் இருக்கிற மற்ற நாடுகளையெல்லாம் சுற்றிப்பார்க்கலாம். உலகம் பெரியதும்மா. இன்னும் பழைய கதையே சொல்லுகிறாய்? நாம போகிறோம். நீ புறப்படு. சென்னையில் வாடகைக்கு எடுத்துள்ள வீடு அழகானது. அங்கேயே நாம் போக வரஇருக்கும்போது தங்கிக்கொள்ளலாம்.

டேய் எனக்கு இங்கே பிடிக்கலடா. சொன்னா கேளு. நான் சென்னையிலே இருந்துவிடுகிறேன். இறந்தால் நீ வரவேண்டிய தேவைகூட இல்லை.

மாலையில் நாம் வானத்தில் பறக்க வேண்டியதுதான். அங்க இருக்கிறவங்க எல்லாம் இங்க இருக்கிறது போலத்தான். நேரில் பார்த்துப்

பேசலாம் இங்கிருந்தே உன்தொலைபேசியில. என்று சொல்லிவிட்டுப் போய்விட்டான். குழந்தையாய் இருந்தபோது தாய்சொல்லைத் தட்டமாட்டான். இப்போது அவன்சொல்லைத் தட்டக்கூடாது என எதிர்பார்க்கிறான். என்ன செய்வது?

அறவே மறுத்துவிடவேண்டியதுதான்... என் உறுதி அவனிடம் எடுபடவில்லை.

5

எல்லாம் முடிந்து விட்டது. கடைசியாக அடுக்கில்லத்தைக் காட்டி விட்டு அதன் திறவுகோலையும் கொடுத்துவிட்டான். மீனம்பாக்கத்தில் காத்திருக்கிறோம். இனி ஒரேயடியாய்ச் சென்னைக்கு விடைகொடுத்து விட வேண்டுமாம்.

இரும்மா இதோ வரேன். எத்தனை மணிக்குப் புறப்படும் என்று கேட்டுவிட்டு வருகிறேன்.

எங்கும் போய்விடாதே. கடவுச் சீட்டு மற்றதெல்லாம் காப்பாக இருக்கிறதா? என்று சொல்லிவிட்டுப் போனான். வருவார் போவார்க்கெல்லாம் நான் என்மகனுடன் அமெரிக்காவுக்குப் போகிறேன் என்று சொல். சொல்லி வாய்தான் வலிக்கிறது...

திடுமென என்மகனைப் போன்ற ஒருவன் வந்து நின்றான். ஆசிரியைக்கு வணக்கம்.

வழக்கமான உரையாடல். அவன் என் மாணவனாம். நினைவில்லை. கடைசியாய்க் கேட்டான். என்னங்க ஆசிரியை நான் உங்களுக்கு உதவிசெய்ய வேண்டுமா? காத்திருந்த சோர்வு உங்க கண்ணில் தெரிகிறதே. நீண்டநேரம் ஆகிறதா? ஒன்றுமில்லை. அமெரிக்காவுக்குப் போகிற வானூர்தி எத்தனை மணிக்கு என்று கேட்டுச் சொல்லேன் என்றேன்.

ஐயோ அது அப்பவே போய்விட்டதே. நான் என் நண்பனை வழிஅனுப்பி விட்டுத்தான் வருகிறேன். அப்போதே என் பாதி உயிர் போய்விட்டது. அவன் எனக்கு நிலையான விடைகொடுத்துவிட்டுப் போய்விட்டான். ஐயோ மகனே?

14

உறவுப் பறவைகள்

– ஹ.மு. நத்தர்சா

வீட்டில் உற்சாகம் பொங்கி வழிந்தது.

ஆண் பெண் வித்தியாசமின்றிப் பெரியவர் சிறியவர் பேதமின்றி அனைவர் முகத்திலும் புன்னகைப் பூ பூத்துச் சிரித்தது!

காரணம் - தாத்தா!

சாதாரண தாத்தா இல்லை. சிங்கப்பூர் ரிடர்ன்ட்டு தாத்தா!

அப்போதுதான் சிங்கப்பூரிலிருந்து வந்திறங்கிய தாத்தா, பயணக் களைப்பு நீங்குவதற்காக முற்றத்துச் சோபாவில் காலை நீட்டி அமர்ந்திருந்தார். சுற்றிலும் சூழ்ந்து நின்று முற்றுகையிட்டிருந்த வாண்டுகள் அவர் முகத்தைப் பார்த்து வலிந்து சிரித்தார்கள்.

பெண்கள் தூண்களின் ஓரம் மறைந்து நிற்க, மீசை அரும்பிய வாலிபப் பட்டாளம் ஒன்று தாத்தாவின் பயணப் பெட்டிகளை அறைக்கு எடுத்துச் சென்று அடுக்குவதில் பரபரப்பாகக் கவனம் செலுத்திக் கொண்டு இருந்தது.

இதுநாள் வரை ஸ்டோர் ரூமாக இருந்து சமையலறைச் சாமான்கள் அலங்கோலமாகச் சிதறிக் கிடந்த அந்த முன்கட்டு அறை, தாத்தா வரும் தகவலை அறிந்ததும் எல்லாப் பொருட்களையும் உதரித் தள்ளிவிட்டு, அவர் தயங்குவதற்கு ஏற்ற வகையில் தன்னை அழகுபடுத்திக் கொண்டது.

"சிங்கப்பூர் தாத்தா, சிங்கப்பூர் தாத்தா" என்று வீட்டில் எல்லாருடைய உதடுகளும் நொடிக்கு நூறு முறை உச்சரித்துக் கொண்டிருக்கும் அந்த வயது முதிர்ந்த பெரியவரின் பெயர் - நாகூர் மீரான்.

உண்மையில் சொல்லப் போனால், நாகூர் மீரானுக்கும் அவர் தங்கியிருக்கும் வீட்டைச் சார்ந்தவர்களுக்கும் எந்த வகையான உறவும் கிடையாது.

தனக்கென ஊரில் சொந்த பந்தங்கள் எதுவும் இல்லாத ஒரு தனிக்காட்டு ராஜா அவர்.

"ஊரிலேன் காணியில்லை; உறவு மற்றொருவர் இல்லை" என்று மிச்சம் மீதியிருந்த உறவு வளையத்தையும் துண்டித்துக் கொண்டு சிங்கப்பூரில் நிரந்தரமாக - நிராதரவாகத் தங்கியிருந்த நாகூர் மீரான் வாழ்க்கையில் மீண்டும் வசந்தம் வீசுகிறதென்றால் அதற்கான பெருமை அவரோடு இணைந்து பணியாற்றும் ஹாஜாமெய்தீனைச் சாரும்.

"பிறந்த ஊரை ஓரேடியாக மறந்துவிடக் கூடாது" என ஹாஜாமெய்தீன் வற்புறுத்தியதற்கிணங்க ஒரே ஒருமுறை இந்தியாவை எட்டிப்பார்க்கச் சம்மதித்த நாகூர் மீரான் உரிமையுடன் ஹாஜாமெய்தீன் வீட்டில் அடியெடுத்து வைத்தார்.

ஹாஜாமெய்தீன் வீட்டைச் சார்ந்தவர்கள் அவரிடம் காட்டிய பரிவும் பாசமும் அவர் மனதை நெகிழச் செய்தன. வாழ்க்கையில் ஒரு தாத்தாவைப் பார்த்தறியாத ஹாஜாமெய்தீனின் பிள்ளைகள் 'தாத்தா, தாத்தா' என்று வாய் ஓயாமல் கூப்பிட்டு அவருடன் கும்மாளம் போட்டன. அது, இழந்த வாழ்வைத் திரும்பவும் பெறும் உணர்வை நாகூர் மீரானுக்கு ஏற்படுத்தியது.

பாசத்திற்கு உரிய மூத்த சகோதரனாக நினைத்துப் பணிவிடை செய்யும் ஹாஜாமெய்தீனின் தாய்; எந்த வேலை சொன்னாலும் மனம் கோணாமல் செய்து முடிக்கும் ஹாஜாமெய்தீன் மனைவியின் திறமையான குடித்தனம்; தாத்தா சொல்லும் கதைகளைக் கேட்டு வியப்பில் விழி மலர்த்தி ஆச்சர்யத்தில் மூழ்கிப் போகும் பிள்ளைச் செல்வங்கள்.

வாழ்க்கையை முதன்முதலாக அர்த்தப்படுத்திப் பார்க்கத் தொடங்கினார், நாகூர் மீரான்.

ஒரு புதிய உறவு தன்னைச் சுற்றி விரியத் தொடங்கியபோது அதை விட்டு மீண்டு வர முடியாத ஒரு பாச உணர்வுக்குள் வீழ்ந்து போனது அவர் மனம்.

மீண்டும் சிங்கப்பூர் திரும்பிய நாகூர் மீரான் வாழ்க்கையில் ஏகப்பட்ட மாற்றங்கள், பணத்தை வீணாகச் செலவு செய்வதில்லை. மிச்சப்படும் காசில் வண்ண வண்ணத் துணிமணிகள் எடுத்து ஹாஜாமெய்தீனின் பிள்ளைகளுக்குப் பார்சல் அனுப்பி வைப்பது அவருக்கு மனதுக்கு இதமான நிகழ்வாக இருந்தது. இந்தியாவுக்கு யாராவது நண்பர்கள் சென்றால் அவர்கள் மூலமாக விலையுயர்ந்த விளையாட்டுப் பொருட்களைக் குழந்தைகளுக்கு அனுப்பி வைக்க அவர் தவறுவதே இல்லை.

குழந்தைகள் நினைவு மனதை வாட்டும் போதெல்லாம் இந்தியா வந்து செல்லத் தொடங்கினார். அவர் ஊரில் தங்கியிருக்கும் போது குழந்தைகள் யாருக்காவது பிறந்த நாள் வந்து விட்டால் வீடு முழுக்க ஒரே கொண்டாட்டம்தான் !

பிறந்த நாள் கொண்டாடும் குழந்தைக்காக மிகப் பெரிய கேக் ஆர்டர் செய்து, குழந்தையைக் கேக் வெட்டச் செய்து, அக்கம் பக்கத்தில் உள்ள குழந்தைகளை 'ஹேப்பி பர்த்டே' பாடவைத்துக் குழந்தைகளுக்குக் கேக் துண்டுகளைப் பகிர்ந்து. அவர்களது சந்தோஷ ஆரவாரத்தைக் கண்டு மனம் குளிர்ந்து போவார்.

இப்படிப் பூம்பிஞ்சுகளிடம் பாசத்தை வாரிப் பொழியும் சிங்கப்பூர் தாத்தாவுக்கு, ஹாஜாமெய்தீன் வீட்டில் எப்போதும் ஒரு சிவப்புக் கம்பள வரவேற்பு காத்துக் கிடப்பதில் வியப்பென்ன இருக்கிறது?

இரவுணவு முடிந்து எல்லோரும் இளைப்பாறும் நேரம்.

'சிங்கப்பூர் தாத்தா' நாகூர் மீரான் தொண்டையை மெல்லச் செருமினார்.

சமையலறை வேலைகளை முடித்துக் கூடத்துக்கு வந்தமர்ந்த ஹாஜாமெய்தீனின் தாயையும் மனைவியையும் ஏறிட்டுப் பார்த்த நாகூர் மீரான் மனம் விட்டுப் பேசத் தொடங்கினார்.

"தங்கச்சி! இப்போ எதுக்காக நான் சிங்கப்பூர்லேந்து வந்திருக்கேன் தெரியுமா?"

ஹாஜாமெய்தீனின் தாய் 'பட்'டெனப் பதில் சொன்னாள்:

"இதில் என்ன தெரிய வேண்டியிருக்கு நானா? ஓங்களுக்கு இந்தப் பேரப் புள்ளைக மேல பாசம் ரொம்பவும் அதிகம்! அதுக நெனப்பு வந்திருக்கும்! அதனால ஓடி வந்திருப்பிக!"

அப்பாவியாக வாயாடிய ஹாஜாமெய்தீனின் தாயைப் பார்த்து வறட்சியாகச் சிரித்தார், நாகூர் மீரான்;

"நீங்க சொல்றது வாஸ்தவம்தான்! சிங்கப்பூர்ல போக்கத்தவனா கெடந்த எனக்கு ஒரு புதிய உறவு வெளிச்சத்த ஏற்படுத்திக் கொடுத்தது- ஓங்க பேரப்புள்ளைக எம்மேல காட்டிய பாசம் தான். ஆனா.."

நாகூர் மீரான் சற்று இடைவெளி விட்டுத் தன் பேச்சைத் தொடர்ந்தார்:

"இப்போ நான் வந்திருக்கிறது அதுகளப் பாத்து போக மட்டும் இல்ல! என்னோட ஒடம்பையும் கவனிச்சு மெடிக்கல் செக் அப் பண்ணிட்டு போலான்னு வந்திருக்கேன்"

பெண்கள் இருவரும் ஒருவரையொருவர் பார்த்து முழித்துக் கொண்டிருந்த போது நாகூர் மீரான் மீண்டும் பேச்சைத் தொடர்ந்தார்:

"அதான் உங்களுக்குத் தெரியுமேம்மா. நா ஒரு சர்க்கரை வியாதி நோயாளின்னு! வயது அறுபது தாண்டியாச்சா. இப்போ லேசா மூச்சுத் திணறல் வேற ஆரம்பிச்சிருக்கு! டாக்டர் கேட்டா ஆஸ்தமாங்கறான்! சிங்கப்பூர் என்ன மாதிரி ஆளுக வைத்தியம் பார்க்க லாயக்கான ஊர் அல்ல, அதனால, முதலாளி பெரிய மனசு பண்ணி லீவு கொடுத்து இந்தியாவுல தங்கி டிரீட்மெண்ட் எடுத்துக்கிட்டு வாங்கன்னு அனுப்பி வச்சிட்டார்"

நாகூர் மீரானின் சோகக் கதையைக் கேட்டு நெகிழ்ந்து போய் நின்றார்கள், அந்த இரண்டு பெண்களும்.

ஹாஜாமெய்தீனின் மனைவி சொன்னாள்:

"அதுக்கென்ன மாமா, ஒடம்ப கவனிச்சிட்டு அப்புறமா சிங்கப்பூர் போங்க. நம்ம குடும்ப டாக்டர் ரொம்ப ராசியானவரு. போன் பண்ணினா பெட்டியத் தூக்கிட்டு வீட்டுக்கே வந்திடுவாரு. அல்லா இருக்கான். நாங்க இருக்கோம். பயப்படாம இருங்க"

வெளிப்படையாக வீரவசனம் பேசி விட்டாலும் உள்ளுக்குள் 'கப்'பென்று பயம் கவ்வத்தான் செய்தது.

'சிங்கப்பூர் மாமா ஆஸ்துமா தொல்லையோட வந்து இறங்கியிருக்கார் - இது பயங்கரமான தொத்து வியாதியாச்சே?..

நம்ம பிள்ளைக பச்ச தண்ணி குடிச்சாலே 'பக்'கெனச் சளி பிடிக்கும். 'அப்படிப்பட்ட புள்ளைக இவரோடு சேர்ந்து கூத்தடிச்சிட்டுக் கெடந்தா அது சரிப்பட்டு வருமா?"

மனதுக்குள் கூட்டல் கழித்தல் கணக்குப் போட்டுப் பார்த்த ஹாஜாமெய்தீன் மனைவி யாருக்கும் தெரியாமல் கையைப் பிசைந்து கொண்டாள்.

மருமகளின் மனவோட்டத்தை நன்றாகப் புரிந்த கொண்ட மாமியார், தனது பங்கிற்கு முகவாய்கட்டையில் கையை வைத்து வானத்தை அண்ணாந்து நோக்கினாள். போதும் போதாததிற்குச் சிங்கப்பூரில் இருந்து வந்த ஹாஜாமெய்தீனின் கடிதம் வேறு இவர்கள் இருவரின் படபடப்பையும் அதிகப்படுத்தியது.

"அன்புள்ள தாயாருக்கு, பாசத்துடன் மகன் எழுதும் கடிதம். நாகூர் மீரான் மெடிக்கல் செக்-அப்பிற்காக நமது வீட்டில் வந்து தங்கியிருப்பார். ஆஸ்துமா நோயாளி! குழந்தைகள் அருகில் போகாமல் கவனமாகப் பார்த்துக் கொள்ளவும்.

அன்பு மகன்
ஹாஜாமெய்தீன்

கடிதத்தைக் கண்டு கதிகலங்கிப் போய் நின்றார்கள் மாமியாரும் மருமகளும்!

வழக்கம் போல் தாத்தாவுடன் கொஞ்சி விளையாடிய குழந்தைகள் தேவையில்லாமல் தாயிடம் அடி-உதை வாங்கினார்கள்.

பாட்டியாவது பரிந்து பேசுவாள் என்று பார்த்தால் அவள் அம்மாவை விட மோசமாகக் கோபித்துக் கொள்கிறாள்.

என்ன ஆயிற்று இவர்கள் இருவருக்கும்? எதற்காக இப்படித் திட்டித் தீர்க்கிறார்கள்? ஒன்றும் புரியாமல் குழம்பிப் போய் நின்றார்கள் குழந்தைகள்.

குழந்தைகளுக்குப் புரிந்ததோ இல்லையோ, நாகூர் மீரானுக்கு நன்றாகவே புரிய ஆரம்பித்து விட்டது, உலக நடப்பு.

உதிரப்போகும் சருகும் துளிர்விடத் தயாராக இருக்கும் இலையும் ஒன்றாக ஒரே இடத்தில் இருக்க முடியுமா?

கண்களை மூடிக்கொண்டு ஒரு ஞானியைப் போல் சற்று ஆழமாகச் சிந்தித்தார், நாகூர் மீரான்.

இதோ, தெளிவான ஒரு விடை அவருக்குக் கிடைத்து விட்டது.

திடீரென்று பயணத்திற்குத் தயாராகிவிட்ட நாகூர் மீரானைக் கண்டு திகைத்துப் போய் நின்றார்கள் ஹாஜாமெய்தீனின் தாயும் மனைவியும்.

“என்ன நானா வந்து ரெண்டு மாசங்கூட ஆகல, அதுக்குள்ள கெளம்பிட்டீங்க?”

ஹாஜாமெய்தீன் தாய் துக்கம் தாங்காமல் பொங்கினாள்.

“ஒரு ஆறு மாசத்துக்காவது மருந்து மாத்திரை ஒழுங்கா சாப்பிடணும்னு டாக்டர் சொன்னாரே. இப்போ பாதியில கிளம்பினா எப்படி?”

ஹாஜாமெய்தீன் மனைவி உரிமையுடன் எகிறினாள்.

நாகூர் மீரான் சிரித்துக் கொண்டே சொன்னார்:

“எல்லாம் சரிதாம்மா எனக்கு இங்க ரொம்ப நாள் தங்கியிருக்க பிடிக்கல்ல! வேல இல்லாம வீட்டுல உட்கார்ந்து இருக்கிறது போரடிக்குது! சிங்கப்பூர் ஞாபகம் வந்திடுச்சி! இங்க டாக்டர் எழுதிக் கொடுத்த மாத்திரையைத் தான் சிங்கப்பூர்லேயும் தொடர்ந்து சாப்பிடப் போறேன்! ஒடம்பு சௌகரியமானா இன்ஷா அல்லாஹ்-திரும்ப வாரேன். துஆ செய்யுங்க!”

தாத்தா திடீரெனப் புறப்படுவதைக் கண்டு பேரக் குழந்தைகள் முகத்தில் சோகம் அப்பிக் கொண்டது. அம்மா அடிப்பாளே என்ற பயம் துளியும் இல்லாமல் துணிந்து அவரைக் கட்டியணைத்துக் கன்னத்தில் முத்தமிட்டார்கள்.

உள்ளம் நெகிழ்ந்து போன நாகூர் மீரான் மனதுக்குள் சொல்லிக் கொண்டார்:

“அடேய் பசங்களா, எப்பவோ நான் ஒதறித் தள்ளின இந்த மண்ணை ஒங்களுக்காகத்தான் நான் மறுபடியும் மிதிச்சேன். இப்பவும் ஒங்களுக்காகத்தான் இந்த மண்ணை ஒதறித் தள்ளிட்டு இந்த ஊரவிட்டே ஓடிப்போறேன். இருண்டு கிடந்த என்னோட வாழ்க்கைக்கு புதிய உறவு வெளிச்சத்தைப் பாய்ச்சிய ஜீவன்களாயிற்றே நீங்கள்! அவ்வளவு சீக்கிரம் இந்த உறவை என்னால் முறித்துப் போட முடியுமா என்ன? என்னால் ஒங்க வாழ்வு கருகிப் போயிடுமோன்னு பெத்தவங்க பதைக்கிற பதைப்பு ஒங்களுக்குத் தெரியுமா, பசங்களா? பாசங்கறது அவங்களுக்கு மட்டும் தான் சொந்தமா? - எனக்கு இல்லையா', என்ன?”

நாகூர் மீரான் பதிலுக்குக் குழந்தையை முத்தமிட விரும்பனார். என்னவோ தெரியவில்லை. கண்களில் நீர் துளிர்க்க, வலுக்கட்டாயமாக அதைத் தவிர்த்துக் கொண்டார்.

சீறிப் பாய்ந்த காரில் ஏறிச் சென்ற தாத்தாவை அழுத்தமாக நெஞ்சில் இருத்தியவர்களாக, கண்கலங்கக் கைகளை ஆட்டி, டாட்டா காட்டிக் கொண்டிருந்தார்கள், ஹாஜாமெய்தீனின் பிள்ளைச் செல்வங்கள்.

15

சத்தியத்தின் வலிமை

— மு. நடராசன்

தனது தோள் மீது தொங்கிக் கொண்டிருந்த சாக்குப் பையைக் குப்பைத் தொட்டியின் அருகில் இறக்கி வைத்தான் ரமணி. வழக்கத்திற்கு மாறாக அந்தக் குப்பைத் தொட்டியில் அழுக்கேறிய செய்தித்தாள்களும் பாலித்தீன் உறைகளும் நிறையவே இருந்தன. அவற்றுள் ஓரளவு நல்ல நிலையில் இருந்த தாள்களையும் உறைகளையும் எடுத்துத் தனது சாக்குப் பையில் திணித்துக் கொண்டிருந்தான்.

முழுப் பக்க வண்ணப்படம் இருந்த ஒரு செய்தித்தாள் கண்களைக் கவரவே அதனைக் கையில் எடுத்து நிதானமாய்ப் பார்த்தான். லக்ஷ்மியின் முழு உருவப்படம். பார்ப்பதற்கு மிக அழகாக இருந்தது. வண்ணத் தாமரை மீது லக்ஷ்மி அமர்ந்து கொண்டிருக்க, இரண்டு கைகளிலிருந்து தங்கக் காசுகள் கொட்டுவதைப் போன்று வரையப்பட்டிருந்தது. லக்ஷ்மியின் முகத்தில் லேசான புன்னகை. இதுதான் தெய்வீகப் புன்னகை போலிருக்கிறது. மனதில் இனம்புரியாத ஒரு மகிழ்ச்சி. அந்தப் படத்தையே பார்த்துக் கொண்டிருக்கலாம்போல் இருந்தது. இரட்டைத் தாள்களாக இருந்த அந்த செய்தித்தாளின் இருபுறமும் கொஞ்சம் மடிக்கப்பட்டிருந்தன.

லக்ஷ்மியின் திருவுருப்படம் இருந்த அந்தப் பக்கத்தை மட்டும் கிழித்துத் தனது சட்டைப் பையில் வைத்துக் கொள்ளலாம் என நினைத்த ரமணி அந்தப் பக்கத்தைப் பிரித்தான். உள்ளே இருந்து 'பொத்தென்று' ஏதோ ஒன்று தனது உடலை உரசியபடி கீழே விழுந்தது. குனிந்து

பார்த்தவனுக்கு ஒரே அதிர்ச்சி. ஆம், இரண்டாக மடித்து வைக்கப்பட்ட நிலையில் சில ஐநூறு ரூபாய் நோட்டுகள், சட்டெனக் குப்பைத் தொட்டியின் அருகிலேயே அமர்ந்து கொண்டு அந்தப் பணத்தைக் கையிலெடுத்து எண்ணிப் பார்த்தான். பத்து ஐநூறு ரூபாய் நோட்டுகள். அப்படியே எடுத்துச் சட்டைப் பைக்குள் வைத்துக் கொண்டான்.

மனம் உடலை இம்சைப்படுத்திக் கொண்டிருந்தது. சிந்தனைகள் ஒன்றின் மீது ஒன்றாக மூளையில் மோதிக்கொண்டிருந்தன.

குப்பைத் தொட்டியில் செய்தித்தாள் கிடந்த அமைப்பைப் பார்த்தால் அலமாரியில் உள்ள உள்தட்டின் மீது போட்டு வைக்கப்பட்டதாய் இருக்க வேண்டும். அப்படித்தான் அந்தத் தாள் மடிக்கப்பட்டிருந்தது.

ஒரு வேளை யாரோ அலமாரியில் போடப்பட்டிருந்த செய்தித் தாளின் உள் விரிப்பில் ரகசியமாய் இருக்கட்டும் என்று பணத்தை வைத்துவிட்டு மறந்து போயிருப்பார்களோ? இந்தச் சிந்தனை தனக்குள் எழுந்ததும் தாயின் நினைவு வந்தது ரமணிக்கு.

தனது தாய் பாலாம்பிகைகூட வீட்டில் இருந்த தகரப் பெட்டியில் இப்படித் தான் பேப்பரை மடித்து அடியில் போட்டு அதன் மீது சாயம் போன ஒரு பட்டுச் சேலையையும் இன்னும் ஒரு சில துணிகளையும் மடித்து வைத்திருப்பாள். தனது சேமிப்புப் பணத்தைக் கூட அந்தப் பேப்பரின் உள் விரிப்புகளில்தான் வைத்திருப்பாள்.

பள்ளிச் செலவுகளுக்கென்று ரமணி எப்போதாவது பணம் கேட்டால் அந்தப் பெட்டியைத் திறந்து அதிலிருக்கும் துணிகளையெல்லாம் எடுத்துக் கீழே வைத்துவிட்டு லாவகமாக அந்தப் பேப்பரைப் பிரித்துப் பணத்தை எடுத்து, முகத்தில் லேசான புன்னகை இழையோட, ரமணியின் கையில் கொடுப்பாள். அந்த இனிய காட்சி கண்முன் விரிந்தது ரமணிக்கு.

அந்தக் குடிசையில் ரமணியும் அவன் தாயும் மட்டும்தான். பாலாம்பிகை விவசாயக் கூலி வேலைக்குச் செல்வாள். அந்தக் கிராமத்தில் இருந்த மணியக்காரர் வீட்டில் வீட்டு வேலையும் செய்து வந்தாள். இந்த வருமானம்தான் குடும்ப வண்டியை ஓட்டிக் கொண்டிருந்தது.

அன்னையின் நிழலில் நன்றாகத்தான் வளர்ந்து கொண்டிருந்தான் ரமணி. என்ன சாபக்கேடோ, காய்ச்சல் என்று தரையில் படுத்தவளை காட்டுக்கு அழைத்துச் சென்றுவிட்டது காலம். எவருடைய ஆதரவும் வழிகாட்டுதலும் இல்லாமல் போனதால் கால் போன போக்கில் நடக்க ஆரம்பித்தவன் இன்று குப்பை பொறுக்கித் தனது வயிற்றை நிரப்பிக் கொண்டிருக்கிறான்.

நியாயமாய் உழைக்க வேண்டும். நேர்மையாய் வாழ வேண்டும். கழிப்பறையைச் சுத்தம் செய்யும் வேலை என்றால் கூட அதிலும் ஒரு நேர்த்தி இருக்க வேண்டும் என அடிக்கடி கூறுவாள் தாய் பாலாம்பிகை. கண்களின் ஓரத்தில் ஈரம் துளிர்க்க நினைவுகளிலிருந்து விடுபட்டான் ரமணி.

பையில் இருந்த பணம் சுமையாய் அழுத்தியது. யார் இங்கே கொண்டு வந்து போட்டிருப்பார்கள். நிச்சயமாய் அலமாரியில் மடித்துப் போடப்பட்டிருந்த பேப்பர் தான் அது. அலமாரியைச் சுத்தம் செய்கிற போது பழைய பேப்பரோடு பேப்பராகக் கொண்டு வந்து குப்பைத் தொட்டியில் போட்டிருக்கிறார்கள். பணத்தை யார் எப்போது பேப்பரின் உள் மடிப்புப் பகுதியில் வைத்தார்களோ? மறந்து போயிருக்கக் கூடும்.

‘நாமாக எங்கும் போய்த் திருடவில்லை. தானாகக் கிடைத்தது. இதை ஏன் நாமே வைத்துக் கொள்ளக் கூடாது?’ பளீரென ஒரு எண்ணக் கீற்று மூளையில் ஓடியது. அந்த எண்ணம் வந்ததுமே மனதைப் பயம் கவ்விக் கொண்டது. கையில் குச்சியோடு தாய் பாலாம்பிகை எதிரில் நிற்பதைப் போல் ஒரு பிரமை, தோன்றியது.

இந்த வறுமையிலும், தாய் கடைப்பிடித்த நேர்மைக்கும் எந்த வேலையாய் இருந்தாலும் உழைத்து உண்ண வேண்டும் என்ற அவளின் போதனைக்கும் முரணான இந்த எண்ணம் என்னுள் எப்படி எழுந்தது. நினைத்தபோது அவனுக்கே வெட்கமாயிருந்தது. பணம் மனத்தைக் கெடுக்கும் என்கிறார்களே. உண்மைதான் போலிருக்கிறது. ஏதாவது வழி தெரிகிறதா பார்ப்போம். இல்லையென்றால் சிவன் கோயில் உண்டியலில் போட்டு விடலாம் எனத் தீர்மானித்துக் கொண்டவனாய்ச் சாக்குப்பையைத் தூக்கித் தோள்மீது போட்டுக் கொண்டு நடக்க ஆரம்பித்தான் ரமணி.

தெருவில் நடந்து கொண்டிருந்தபோது ஒரு வீட்டின் முதல் மாடி முகப்பில் ஒரு அலமாரி நின்று கொண்டிருக்க இரண்டு பேர் அதற்கு வண்ணம் பூசும் வேலையைச் செய்து கொண்டிருந்தனர். அந்தக் காட்சியைப் பார்த்த ரமணிக்கு மூளையில் ஒரு மின்னல்.

குப்பைத் தொட்டியில் நாம் கண்டெடுத்த பணம் ஒருவேளை இந்த வீட்டில் குடியிருப்பவருடைதாய் இருக்கலாம். அலமாரிக்கு வண்ணப் பூச்சு கொடுப்பதற்காக அதனுள் இருந்த பொருட்களை அப்புறப்படுத்தி இருப்பார்கள். அலமாரியின் உள் தட்டுகளில் போடப்பட்டிருந்த பழைய பேப்பர்களை அப்படியே மடித்துக் குப்பைத் தொட்டியில் போட்டிருக்கக் கூடும். எண்ணம் சரியான பாதையில் பயணிக்க, ஒரு பிரச்சனைக்குத் தீர்வு கண்டுவிட்டதைப்போல் மனம் குதூகலித்தது. நேரே அந்த வீட்டிற்குச் சென்று தனது சாக்குப் பையை வெளிப்புற மதில் சுவர் ஓரமாக வைத்து விட்டு, படிக்கட்டுகளில் ஏறி முதல் மாடிக்குச் சென்றான்.

'இவன் எதற்கு இங்கு வருகிறான்' தனது புருவங்களை உயர்த்தியபடியே என்னடா வேணும்? என ரமணியைப் பார்த்துக் கேட்டார் அங்கு வண்ணப் பூச்சு செய்து கொண்டிருந்த ஒருவர்.

"அம்மாகிட்ட ஏதாச்சும் சாப்பாடு இருந்தா கேட்கணும்..." தன்னுடைய நிலைக்கு இங்கு இப்படிச் சொல்வதுதான் பொருத்தமாயிருக்கும் என நினைத்துச் சொன்னான் ரமணி.

யாரோ எதுவோ விசாரிப்பதைப் போல் தெரியவே வெளியில் வந்து பார்த்தாள் கண்ணகி.

"என்னப்பா வேணும்?"

"அம்மா, பசியாய் இருக்கு, கொஞ்சம் சாப்பாடு இருந்தா கொடுங்க"

"பாத்திரம் ஏதாச்சும் வைச்சிருக்கியா?" எனக் கண்ணகி கேட்க, இல்லையம்மா என்ற ரமணியைப் பார்த்து சரி இப்படியே போய் மொட்டை மாடியில் உட்கார். வருகிறேன் எனக் கூறியபடி உள்ளே சென்றாள்.

ஒரு தட்டில் சாதம் போட்டு எடுத்துக் கொண்டு போய் ரமணியிடம் கொடுத்தாள்.

அதனை வாங்கிக் கீழே வைத்தவன், அம்மா அந்த அலமாரி உங்களுடையது தானே?

"ஆமாம் ஏன் கேட்கிறாய்?"

"இல்லை, உங்களிடம் ஒரு செய்தி கேட்கணும் அதான்..." என இழுத்தான்.

ரமணியை ஆச்சரியக் கண்களோடு கண்ணகி பார்த்துக் கொண்டிருக்க,

"அந்த அலமாரியில் இருந்த பேப்பரையெல்லாம் குப்பைத் தொட்டியில் போட்டீங்களா?"

'என்ன? பெரிசா விசாரணை பண்ணிகிட்டிருக்கான்' என மனதில் நினைத்தபடி, லேசான எரிச்சலோடு,

"ஆமாம் அதுக்கென்ன இப்போ?" என்றாள்.

வெடுக்கெனத் தன் கால்சட்டைப் பையில் கைவிட்டவன் நான்காக மடிக்கப்பட்ட பேப்பரை எடுத்துப் பிரித்துக் காட்டி, "இது நீங்க அலமாரியில் வைத்திருந்த பேப்பரா?" எனக் கேட்டவனிடம், லக்ஷ்மியின் படம் போட்டிருந்த அந்தப் பேப்பர் தங்களுடையதுதான் என்பதை உறுதி செய்தாள்.

முகத்தில் புன்னகை தவழச் சட்டைப் பையில் இருந்து கத்தையாய் ஐநூறு ரூபாய் நோட்டுகளை எடுத்து கண்ணகியின் கைகளில் திணித்து,

"இந்தப் பணம் நிச்சயம் உங்களோடதாதான் இருக்கணும். அந்தப் பேப்பரின் உள்மடிப்பில் தான் இந்தப் பணம் இருந்தது" என்றான்.

அந்த ரூபாய் நோட்டுகளைப் பார்த்ததும் ஒரே ஆச்சரியமாய் இருந்தது கண்ணகிக்கு. உடலெல்லாம் அதிர்வலைகள். பேச முயற்சித்தவளுக்கு வார்த்தைகள் வெளிவரவில்லை.

அந்தப் பணத்தை வைத்த இடம் நினைவுக்கு வராமல் போக, பணத்தைத் தொலைத்துவிட்டதாகக் கணவர் ஏக ரகளை செய்து, வீட்டு வேலைக்காரி முதற்கொண்டு விசாரணை நடத்த, பிரச்சனையாகி, பெரிய

சண்டையாகிக் கணவரிடம் அடி வாங்கியது வரை ஒரு கணம் நிகழ்வுகள் மனதில் தோன்றி மறைந்தன.

உணர்ச்சி மேலீட்டில் அப்படியே ரமணியைக் கட்டித் தழுவி அவன் உச்சியில் முத்தமிட்டுக் கொண்டே,

"என்னங்க கொஞ்சம் மேலே வாங்க" எனக் கத்தினாள். மனைவியின் குரல் கேட்டு பதற்றத்துடன் மொட்டை மாடிக்கு ஓடி வந்தார் சிவலிங்கம். நடந்தைக் கூறி, பணத்தைக் கணவர் கையில் திணித்தாள்.

பேப்பர் பொறுக்கி வயிற்றைக் கழுவும் நிலையில் உள்ள இந்தச் சிறுவனிடம் இவ்வளவு உயர்ந்த குணமா? ஆச்சரியமாய் இருந்தது சிவலிங்கத்திற்கு.

சத்தியநெறி அவனுள் வலுவாக விதைக்கப்பட்டிருக்கிறது. ஒரு நல்ல குடும்ப அமைப்பில் வாழ்ந்தவனாகத்தான் இருக்க வேண்டும். ஏதோ ஒரு சூழல் இந்த நிலைக்கு அவனைத் தள்ளியிருக்கிறது என்பதைப் புரிந்து கொண்ட சிவலிங்கம் அவன் அருகில் அமர்ந்து கொண்டு இயல்பாய்ப் பேச்சுக் கொடுத்து அவனைப் பற்றி முழுமையாய் விசாரித்துத் தெரிந்து கொண்டார்.

இந்த நிலையிலும் அவனிடம் பொதிந்திருக்கும் நேர்மைக் குணத்தின் பின்புலத்தில் அவன் தாயின் நெறிதவறா வாழ்க்கையும் வளர்ப்பு முறையும் இருக்கிறது என்பதைப் புரிந்து கொண்டபோது மனம் நெகிழ்ந்தது சிவலிங்கத்திற்கு.

"தம்பீ, நான் ஒண்ணு சொல்றேன் கேப்பீயா?"

"என்னங்க ஐயா..."

"இனிமே நீ எங்க கூடவே தங்கிடு. உன்னை மீண்டும் பள்ளியில் சேர்த்து படிக்க வைக்கிற பொறுப்பு எங்களோடது. உன்னைப் பராமரிக்கிறது எங்களுக்குச் சுமையில்லை. உன்னைப் போன்ற பிள்ளைகள் உயர்த்தப்பட வேண்டியவர்கள்".

"ஐயா... வந்து..." நா தழுதழுக்க சிவலிங்கத்தின் முகம் பார்த்தான் ரமணி.

"ரமணி இனிமே நீ எங்க குடும்பத்துல ஒருத்தன். நான்தான் உனக்கு அம்மா. இவர் தான் உனக்கு அப்பா. வா, உன் சகோதரனைக் காட்டுகிறேன்" என்று அவன் கையைப் பிடித்து அழைத்துச் சென்றாள் கண்ணகி.

"நேர்மையையும் சத்தியத்தையும் எந்த நிலையிலும் கைவிடக் கூடாது ரமணி. ஒரு சில நேரங்களில் அவை நமக்குச் சோதனைகளைத் தரலாம். ஆனால் பலன் நல்லதாய்த்தான் இருக்கும்" தனது தாய் அடிக்கடி சொல்வது தற்போது ரமணியின் காதுகளில் அசரீரியாய் ஒலித்துக் கொண்டிருந்தது. அவன் கால்கள் அந்த வீட்டுக்குள் நடந்து கொண்டிருந்தன.

16

சிலந்தி வலை

– நிக்கி கிருட்டினமூர்த்தி

அவ்வளவு சீக்கிரத்தில் அந்தப் பூச்சி வலையில் வந்து விழுந்துவிடவில்லை. சுற்றிச்சுற்றி வந்தது. ஆம்... சுற்றிச்சுற்றி...

அவன் அந்த மருத்துவமனையின் அறையின் சுவரை வெறித்துப் பார்த்தவாறே படுத்துக் கிடந்தான். பின் புரண்டு புரண்டு படுத்தான். கண்களையும் கஷ்டப்பட்டு மூடிப் பார்த்தான். ஊஹும். அவனால் உறங்க முடியவில்லை. கண்களில் வழிந்த கண்ணீர் அவன் கன்னத்தை நனைத்தது. அவனால் அதைக் கட்டுப்படுத்த முடியவில்லை. அதை மட்டுமல்ல...

ஒரே அளவில்... சமமாய்... அவ்வளவு அழகாய் அந்தப் பின்னலின் கவர்ச்சி இருந்தது. வெகுவாய் ரசித்தபடி... அப்படித்தான் இருக்க வேண்டும். இன்னும் அந்தப் பூச்சி சுற்றிச்சுற்றி வந்தது.

இரண்டு ஆண்டுகளுக்குமுன் நடந்து முடிந்துபோன அத்தனை சம்பவங்களும் அவன் மனத்திரையில் எந்தச் சலனமுமில்லாத ஒரு நிழற்படம்போல்...

ஓ! அவனை இன்னும் உங்களுக்கு அறிமுகப்படுத்தவில்லையே. அவன்... ஒருகாலத்தில் பெயர்போன அந்தப் பெரிய கல்லூரியின் இனிய கனவு. ஒட்டுமொத்தமாய்ச் சொல்வதென்றால் அவனுக்கென்று ஒரு ரசிகையர் மன்றமே இருந்தது, அவனது கடைக்கண் பார்வைக்கு... அவன் நேராய்ப் பார்த்தாலே அது அப்படித்தான் இருக்கும் என்பது வேறு விஷயம்... ஏங்கியவர்களின் எண்ணிக்கை ஏராளம். ஆனால்,

அவன் யாரையும் ஏறெடுத்தும் பார்க்க மாட்டான். அதற்குக் காரணம் இருந்தது.

அவனது குக்கிராம சாம்ராஜ்யத்தில் மேகக் கூந்தலால் முக்காடிட்ட வெள்ளி நிலா ஒன்று நிரந்தரமாய் அவன் வரவுக்கு... அவன் காலடி ஓசையில் தன் காதுகளை வைத்துக் காத்திருந்தது என்பதுதான்.

அவனது தலைக்குச் சற்றுக் கனம் கூடுதல். இருக்க வேண்டியதுதான். இலக்கியப் பசியோடு திரிந்த அவனது உணர்வுக்குத் தீனிபோடத் தயாராய் இல்லை யாரும். அவனது உலகமே தனி. அடிக்கடித் தன்னையே மறந்து போவான். வானம்... நட்சத்திரக் கூட்டங்கள்... மரங்கள் செடி கொடிகளோடு நயன பாஷையில் நிறைய நேரம் பேசுவான். சில நேரம் பசுக்களின்... அம்மா...வில் கரைந்துபோவான். ரீங்காரமிடும் சில்வண்டுகளோடு சேர்ந்து கொள்வான். மழைபெய்யும்போது வரும் அந்த மண்வாசனையில் மனத்தைப் பறிகொடுத்து நிற்பான். அடிக்கடி சுந்தர ராமசாமிகளும் ஜானகிராமன்களும் அவன் கைபிடித்து நடப்பது வழக்கம். ஷெல்லியையும் விட்மனையும் தனித்தனியே நிறுத்துப் பார்க்கும் தராசு இருந்தது அவனிடம். அகத்திணை பற்றியும் பேசுவான். அணுவுலை பற்றியும் விவாதிப்பான். இவான் லெண்டில், ஸ்டெப்பி கிராப்பிற்குப் பிறகு யாரென்று முடிவுகட்டுவான். கிரிக்கெட்டில் இந்தியா தோற்றுப் போனதற்கு அதன்மேல் அரசியல் சாயம் பூசப்பட்டதே காரணமென்று அழுத்தந்திருத்தமாய்க் கூறுவான். அவ்வளவு ஏன்... கம்ப்யூட்டர் கலைகளையும் கலைஞனையும் கொன்றுவிடும் என்பார்க்குக் கலைகளைக் கம்ப்யூட்டராலேயே வளர்க்க முடியும் என்பான். தேம்ஸ் நதியின் தெள்ளிய நீர் போன்றிருக்கும் அவன் சிந்தனை. எல்லாம் இரண்டு ஆண்டுகளுக்கு முன்வரைதான்... ஆனால் இப்போது...

தேடல்... ஆர்வத்தின் ஊற்றுக் கண்களைத் திறக்கும் அந்த அற்புதச் சக்தி... சில சமயம் ஆபத்தில் கொண்டுவந்து நிறுத்திவிடுமல்லவா...

அந்தப் பூச்சி முடிவு செய்துவிட்டது...

ஆமாம்... அவன் குடும்பத்தைப் பற்றியும் உங்களுக்குச் சொல்ல வேண்டும். அப்பா... அம்மா... செல்லமாய் இவன் ஒரே மகன். சொத்து என்று சொல்லிக்கொள்ள கால்காணி நிலம்... பக்கத்திலேயே கிணறு.

தண்ணீர் கிடைக்காமல் பாறைகளை வெடிவைத்து வெடிவைத்துத் தகர்த்ததில்... அவனது அறிவைப் போலவே... ஆழம் அதிகம். பக்கத்தில் ஒரு கீற்றுக் கொட்டகை ஒரு பழைய டீசல் என்ஜினுடன். அதைச் சுற்றிலும் பத்துப் பன்னிரண்டு தென்னை மரங்கள். அதிலும் ஒன்றிரண்டுதான் காய்க்கும். மொத்தத்தில் பாரதியின் கனவுதான் அவர்கள் கையிருப்பு.

அதோடு... முன்பே சொன்னேனே... அள்ள அள்ளக் குறையாத புதையலாய்ப் பக்கத்து வீட்டுச் சன்னலுக்குள் தவங்கிடக்கும் அந்த நிலா. அதையும் சேர்த்துக் கொள்ளவேண்டும். அத்தனை அங்கங்களும் அளவாய் செதுக்கிய அற்புதமான தந்தச்சிலை அவள். அவனைப் பொறுத்தவரை உலக அதிசயங்களில் இன்னொன்று அவள் வரவால் கூடியதே உண்மை... ரவிவர்மாவின் கடைசி ஓவியம்... கல்கியின் சிவகாமி... அந்தக் குக்கிராமத்திலா பிறக்க வேண்டும். என்ன இருந்தாலும் எவ்வளவுதான் அழகும் சிறப்பும் இருந்தாலும் மழைக்குக்கூடப் பள்ளிக்கூடத்தில் ஒதுங்காமல் போனதுதான் அந்த மதுமலர் செய்துவிட்ட மாபெரும் தவறு.

அவன் ஒவ்வொரு முறை ஊருக்கு வரும்போதும் தன் உள்ளே மலரும் ஓராயிரம் மலர்களோடு அவனது வசந்த மண்டபத்திற்கு ஓடோடி வருவான்... அவனது வசந்த மண்டபம் வேறு எதுவும் இல்லை அந்தக் கீற்றுக் கொட்டகைதான். அதுதான் அவனுக்கு எல்லாமும்... அவள் அவன் அனைத்துக் கல்லூரி, பல்கலைக் கழகப் போட்டிகளில் வாங்கிய பதக்கங்கள், பரிசுகளையெல்லாம் இன்னதென்று தெரியாமல்... ஆனால் ஏதோ மிகப் பெருமைக்குரியது என்று மட்டும் உணர்ந்து ஆசையோடு தொட்டுத் தடவிப் பூரிப்பாள். அப்போது அவள் கண்கள் காவியம் ஆயிரம் எழுதிக் குவித்திடும். அவனும் அந்தச் சந்தனப் பேழையைக் கண்களால் ஆரத் தழுவுவான். ஆனாலும்கூட அவன் ரொம்பவும் வித்தியாசமானவன்... பூக்களைப் பறிக்காதீர்கள்... தொடாமல் பார்க்கவும்... சாதி அவன்... அய்யய்யோ! நாம் எவ்வளவுதான் கவனமாக இருந்தாலும் ஏதாவது ஓர் உருவத்தில் இந்தச் சாதி இப்படிக் குறுக்கே வந்து நின்றுவிடுவது கொஞ்சம் கூடச் சரியில்லை. அவர்களுக்கிடையேயும் அது அப்படித்தான் வந்து நின்றது.

அவள் பெற்றோர் அவளை உயர்ந்த சாதிவலை பின்னி மூடியிருந்தார்கள்... யாரையும் பார்க்கக் கூடாது... பேசக்கூடாது என்ற கட்டுப்பாடு வேறு. தொடக்கத்தில் அவளுக்குத் தெரிந்ததெல்லாம் பக்கத்துவீட்டு ஜன்னல் மட்டுமே. அதுதான் அவனை... அவனது நடவடிக்கைகளை... ஏன் நடத்தையைக் கூடப் படம்பிடித்துக் காட்டி அவளை அவனோடு முழுதாய்ப் பிணைத்துவிட்ட தோழி... செவிலி எல்லாமும். அவளுக்குத் தெரிந்த இன்னொரு இடம்... அவனது வசந்த மண்டபம்தான்... அதுவும் இப்போதுதான்... யாருக்கும் தெரியாமல் அவனை அங்குச் சென்று பார்த்துவிட்டுத் திரும்புவதற்குள் அப்பப்பா... அதனை ஒரு யுகப்புரட்சி என்றே சொல்லவேண்டும்... ஆனாலும் அது அடிக்கடி நிகழ்ந்தது. ஆனால் இருவருக்கும் இதுவரை கண்தான் மீடியா.

ஆம்! அவனுக்குள் இருந்த இன்டலெக்சுவல் ஃபீலிங், அவனை ரொம்ப உயரத்தில் வைத்திருந்தது! காதலில் இப்படியும் நடக்குமா என்று நீங்கள் கேட்பது சரிதான்... ஆனால் அவன் விதியல்ல... விலக்கு! எதார்த்தமல்ல... எந்திரம்... அவனது இலக்கு வீட்டின் கூரையல்ல... விண்ணின் விளிம்பு. அப்படித்தான் நினைத்தேன்... யாரும் நினைத்தார்கள்.

இன்னும் அந்தப் பூச்சி சுற்றிச்சுற்றி வந்தது.

அன்று தலையில் ஓர் ஒற்றை ரோஜாவுடன் அவள் வந்திருந்தாள். அன்றுதான் முதல்முறையாய் அவளிடம் பேசிய அவன் விளையாட்டாய்ச் சொன்னான். நான் அடுத்தமுறை ஊருக்கு வரும்வரை எனக்காக இந்த ஒற்றை ரோஜாவை உன் தலையிலிருந்து எடுக்காமல் இருக்க முடியுமா?

அவனுடைய தேர்வுகள் அன்றுதான் முடிந்திருந்தன. ஊருக்குப்போய் இன்றோடு மூன்றுமாதம். ஊருக்குத் திரும்பியவனின் கண்ணில் முதலில் பட்டதே அவள்தான். ஜன்னலின் கம்பியோடு கம்பியாய்... கண்களை மட்டும் அவன்வரும் பாதையில் பதித்திருந்தாள்.

உருவிழந்த நிலையில் அந்த ஒற்றை ரோஜாவின் காம்புமட்டும் அன்று அவள் செருகியிருந்த அதே நிலையில்... உள்ளே வந்த அவனால் தன் கண்களையே நம்பமுடியவில்லை.

வசந்த மண்டபத்தில் அவளது காதுக்குள் ஒரு பிரச்சாரம் ஓய்ந்து முடிந்தது. அவளது செயல் முரட்டுத்தனமானது என்பதோடு முட்டாள்தனமானது... எதையும் அறிவுப்பூர்வமாய்ச் சிந்திக்க வேண்டும்...

இனிமேல் இப்படி அவள் நடந்துகொள்ளக் கூடாது... இதுதான் அதன் சாரம்.

அவன் சொன்னது அவனுக்கே மறந்துபோனதுதான் ஆச்சர்யத்திலும் ஆச்சர்யம்... எந்த இன்டலெக்சுவலும் ஏதோ ஒரு நிலையில் சாதாரணம்தானா?. . .

வெறித்த நிலையில் கிடந்த... அவனது ஒளியிழந்த கண்களில் இன்னும் வற்றாதது கண்ணீர் மட்டும்தான்... நினைவலைகளின் சுழற்சியில் வேகம் கூடியது. அன்றுதான் அவன் கடைசியாய் ஊருக்குப் போனது.

பாரதியோடு கலந்து அடிக்கடி காணாமல் போய்விடும் அவனது கனவு சாம்ராஜ்யத்தில் குளிரைப் பொழியும் அந்தக் கொள்ளை நிலவொளியில் மனத்தைப் பறிகொடுத்தவாறு அவனுக்கே சொந்தமான... ஆனால் தான் கடைசிவரையிலும் தொடாமல் பாதுகாத்த அந்த அற்புதப் புதையலின் அருகே கிணற்று மேட்டில் அமர்ந்திருந்தவன் திடீரென்று கேட்டான்:

ஏம்மேல ஒனக்கு எவ்ளோ ஆச...? எவ்ளவோ...

தன்னையறியாமலே அவள் மோன இதழ்ச் சிப்பி முதல் முறையாய் ஒரு சொல்முத்தை உதிர்த்தது.

நான் எதச் சொன்னாலும் செய்ற அளவுக்கா?...

உம்...

இந்தக் கெணத்துல குதிப்பியா?

டமார்... சளக்... சளக்...

மழைக்குக்கூடப் பள்ளிக்கூடத்தில் ஒதுங்காக அந்த நிலாப் பிஞ்சு... முரட்டு அன்பால் கிணற்றுப் பாரில் மோதிக்கொண்டு தன் அத்தியாயத்தை முடித்துக்கொண்ட அன்று... கிணற்றில் குதித்துத் தேடி அவளது வெற்றுடலோடு மேலே வந்தவன் தன் நினைவை இழந்து இதோ இன்றோடு இரண்டு ஆண்டுகள்...

வலையைக் கிழித்துக்கொண்டு சரேலென்று பாய்ந்த அந்தப் பூச்சி உள்ளே... உள்ளேயே.

17

மூன்தூர்க்

– பாரதி வசந்தன்

பிலவேந்திரனுக்குப் பசித்தது. லிஸே பிரான்ஸேவுக்குப் பக்கத்தில் பழைய கமராது ஒருத்தனைப் பார்க்க வந்த இடத்தில் அவன் எங்கோ வெளியில் போயிருப்பதாகச் சொன்னார்கள். அதற்குள் ஏதாவது ஒரு ஒத்தேலில் சாப்பிட்டுவிடலாம் என்று நினைத்தபோது எதிரே கடற்கரையை ஒட்டி லெ கஃஃபே இருப்பது தெரிந்தது.

பிலவேந்திரன் பிரெஞ்சு நேஷனாலித்தி பெற்றவன். ஒப்பிஸியம் செஞ்ச ஃபமி. இன்னமும் மரியாழ் செய்து கொள்ளாமலும், பிரான்ஸுக்கு போகாமலும் செக்யூர் வாங்கிக் கொண்டிருப்பவன். பிரெஞ்சு அரசாங்கம் இந்திய அரசாங்கம் போல் இல்லை. இங்குப் படித்துவிட்டு வேலைவெட்டி எதுவும் இல்லாமல் வாழ்க்கையோடு போராடிக் கொண்டிருக்கிற எண்ணற்ற இளைஞர்களைப் பற்றி யாருமே கவலைப்படுவது கிடையாது.

ஆனால் பிரான்ஸ் தேசம் ஒருவன் உழைத்துப் பிழைப்பதற்கு வேண்டிய வாய்ப்புகளை உருவாக்கித் தராததைத் தன் தவறு என்று கருதுகிறது. அதற்குப் பிராயச்சித்தமாக அவனுக்கு அந்த நாட்டில் ஏதாவது ஒரு வேலை கொடுக்கும் வரையில் அவன் ஆயுளுக்கும்கூட உதவிப் பணத்தைச் செக்யூராகக் கொடுத்து வருகிறது. அந்தச் செக்யூர் பணம் மூவாயிரத்து சொச்ச ரூபாய் மாசா மாசம் பிலவேந்திரனுக்கு ஒரு குறிப்பிட்ட தேதியில் தவறாமல் கிடைத்து விடும். அவன் போய் கடற்கரைக்கு எதிரே இருக்கும் பிரெஞ்சு கோன்சலாவில் கையெழுத்துப் போட்டு வாங்கி வந்துவிட வேண்டியதுதான்.

நாமெல்லாம் மாசம் முழுக்க லீவு எடுக்காமல் கஷ்டப்பட்டு வேலை செய்து வாங்குகிற பணத்தை எந்த ஒரு வேலையும் செய்யாமல் சும்மா இருந்துகொண்டே பிலவேந்திரன் வாங்குவது அவனுடைய உள்ளூர் நண்பர்களுக்கு வயிற்றெரிச்சலாக இருக்கும். ‘லிபர்த்தே, ஈக்குவாலித்தே, பிரத்தர்னத்தேன்னு அற்புதமான பாலிஸிய அந்தப் பிரான்ஸ் நாடு வச்சிருக்கலாம். அதுக்காக இப்படியா தெண்டத்துக்குப் பணத்தைக் கொட்டி அழறது.’ இப்படிப் பேசினாலும்கூட நம்ம ஆட்களுக்கு அது மாதிரி யாராவது உட்கார வச்சி மாசா மாசம் படியளக்க மாட்டாங்களான்னு உள்ளூர ஒரு நப்பாசை இருக்கத்தான் செய்கிறது.

உழைக்காமல் பணம் கிடைக்கும் என்றால் அதைப் பெறுவதற்கு ஆசைப்படுகிற ஆட்கள் உலகத்திலேயே நம்மவர்களாகத்தான் இருப்பார்கள். பிலவேந்திரனுக்கு வயது முப்பத்தைந்துக்கு மேல் இருக்கும். முன்நெற்றியில் ஏறிய லேசான வழுக்கை. மீசையை மழுங்க சிரைத்துக்கொண்ட மழமழப்பான முகம். பீர் குடித்துக் குடித்து பிரான்ஸ் நாட்டின் பனிக்காலத்துப் பேரிக்காயைப் போல் ‘பஃப்’ என்று உப்பிய கன்னங்கள். சிவந்த நிறம். ஒரு கையில் வாட்சும், மறு கையில் வெள்ளி குருமாத்துமாக இளம் சொல்தாவுக்குரிய லட்சணங்களோடு இருந்தான்.

பிலவேந்திரன் லெ கஃபேவுக்குள் நுழைந்து உட்காருவதற்கு இடம் தேடிய போது சர்வர் ஒரு மேஜையைச் சுட்டிக் காட்டினார். அதை நோக்கிப் போன போதுதான் அந்தப் பெண் அவனைப் பார்த்துச் சிரிப்பது தெரிந்தது. சட்டென்று பிலவேந்திரனுக்கு ஒன்றும் புரியவில்லை. அவளை எங்கோ பார்த்தது போலத்தான் தெரிகிறது. ஆனால் எங்கே என்றுதான் சரியாகத் தெரியவில்லை. அவள் பலநாள் பழகியவள் போலச் சிநேக பாவத்துடன் இன்னும் அழகாகச் சிரித்தாள்.

“என்ன மிஸே அதுக்குள்ளவா என்னை மறந்திட்டீங்க”

கேட்டுக் கொண்டே எழுந்து நின்றவள் தன் பக்கத்தில் காலியாக இருந்த ஸ்டூலைக் காட்டி உட்காரச் சொன்னாள். அவள் அப்படிச் சொன்ன அழகே பிலவேந்திரனை அடித்து வீழ்த்துவதைப் போல இருந்தது. தடுமாறினான்.

“ரெண்டு மாசத்துக்கு முன்னாடி புஸ்ஸி வீதியில ஒரு வீட்டுக்கு வந்திருந்தேனே. ஞாபகம் இல்லீங்களா”

கண்களைச் சுழற்றியபடி 'கல கல' என்று சிரித்தாள். மத்தாப்பைக் கொளுத்தியது போல் இருந்தது. பிலவேந்திரனுக்கு லேசாகப் புரிந்தது.

"உங்க கமராது அல்போன்சு அழைச்சிகிட்டு வந்தாரே"

அவள் சரியான திசையில் அடையாளம் காட்டியதும் பிலவேந்தரனும் கூடச் சேர்ந்துகொண்டு சிரித்தான்.

"நீ ழான்தார்க் இல்லே. எப்படி இருக்குது"

"என் பேர கரெக்டா ஞாபகம் வச்சிருக்கீங்களே. நீங்க நல்லா இருக்கீங்களா"

"எனக்கென்ன நான் நல்லாதான் இருக்கேன். ஆமாம் நீ எங்கே இங்க வந்தது"

"உட்காருங்க பேசிகிட்டே சாப்பிடலாம்"

அவள் உட்கார்ந்தாள். பிலவேந்திரனையும் தன் பக்கத்தில் உட்காரச் சொல்லி ஜாடை காட்டினாள். அவனுக்கு என்ன தோன்றியதோ அவள் அழைப்பை நிராகரித்தான்.

"மெர்ஸி. நான் அங்க போயி உட்கார்ந்துக்கிறேன்"

இரண்டு மூன்று மேஜைகள் தாண்டி ஓர் இடத்தைக் காட்டினான். அவள் அதை ஆமோதிப்பது போலச் 'சரி' என்று தலையசைத்து அதற்கும் ஒரு சிரிப்பு சிரித்தாள். பிலவேந்திரன் போய் உட்கார்ந்து கொண்டான். சர்வர் வந்து கேட்டபோது பொங்கலுக்கும், பூரிக்கும் ஆர்டர் கொடுத்தவன் மேஜை மேலிருந்த டம்ளரில் இருந்து தண்ணீரை எடுத்துப் பருகிவிட்டு நீண்ட பெருமூச்சு விட்டபடி பழைய நினைவுகளுக்குள் மூழ்கிப் போனான்.

புஸ்ஸி வீதியில் சின்னக்கடை மணிக்கூண்டு அருகில்தான் பிலவேந்திரனின் வீடு இருக்கிறது. அவனுக்கு வயசான மம்மா மட்டும்தான். பப்பா செத்துப் போய் ரொம்பக் காலம் ஆகிறது. பப்பா பிரான்ஸில் அர்மேயில் வேலை பார்த்துவிட்டு ரெத்ரேத் வாங்கிக் கொண்டு இங்கு வந்துவிட்டதால் அந்த ரெத்ரேத் பணம் அவருக்குப் பிறகு அவன் மம்மாவுக்கு கிடைத்து வருகிறது. அந்தப் பணமும், அவன் வாங்கும் செய்யூரும்தான் அவர்கள் சாப்பிட்டு வருவது.

பிலவேந்திரனுக்கு பொழுது விடிந்தால் ஓதியஞ்சாலை மைதானத்தின் ஓரமாய் உள்ள சர்க்கிள் ஸ்போர்திஃப் பொந்திச்சேரியனில் போய் பூல் குண்டு விளையாடுவதும், ராத்திரியானால் பாருக்குப் போய் பீர் குடிப்பதும்தான் வாழ்க்கை.

என்னதான் மனிதனுக்கு வேளா வேளைக்குச் சோறு, தண்ணி கிடைத்தாலும்கூட உடம்பென்று ஒன்று இருக்கிறதே.

பிலவேந்திரனுக்குச் சீமைப்பன்றிக் கறியும், பெரிய பெரிய மீன்களுமாய்ச் சாப்பிட்டுச் சாப்பிட்டு உடம்பில் கொழுப்பேறிக் கிடந்தது. அந்தத் திமிருக்கு அழகழகான இளம் பெண்கள் அடிக்கடி தேவைப்பட்டனர். அந்த மாதிரிச் சமயங்களில் அவன் கமராது அல்போன்சுதான் அதற்கெல்லாம் ஏற்பாடுகள் செய்வான்.

அல்போன்சு ரொம்பவும் நல்லவன். பிரான்ஸில் உள்ள பரிக்குப் போய் சிவிலில் கொஞ்ச காலம் வேலை பார்த்துவிட்டு ஆறு மாசம் லீவில் வந்திருக்கிறான். அவன்தான் ஒருநாள் பிலவேந்திரனைத் தன் வீட்டுக்கு அழைத்துப் போய் இரண்டு பேருமாகப் பீர் சாப்பிட்டுவிட்டு எவளாவது ஒரு பெண் கிடைக்கமாட்டாளா என்று தேடியபோது ழான்தார்க்கை அழைத்து வந்தான். ஓர் இரவு முழுக்க அவர்கள் இரண்டு பேரோடும் அவள் இருப்பதற்கு ஆளுக்கு நூற்றைம்பது ரூபாய் தந்துவிட வேண்டும் என்று பேசித்தான் ழான்தார்க்கும் வந்திருந்தாள்.

ழான்தார்க் நிஜத்தில் பொந்திச்சேரி கப்ஸ் கோயிலுக்கு எதிரே நிற்கும் ழான்தார்க் சிலையைப் போலவே செதுக்கி எடுத்த சிற்பம் போன்று அற்புதமான அழகுடன் இருந்தாள். சிரித்த முகத்தோடு அமர்ந்திருந்த அவளைப் பார்க்கும் போதே வேன்ரூழ் சாப்பிட்டது போல இருந்தது பிலவேந்திரனுக்கு. அவனால் பொறுக்க முடியவில்லை. அல்போன்சிடம் சொல்லிவிட்டு அவளைத் தன்னோடு அவசர அவசரமாக இருட்டறைக்குள் இழுத்துப் போனான். உள்ளே போனதும் போகாததுமாக ழான்தார்க்கை கட்டியணைத்த போது அவள் சொன்னாள்.

“மிஸே பசிக்குது. ராத்திரிக்கு ஏதாவது டிபன் வாங்கிக் கொடுத்திட்டீங்கன்னா ஒரே வழியா சாப்பிட்டுட்டு அப்புறமா ஆரம்பிக்கலாம்”

பிலவேந்திரனுக்கு அதெல்லாம் காதில் விழவில்லை. காரியத்திலேயே கண்ணாயிருந்தான். ழான்தார்க் தன் மார்பின் மீது சில்மிஷம் செய்து கொண்டிருந்த அவன் கைகளைத் தள்ளிவிட்டாள்.

"நான் எதுவும் சாப்பிடாம வந்துட்டேன். ஏதாவது ஏற்பாடு பண்ணுங்க"

பிலவேந்திரனுக்கு எரிச்சலாக இருந்தது. பீர் சாப்பிட்டதின் போதை குறைவதற்குள் அவளை ஒருமுறை அனுபவித்துவிட வேண்டும் என்பதுதான் அவன் நோக்கமாக இருந்தது.

"தோ பாரு மம்ஸேல். உனக்குப் பேசினது நூத்தம்பது ரூபாதான். டிபன் எல்லாம் வாங்கித் தர்றதா நான் எப்ப சொன்னது"

"நீங்க சொல்லல. நானேதான் கேட்கிறேன். ஆமாம் இந்த டிபனுக்கு எவ்ளோ செலவாயிடப் போவுது"

"அதெல்லாம் முடியாது. பேசினது பேசினதுதான். உனக்கு நூத்தம்பது ரூபாவுக்கு மேல ஒரு ரூபாகூட செலவு செய்ய முடியாது"

ழான்தார்க் எத்தனையோ சொல்தா குடும்பங்களில் இதுமாதிரி போய் வந்திருக்கிறாள். யாரும் இவ்வளவு மோசமாக நடத்தியதில்லை.

'படுக்க வருகிற ஒரு பெண்ணுக்குப் பசிக்கிறது என்று சொன்னால் அதற்குக் கணக்குப் பார்ப்பவனை எந்த ஜென்மத்தில் சேர்ப்பது' என்று நினைத்தபோது அவளுக்கு மனசு வலித்தது.

"சரி. என் பணத்தில ஒரு அம்பது ரூபாய குறைச்சிகிட்டு அதுல டிபன் வாங்கிக் கொடுங்க. மீதி நூறு ரூபாய மட்டும் நீங்க கொடுத்தா போதும்"

பிலவேந்திரன் ஐம்பது ரூபாயை எடுத்துக் கொடுத்தான். முட்டை தோசையும், பரோட்டாவும், வாழைப்பழமும் அல்போன்சு வாங்கிவந்து கொடுத்து அதை ழான்தார்க் சாப்பிட்டு முடித்த பிறகு அன்றைய இரவு முழுதும் அவளை இரண்டு பேருமாகச் சேர்ந்துகொண்டு நாசப்படுத்தினார்கள்.

விடிந்தது. அல்போன்சு பேசி அழைத்து வந்தபடி அவன் பங்குக்கு நூற்றைம்பது ரூபாய் கொடுத்தான். அவனுக்கு இப்படி வருகிற எந்தப்

பெண்ணையும் நோகடிப்பது பிடிக்காது. பிலவேந்திரனிடத்தில் சொன்னான்.

"போனாப் போவுது பிலவேந்திரன். அதுகிட்ட நூத்தம்பது ரூபாய கொடுத்திடு"

விடாப்பிடியாக மறுத்தான் பிலவேந்திரன்.

"பணம் என்ன மரத்திலேயா காய்ச்சித் தொங்குது. அதெல்லாம் அதிகமா கொடுக்க முடியாது"

கறாராகப் பேசியவன் ஒரு புது நூறுரூபாய் நோட்டை எடுத்து மூன்தார்க்கிடம் கொடுத்தனுப்பிவிட்டு அல்போன்சை பார்த்துச் சொன்னான்.

"அல்போன்சு நம்ம ஊர்ல பொண்ணுங்க ரொம்ப ரொம்ப அழகாத்தான் இருக்குது. ஆனா நம்மள மாதிரி சொல்தா ஃபமின்னு தெரிஞ்சா போதும் பணத்தை ஏமாத்திப் புடுங்குது"

அல்போன்சு சிரித்தான்.

"பிலவேந்திரன் இங்க உட்கார்ந்துகிட்டு தெண்டமா நாம வாங்கற சோல்துக்கு நம்ம கூடப் படுத்து எழுந்திருக்கிற பொண்ணுங்களுக்கு கொஞ்சம் கூடுதலாக் கொடுத்தா ஒண்ணும் குறைஞ்சிட மாட்டோம்"

"என்னம்மா பேசுது நீ. நாம வாங்கற சோல்தால இந்தப் பொந்திச்சேரிக்கே சகாயம் கிடைக்குது. அந்த அவிச்சாரிங்களால என்ன கிடைக்கப் போகுது"

பிலவேந்திரன் இப்படிப் பேசியதும் அல்போன்சு அதிர்ந்து போனான்.

"அப்படிப் பேசாத பிலவேந்திரன். அது கர்த்தருக்கு ஆகாத பேச்சு. ஒரு காலத்தில இந்த ஊருக்கே குடிக்கத் தண்ணி கொடுத்தது நீ அவிச்சாரியின்னு சொன்னியே அந்த மாதிரி ஒரு பொண்ணுதான். தெரியுமா உனக்கு"

"அது யாரும்மா அப்படிப்பட்ட பொண்ணு"

"அவள்தான் கமராது ஆயி"

சட்டென்று அமைதியான பிலவேந்திரன் 'யார் அந்த ஆயி' என்பது போலப் பார்த்தான்.

"பிலவேந்திரன், நீ நம்ம கவர்னர் மாளிகைக்கு எதிரே இருக்கும் பூங்காவில பிளாஸ் ஷார்ல் தெகோல்னு சொல்ற ஆயி மண்டபத்த பார்த்திருக்கிற இல்ல"

"ஆமாம் பார்த்திருக்குது"

"அதுல அப்படி என்னதான் விசேஷம்னு என்னைக்காவது நீ தெரிஞ்சிகிட்டது உண்டா"

அல்போன்சு இப்படி நேரடியாகக் கேட்டதும் பிலவேந்திரனுக்கு முகம் ஒரு மாதிரியாகப் போய்விட்டது. 'நாம எத்தனை தடவை அந்தப் பக்கமா போயிருக்குது. ஒரு தடவை கூட அதுபத்தின உண்மைய உணராம போயிட்டோமே' என்பது போன்று இருந்தது அவன் பார்வை. 'திரு திரு' என்று விழித்தான்.

அல்போன்சுக்கு அவனைப் பார்க்கப் பரிதாபமாக இருந்திருக்க வேண்டும். தன் தொண்டையைக் கணைத்துக் கொண்டு கதை சொல்வது போலச் சொல்லத் தொடங்கினான்.

"கமராது நம்ம பொந்திச்சேரிய கிருஷ்ண தேவராயர் ராஜா ஆண்டுகிட்டிருந்த சமயம். அவர் ஒருநாள் தன் பரிவாரங்களோட முத்தரைப்பாளையம் வழியா வந்துகிட்டிருக்கிறப்போ அங்க அழகான மாளிகை ஒண்ணு தெரிஞ்சது. தீபமெல்லாம் எரிஞ்சிகிட்டுச் சாம்பிராணிப் புகையும், ஊதுவத்தி வாசனையுமா இருந்தத பார்த்துட்டு ஏதோ சாமி கோயிலா இருக்கும்னு அதைக் கும்பிட்டாரு.

அப்போ அந்தப் பக்கமா போன ஒரு வழிப்போக்கன் 'ஐயா இது நீங்க நெனைக்கிற மாதிரி கோயில் இல்லைங்க. தாசி வீடு'ன்னதும் கிருஷ்ண தேவராயருக்குக் கோபம் வந்துட்டது. உடனே அதுக்குக் காரணமான ஆயி எனும் தாசிய கைது பண்ணச் சொல்லி உத்தரவு போட்டுட்டு அவ இடத்தையும் இடிச்சித் தரைமட்டமாக்கச் சொன்னாரு.

இத கொஞ்சமும் எதிர்பார்க்காத ஆயி, ராஜா கால்ல விழுந்து தன்னை மன்னிக்கச் சொல்லி அழுது தன்னோட பாவத்துக்குப்

பிராயச்சித்தமா அந்த இடத்தில பொதுமக்களுக்குப் பயன்படற மாதிரி ஒரு குளமும், கிணறும் வெட்ட அனுமதி கேட்டா. கோபம் குறைஞ்ச கிருஷ்ண தேவராயரும் அதுக்குச் சம்மதிச்சாரு. பிற்பாடு அவ பேர்ல வெட்டின அந்த ஆயிக் குளத்தில இருந்துதான் பொந்திச்சேரி நகரம் முழுசுக்கும் தண்ணி கொண்டு வந்தாங்க நம்ம பிரெஞ்சுக்காரங்க. இந்த ஊரு ஜனங்க தாகத்தையெல்லாம் தீர்த்த நன்றிக்காகத்தான் ஆயி என்கிறவ ஒரு தாசியா இருந்தாலும்கூட அவளோட நல்ல மனச பாராட்டற விதமா ஆயி மண்டபத்த கட்டி அவளுக்குப் பெருமை சேர்த்திருக்காங்க அதே பிரெஞ்சுக்காரங்க. நீ என்னடான்னா அப்படிப்பட்ட பிரான்ஸ் நாட்டோட பேரையெல்லாம் கெடுத்திடுவ போலிருக்கே"

அல்போன்சு சிரித்துக்கொண்டே விளையாட்டாகச் சொன்னது பிலவேந்திரனுக்கு எரிச்சலை மூட்டியது.

"உனக்கென்னம்மா அல்போன்சு இன்னும் கொஞ்ச நாள்ல நீ மறுபடியும் பரிக்குப் போயி நிறைய சோல்து எடுப்ப. என்னைப் போலச் செக்யூர் வாங்கினாத்தானே கஷ்டம் தெரியும்"

"அதுக்கில்ல பிலவேந்திரன். விபச்சாரிங்க ஏதோ வயித்துப் பிழைப்புக்காகத்தான் நம்ம கூட வந்து படுக்கிறாங்க. நாம விரும்பற மாதிரியெல்லாம் சுகமும் கொடுக்கிறாங்க. அவங்கள நம்முடைய ஆசைக்காகப் பாழாக்கறதே பாவம். அதுல அவங்களுக்கு உரியதை கொடுக்காம ஏமாத்தினா அது அதைவிடவும் பெரும்பாவம் இல்லையா"

அல்போன்சு அப்படிக் கேட்டது ரயில்வே ஸ்டேஷன் எதிரே இருந்த திரு இருதய ஆண்டவர் கோயிலின் மணியோசை எங்கோ தூரத்தில் எதிரொலிப்பதைப் போலப் பிலவேந்திரனின் இதயத்தில் விட்டுவிட்டு ஒலித்துக் கொண்டிருக்க, மெல்ல மெல்ல தன் உணர்வுக்குத் திரும்பிய பிலவேந்திரனை யாரோ சட்டென்று உலுக்கியது போல் இருந்தது. அந்த நினைவுகளில் இருந்து மீண்டவன் எதிரே பார்த்தான். சர்வர் நின்று கொண்டிருந்தார்.

"மிஸே அடுத்து என்ன சாப்பிடறீங்க"

"ஒரு கஃபே"

சொல்லிவிட்டுப் பிலவேந்திரன் தன் முகத்தில் வழிந்த வேர்வையைத் முஷுவார்குட்டையால் துடைத்தபோது மூன்தார்க் அவன் அருகில் வந்து நின்றாள்.

ஆளை மயக்குகிற அதே சிரிப்பு. ரெட்டை மல்லியும், கனகாம்பரமும் சேர்த்து வைத்துக் கட்டிய பூவைத் தலையில் வைத்திருந்தாள். ஓடிகொலான் போட்டிருந்ததை அவள் வந்து நின்றதுமே உணர்ந்து கொள்ள முடிந்தது.

மூன்தார்க்கின் நெருக்கமும், அவளிடமிருந்து வந்த வாசனையும் அல்போன்சு வீட்டில் அவளோடு படுத்ததைப் பிலவேந்திரனுக்கு நினைவுபடுத்தியது. அந்த நினைப்போடு அவளைப் பார்த்தவன் 'அன்னைக்கு டிபன் வேணும்னு மூன்தார்க் நம்மகிட்ட அடம் பண்ணிச்சு. அது மாதிரி இப்ப அது சாப்பிட்டதுக்கும் நம்மள பணம் கொடுக்கச் சொல்லிட்டா என்ன செய்யறது' என்று யோசிக்கத் தொடங்கினான். அதற்காகத்தானே மூன்தார்க் தன் பக்கத்தில் உட்காரச் சொன்னபோது கூடப் பிலவேந்திரன் மறுத்துவிட்டுத் தனியே போய் உட்கார்ந்திருந்தது.

மூன்தார்க்குதான் பேசினாள்.

"அம்மாவ பெரிய ஒப்பித்தால்ல சேர்த்திருக்காங்க. பார்த்திட்டு வரலாம்னு போறேன்"

சொன்னவள் நிறுத்திவிட்டு அவனுக்கு மட்டும் புரியும் பாஷையில் சிரித்தாள்.

"எப்பவாவது நான் தேவைப்பட்டா உங்க கமராது அல்போன்சுகிட்ட சொல்லி அனுப்புங்க. வந்துட்டுப் போறேன். வரட்டுங்களா மிஸே"

மூன்தார்க் லெ கஃபேவில் இருந்து இறங்கிப் போனாள். 'அப்பாடா' என்றிருந்தது பிலவேந்திரனுக்கு. 'யாரோ ஒரு விபச்சாரிக்கு உபகாரம் செய்யறதுக்கு இந்த பிலவேந்திரன் என்ன யேசு கிறிஸ்துவா' என்று தனக்குத்தானே பேசிக்கொண்டவன் சர்வர் பக்கம் திரும்பிக் கேட்டான்.

"எவ்ளோ ரூபா ஆனது"

"பதிமூணு ரூபா அம்பது காசு மிஸே"

முஷுவார்குட்டையால் வாயைத் துடைத்தபடி, தன் ஷெமிஸின் மேல் பாக்கெட்டில் கையைவிட்ட பிலவேந்திரனுக்கு 'திக்' என்று இருந்தது. பாக்கெட்டில் பணம் இல்லை. வர்ற அவசரத்தில் வேற ஷெமிஸ் போட்டுக்கொண்டு வந்துவிட்டது இப்போதுதான் புரிந்தது. பிலவேந்திரனுக்கு முகம் வெளிறிப் போயிற்று.

'பணம் எடுத்துவர மறந்திட்டுதுன்னு சொன்னா இதுங்கௌல்லாம் நம்மள நம்பாது. பார்த்தா சொல்தா மாதிரி இருக்குது இப்படிப் பண்றதுக்கு அசிங்கமா இல்லையான்னு கேட்டா எந்தப் பதிலைச் சொல்றது' அவனுக்கு அவமானமாக இருந்தது. என்ன செய்வதென்று புரியவில்லை. தயங்கித் தயங்கி கேஷின் அருகில் வந்தபோது அங்கிருந்தவர் சொன்னார்.

"மிஸே நீங்க சாப்பிட்டதுக்குரிய பணத்தை அந்த மம்ஸேல் கொடுத்துட்டாங்க"

பிலவேந்திரனுக்கு போன உயிர் திரும்பி வந்ததுபோல் இருந்தது.

'எந்த மம்ஸேல் எனக்காகப் பணம் கொடுத்தது' என்று கேட்க வாயெடுத்தவனுக்குச் சந்தர்ப்பம் கொடுக்காமல் "உங்ககிட்ட பேசிட்டுப் போனாங்களே அந்த மம்ஸேல்தான்" என்று அவள் போன திசையைக் காட்டினார் கேஷில் இருந்தவர்.

பிலவேந்திரன் திரும்பிப் பார்த்தான். அங்கே மூன்தார்க் பெரிய ஒப்பித்தாலுக்குப் போகும் டெம்போவில் ஏறிக் கொண்டிருந்தாள். அவசர அவசரமாக அவளை நோக்கிப் போவதற்குள் டெம்போ புறப்பட்டுச் செல்வது தெரிந்தது. செய்வதறியாது பிலவேந்திரன் ரோட்டு ஓரத்தில் இருந்த சாக்கடையைத் தாண்டிய போது அவன் காலில் இருந்து சப்பாத்து கழற்றிக் கொண்டுபோய் சாக்கடைக்குள் 'பொத்' என்று விழுந்தது. பிலவேந்திரன் அதை எடுக்கக் குனிந்தான். அந்த நேரம் தேங்கிக் கிடந்த சாக்கடை நீரின் துர்நாற்றத்தில் கலங்கலாகத் தெரிந்த அவன் முகத்தைப் பார்க்க அவனுக்கே வெட்கமாக இருந்தது.

18

நினைத்தது நடந்தது
– புதுவை யுகபாரதி

'என் வாழ்க்கையே வீணாப் போச்சு' என்று சுவரில் முட்டியவாறே சத்தம் போட்டு அழத்தொடங்கினாள் தனம். அவள் கணவன் மணி செய்வதறியாது திகைத்து நின்றுகொண்டிருந்தான்.

அழுகைச் சத்தம் கேட்டு மகள் செல்வி விழித்துக்கொண்டாள். தூக்கத்திலிருந்து விழித்துக்கொண்ட மகளைப் பார்த்து,

'ஏ... இப்பத் தூங்கறயா இல்ல, உன்ன கொல்லட்டுமா' என்று வெறித்தனமாகக் கத்திக்கொண்டே அவளை அடிக்கப் போனாள். பயந்துபோன செல்வி கட்டிலுக்கு அடியில் படுத்துக்கொண்டாள்.

இதைக் கண்ட மணி கோபத்துடன்,

'அறிவுகெட்டவளே, குழந்தையை ஏன் மிரட்டற' என்றவாறு அவளை நோக்கிக் கோபத்துடன் வந்தான். அப்போது அவனுடைய கைப்பேசி 'மனைவி அமைவதெல்லாம் இறைவன் கொடுத்தவரம்' என்று பாடத்தொடங்கியது. அதைப் பிடுங்கி எறிந்த தனம்,

'அடிங்க.. ம்ம்... அடிங்க' என்றவாறு அவனுடைய கையைப் பிடித்து தன் தலையில் அடித்துக்கொண்டாள். அவளிடமிருந்து கையை உருவிக்கொண்ட மணி 'உன்னல்லாம் திருத்தவே முடியாது. சனியன்... என்னைக்குத்தான் தொலையுமோ?' என்றவாறு சட்டையை எடுத்துப் போட்டுக்கொண்டு வெளியில் கிளம்பத் தயாரானான்.

'நான் சனியனா..? ஆமா.. நான் சனியன்தான், நான் உயிரோடு இருந்தாத்தானே உங்களுக்குப் பிரச்சனை. நான் செத்துப்போறேன்' என்றவாறு வேகமாகச் சமையலறையை நோக்கி ஓடத் தொடங்கினாள். நிலைமையைப் புரிந்துகொண்ட மணி அவளைத் தடுத்தான். அவள்,

'என்னை விடுங்க, மரியாதையாச் சொல்றன் என்ன விடுங்க' என்றவாறு கைகளை விடுவித்துக் கொண்டு அடுத்த அறைக்குள் சென்று கதவைத் தாழிட்டுக் கொண்டாள்.

பதைபதைத்துப் போன மணி, எப்படியோ கதவைத் திறந்து அவளை வெளிக்கொண்டுவந்தான். அதற்குள் மணியின் தாய் ஓடிவந்தாள்.

'என்னடா... பிரச்சனை' என்றவாறு மணியைப் பார்த்துக்கேட்டாள்.

'ஒன்னுமில்லம்மா... நீங்க போங்க' என்றான்.

மணியின் கண்கள் கலங்கியிருந்தன. செல்வி பயந்துபோய் இன்னும் தூங்குவதுபோலப் படுத்துக்கிடந்தாள்.

தனம் தலைவிரிக்கோலமாய் ஓர் ஓரத்தில் உட்கார்ந்துகொண்டு மூக்கை உறிஞ்சிக்கொண்டிருந்தாள். அதற்குள் யாரோ தனத்தின் அண்ணன்களுக்குத் தொலைபேசி செய்ய அவர்கள் இருவரும் வந்துவிட்டனர்.

'என்ன... என்ன...' என்றவாறே தனத்தின் சின்ன அண்ணன் தன் தங்கச்சியின் அருகில் சென்றான். அவள் பதிலேதும் பேசாமல் அப்படியே அசையாமல் உட்கார்ந்திருந்தாள். பெரியவன் மணியிடம் வந்தான்.

'என்ன சண்டை...' என்று கேட்டான்.

'ஒன்னுமில்ல... நீங்க போங்க' என்றான் மணி.

'சொன்னத்தானே தெரியும்.. பிரச்சனையென்றால் தீர்த்துவைக்கலாம். அதை விட்டுட்டு ஒன்னுமில்ல... மண்ணுமில்லன்னா என்ன அர்த்தம்' என்று சற்று தூக்கலாகப் பேசினான்.

'ஒன்னுமில்லன்னுச் சொல்றன் இல்ல' என்றான் மணி. அதற்கு, 'ஒன்னுமில்லாமத்தான் அவ சாகப் போனாளா?' என்றவாறு தனத்தின்

சின்ன அண்ணன் மணியிடம் வந்தான். அப்போது, 'என்னடா... நானும் பார்த்துக்கிட்டு இருக்கேன். உங்க தொங்கச்சிகிட்ட ஏதும் கேட்காம என் பிள்ளைகிட்ட எகிர்ரிங்க..' என்று மணியின் தாய் சத்தம் போட்டாள்.

'பிரச்சனைக்குக் காரணம் இப்பப் புரியுது... வயசான காலத்துல கொடுக்கறத தின்னுட்டுச் சிவனேன்னு கிடக்காம...' தனத்தின் பெரிய அண்ணன் முடிப்பதற்குள்,

'டேய்.. நீங்க ரெண்டுபேரும் ஒழுங்காப் போயிடுங்க... இல்ல.. மரியாதை கெட்டுப்போயிடும்' என்றவாறு சத்தமாகக் கத்தினான் மணி. பிரச்சனை வேறுவிதமாகத் திரும்பியதைக் கண்ட தனம் எழுந்துவந்தாள்.

அப்போது, கட்டிலுக்கு அடியில் படுத்துக்கிடந்த செல்வி, 'மாமா...' என்றவாறு வெளியில் வந்தாள்.

'நீ சொல்லுடி...' என்றவாறு அவளிடம் வந்தான் தனத்தின் சின்ன அண்ணன்.

'அம்மாதான் அப்பாகிட்ட எப்பப் பார்த்தாலும் சண்டைபோடறாங்க' என்றாள் செல்வி.

தனத்தின் அண்ணன்கள் தங்கச்சியைப் பார்த்தவாறே, செல்வியிடம் 'ஏன்..?' என்று கேட்டனர்.

'நான் பள்ளிக்கூடம் போயிட்டு வந்தேனா... அப்ப அம்மாவைக் காணோம். நானே கதவைத் திறந்து உள்ள வந்தேன். ரொம்ப நேரமா அம்மா வல்ல.. நான் அப்படியே தரையில படுத்துத் தூங்கிட்டேன். கொஞ்ச நேரங் கழிச்சி அப்பா வந்து என்னை எழுப்பினார். அதுக்கு அப்புறமாத்தான் அம்மா வந்தாங்க' என்றாள் செல்வி.

'ம்ஷூம்.. சொல்லு' என்றவாறு மணியின் மேலிருந்த கோபம் தங்கச்சியின்மேல் திரும்ப, பல்லைக் கடித்தான் சின்ன அண்ணன்.

'எங்க.. போனன்னு அப்பா, அம்மாவைக் கோவமா கேட்டார் மாமா. அம்மா பதில் சொல்லாம அறைக்குள்ள போனாங்களா, அப்பா கோவத்துல அம்மாவை அடிக்கக் கையை ஓங்கினார். அதுக்கு அம்மா... 'ஓங்களப் போல நான் ஒன்னும் ஊர் சுத்திட்டு வல்லன்னு' கத்தனாங்க. ஒரே சண்டையாப் போச்சு. நான் பயந்துபோயி கட்டிலுக்கு அடியில

போய் படுத்துக்கிட்டேன்' என்று மூச்சு விடாமல் சொல்லிவிட்டு அம்மாவைப் பார்த்தாள்.

'எதுக்கெடுத்தாலும் என்னை சந்தேகப்படறார். எனக்குச் செத்துப் போலாம்னு தோணுது' என்று மீண்டும் அழத் தொடங்கினாள் தனம்.

'என்னைக் கொஞ்சங்கூட மதிக்கறதே இல்ல...' என்று மணி தனத்தின்மேல் புகார் கூறினான்.

என்ன செய்வதென்று தெரியாமல், அவளின் அண்ணன்கள் இருவரும் தனத்தையும் மணியையும் மாறி மாறிப் பார்த்துக் கொண்டிருந்தனர். சிறிது நேரம் மயான அமைதி நிலவியது.

'சரி... நீ செல்வியைக் கூட்டிக்கிட்டு நம்ம வீட்டுக்கு வந்துடு' என்று தனத்தை அழைத்தான் சின்ன அண்ணன்.

'நான் வரல்ல... அங்க வந்தா உங்களுக்குத்தான் கெட்டபேரு. நான் இங்கேயே இருக்கேன்.' அழுதுகொண்டே மகள் செல்வியை அணைத்துக்கொண்டாள் தனம்.

'நான் பலதடவை பார்த்துட்டேன். அடிக்கடி நீங்க சண்டை போட்டுக்கறீங்க.. ஒன்னுமில்லாத விசயத்துக்கெல்லாம் சண்டை போட்டுக்கினு செத்துப்போறன்னுக் கதவைப் பூட்டிக்கிறது... சமையலறைக்குள்ள ஓடுறதுன்னு அடிக்கடி நடக்கறது கொஞ்சங்கூட நல்லாயில்ல ஒருநாள் இல்லாட்டாலும் ஒருநாள் புலி வருது... புலி வருது..ன்னு, உண்மையாவே புலி வந்த கதையா உங்க கதை ஆயிடுமோன்னு எனக்குப் பயமா இருக்கு. ஒனக்கும் அவர்க்கும் புடிக்கலன்னா.. செல்வியைக் கூட்டிக்கிட்டு நம்ம வீட்டுக்கு வந்துடு. அதுதான் எல்லார்க்கும் நல்லது' என்றான் பெரியவன்.

'இல்லண்ணா.. நான் இங்கேயே இருக்கேன். இனிமேல் சண்டை போடாம பார்த்துக்கிறேன்' என்றாள் தனம். செல்வியும் அம்மா சொல்வதை ஆமோதிப்பதுபோல மாமாவைப் பார்த்தாள்.

மணியும், மணியோட அம்மாவும் அமைதியாக இருந்தனர்.

பின்னர், தனத்தின் அண்ணன்கள் இருவரும், 'மாமா... அவ சின்னப் பொண்ணு. ஏதாவது தப்பு பண்ணா எங்க கிட்ட சொல்லுங்க..

அத விட்டுட்டு அவகிட்ட சண்ட போடாதிங்க. எதுவாயிருந்தாலும் நாங்க பார்த்துகிறோம்' என்று சொல்லிவிட்டுக் கிளம்பினார்கள்.

தனத்தின் அண்ணன்கள் சென்றதும், மணியின் தாயும் சென்றுவிட்டாள். தனமும், செல்வியும் அறைக்குள் சென்றபின்னர், மணி வரவேற்பறையில் வெறுந்தரையில் அப்படியே படுத்துக்கிடந்தான்.

எதிரே 'ஏண்டா இப்படிக் கோபப்படற' என்று கேட்பதுபோல் அவனின் இறந்துபோன தந்தையார் படம்.

படுத்துக்கிடந்த மணி, தந்தையை நோக்கி. 'வேண்டாம், வேண்டாம்னு சொன்னேனே கேட்டீங்களா? எனக்கு இவள கல்யாணம் பண்ணி வச்சிங்க.. இப்பப் பாத்திங்களா.. என்ன சொன்னாலும் எதிர்த்துப் பேசறா.. ஆ, ஊன்னா கதவைப் பூட்டிக்கிறா' என்று தனக்குள் பேசிக்கொண்டே உறங்கிப்போனான்.

'மணி... மணி...' என்ற யாரோ அழைக்கின்ற சத்தம் கேட்டது. ஐந்து மணிக்கெல்லாம் எழுந்து வாசல் தெளித்துக் கோலம் போட்டு, பள்ளிக்குப் போற செல்விக்கும், கணவனுக்கும் சமையல் செய்துகொண்டிருந்த தனம், 'செல்வி, அப்பாவ எழுப்பு... உலாவப் போறதுக்கு அவரோட நண்பர் வந்துட்டாரு' என்று குரல்கொடுத்தாள்.

அறைக்குள் படித்துக்கொண்டிருந்த செல்வி அப்பாவை எழுப்ப வரவேற்பறைக்கு வந்தாள். அதற்குள், எழுந்துகொண்ட மணி, முகத்தைக் கழுவிக்கொண்டு நண்பருடன் உலாவச் சென்றான்.

'காலையில 4 மணிக்கு உன்ன எழுப்பலாம்னு செல்லுல பேசினேன். நிறுத்தி வச்சிட்டயா? என்று கேட்டார் நண்பர். 'ஆமாம்..' என்று அதற்கு ஒற்றைச் சொல்லில் பதில் கூறிவிட்டுக் 'கூடங்குளம் சிக்கல், மின்சாரத் தட்டுப்பாடு, "அம்மா"வை வர்ர.. தேர்தல்ல கவுத்துடும் போலிருக்கு' என்று பேச்சை மாற்றினான் மணி. அப்படியே இருவரும் பேசிக்கொண்டே நடந்தார்கள்.

கணவன் வருவதற்குள் மகளுக்குத் தலைசீவி, சீருடை உடுத்திவிட்ட தனம் இட்லி, சட்டினி, சம்பார் எனக் காலை உணவைத் தயார் செய்ததோடு சோறாக்கிக் குழம்பு, பொரியல், மோர் என மதிய உணவையும் தயார் செய்து முடித்திருந்தாள்.

மணி, நடைப்பயிற்சியை முடித்துக்கொண்டு வீட்டிற்கு வந்தான். குளித்துவிட்டுக் காலை உணவைச் சாப்பிடாமலேயே செல்வியை அழைத்துக்கொண்டு பள்ளியில் விடுவதற்காக வாசலுக்குச் சென்றான்.

'சாப்பிட்டு விட்டுப் போங்க..' என்று பட்டும்படாமல் சொன்னாள் தனம். அதை அலட்சியம் செய்த மணி ஒன்றும் பேசாமல் மகளை வண்டியில் ஏற்றிக்கொண்டு கிளம்பினான்.

அப்போது, சாலையில் ஒரு பெரிய கல் கிடந்தது. வண்டியைவிட்டு இறங்கி அந்தக் கல்லை எடுத்து ஓரமாகப் போட்டுவிட்டு மீண்டும் மகளை ஏற்றிக்கொண்டு சென்றான்.

பள்ளிக்கு நேரமாகிக் கொண்டிருந்தது. அப்போது, செல்வி படிக்கும் பள்ளியில் படிக்கின்ற ஒருபெண் நின்றுகொண்டிருக்க, அவளின் அப்பா வண்டியை உதைத்துக்கொண்டிருந்தார். வண்டி கிளம்ப மறுத்துக் கொண்டிருந்தது. அவர் அருகில் சென்ற மணி, 'பாப்பாவை நான் கூட்டிட்டுப் போறேன்' என்று கேட்டான். அவரும் நன்றியோடு, தன் மகளை அனுப்பி வைத்தார்.

வழியில், செல்வி 'ஏம்பா... எல்லார்க்கும் நல்லது பண்றிங்க.. ரொம்ப நல்லவரா இருக்கறீங்க... அப்புறம் ஏன் அம்மா மட்டும் உங்ககிட்ட எப்பப் பார்த்தாலும் சண்ட போடறாங்க' என்று கேட்டாள்.

'அவள கட்டிக்கிட்டேன் இல்ல... அதனாலதான்' என்றான் மணி. 'அப்பா நீங்க அம்மாவைக் கட்டிக்காமலே இருந்திருக்கலாம்' என்றாள் செல்வி.

பள்ளிக்கூடம் வந்துவிடவே ரெண்டுபேரையும் இறக்கிவிட்டுவிட்டுத் தன் அலுவலகத்திற்குச் சென்றான்.

தனமும் மணியும் பழைய நிலைக்குத் திரும்ப இரண்டு நாள்கள் ஆயின. ஒரு மாதத்திற்குப்பின், அவர்களின் திருமண நாள் வந்தது. அதற்கு முதல் நாள் இரவிலேயே விடிந்ததும் கோயிலுக்குப் போகவேண்டும் என்று தனம் சொல்லியிருந்தாள்.

நண்பருடன் உலாவச் சென்ற மணி, நடைப்பயிற்சி நண்பர்களுடன் பேசிக்கொண்டிருந்ததில் நேரத்தை மறந்துவிட்டான். வீட்டிற்குத் திரும்பும்போது மணி எட்டாகிவிட்டிருந்தது.

அன்று திருமண நாள் என்பதை அறவே மறந்துபோனான். காலையில் கோயிலுக்குப் போகவேண்டும் என்று கூறியிருந்த தனம் தன் கோபத்தை அடுப்படிப் பாத்திரங்களில் காட்டினாள். முகம் சிவந்திருந்தாள். அவளின் கோபத்தை உணர்ந்த மணி காரணம் தெரியாமல் 'இவ எந்தநேரம் நல்லாயிருக்கிறா... எந்தநேரம் கோபமாக இருக்கிறான்னு கண்டுபிடிக்கவே முடியலயே' என்று மனத்தில் நினைத்தவாறே சாப்பிட உட்கார்ந்தான்.

எப்போதும் காலை உணவு இட்லி சாம்பார், சட்டினி. அன்று கேசரி வைக்கப்பட்டபோதுதான், மணிக்கு அன்று திருமண நாள் என்பது நினைவுக்கு வந்தது.

அய்யய்யோ.. கோயிலுக்குப் போகனும்னு சொன்னாளே மறந்துபோயிட்டமே என்று எண்ணியவன், விரைவாக உணவை முடித்துவிட்டு வேகவேகமாக மகளை அழைத்துக்கொண்டு பள்ளிக்குக் கிளம்பினான். போகும்போது,

'தனம், காலையில மறந்துட்டேன். இன்னைக்கு சாயந்திரம் 6 மணிக்கெல்லாம் வந்துடறேன். கோயிலுக்குப் போயிட்டு வெளியில சாப்பிட்டுக்கலாம்' என்று அவளுடைய கோபம் தணியுமாறு சொல்லிவிட்டுச் சென்றான். காலையில் கோயிலுக்குப் போகமுடியாத கோபம் இருந்தாலும், சாயந்திரம் போயிட்டு வெளியில சாப்பிடலாம்னு சொல்லிவிட்டுச் சென்றதை எண்ணிச் சற்றே கோபம் தணிந்தாள் தனம்.

அன்று மணி தன்னுடைய அலுவலகத்தில் பெரிதாக வேலை ஒன்றும் செய்யவில்லை. ஏனென்றால், ஏதேனும் வேலையைத் தொட்டுவிட்டால், மாலை 6 மணிக்கு வீட்டுக்குச் செல்ல முடியாத நிலை ஏற்பட்டால், அதோடு அவன் கதி அதோகதிதான் என்பதை அவன் அறிந்திருந்தான். இருந்தபோதிலும், மாலை 5 மணிக்கு அவனுடைய மேலதிகாரி அழைத்து வீட்டிற்குப் போகும்போது முடித்துவிட்டுப் போகும்படி ஒரு வேலையைக் கொடுத்துவிட்டார். முதலில் கடுப்பாகிப் போன மணி, பின்னர் அதையே தனக்குச் சாதகமாக்கிக்கொண்டு, அந்த வேலையை முடிப்பதாகக் கூறிக்கொண்டு வீட்டிற்குக் கிளம்பினான்.

செல்வி வீட்டிற்கு 4.30க்கு வந்துவிட்டாள். தனம், எல்லா வேலைகளையும் முடித்துவிட்டு, புதுச் சேலையை உடுத்திக்கொண்டு

தன்னை அழகாக்கிக்கொண்டிருந்தாள். எப்படியும் 6 மணிக்குக் கணவர் வந்துவிடுவார் என்ற நம்பிக்கை அவளுக்கு இருந்தாலும், மறந்துவிடுவாரோ? அல்லது வேண்டுமென்றே வராமல் இருந்துவிட்டு மறந்துவிட்டேன் என்று சொல்வாரோ? என்ற எண்ணமும் அவளை அடிக்கடி அச்சமூட்டிக் கொண்டிருந்தது.

கிளம்பி முடித்தாகி விட்டது. மணியைப் பார்த்தாள் 5.30ஐக் காட்டியது. செல்வியும் கிளம்பிவிட்டாள். இன்னும் கணவர் வரவில்லையே என்ற எண்ணத்தில் வாயிலைப் பார்த்தாள். எதற்கும் ஒரு தவறிய அழைப்பைக் கைப்பேசி வாயிலாகக் கொடுக்கலாம் என்று பேசியில் எண்களை அழுத்தத் தொடங்கினாள்.

சிறிது நேரத்தில் 'மனைவி அமைவதெல்லாம் இறைவன் கொடுத்த வரம்' என்ற பாடல் வாயிலில் கேட்டது. தன்னுடைய கணவரின் கைப்பேசிப் பாடலாச்சே என்று வாயிலை எட்டிப்பார்ப்பதற்குள், செல்வி, 'அம்மா... அப்பா வந்துட்டாரு' என்று கத்தியவாறே வாசலுக்கு ஓடினாள். தனத்திற்கு மிகவும் ஆச்சரியமாகப் போய்விட்டது. தன்னுடைய வியப்பைக் காட்டிக்கொள்ளாமல், அவனுக்குத் தேநீர் கொடுத்தாள். தேநீர் குடித்தபின்னர், மூவரும் வெளியில் கிளம்பினார்கள்.

மணி நடுத்தர வர்க்கத்தைச் சார்ந்தவன். தனியார் நிறுவனத்தில் வேலை செய்பவன் என்றாலும் இன்று மனைவியையும், மகளையும் மகிழ்ச்சிப்படுத்தவேண்டும் என்ற எண்ணத்தில் அருகில் இருந்த முருகன் கோயிலுக்கு அழைத்துச் சென்றான். கோயில்களில் அர்ச்சனை செய்வது மணிக்குப் பிடிக்காது என்றபோதிலும் மனைவியை மகிழ்ச்சிப்படுத்த வேண்டும் என்ற எண்ணத்தில் அவனே வலிந்து அர்ச்சனைப் பொருள்களை வாங்கி அய்யருக்கும் 20 ரூபாய் கொடுத்து வழிபாடு செய்தான்.

பின்னர், மூன்று நட்சத்திர மதிப்பில் இருந்த உணவகத்திற்கு அவர்களை அழைத்துச்சென்றான். மிதமான வெளிச்சத்தில் இருந்த உணவக அறையில் ஆறு பேர் அமரும் மேசையில் மணி அவர்களை அமரச்செய்தான். நாம.. மூன்று பேர்தானே எதுக்கு ஆறுபேர் மேசையில் உட்கார வைக்கிறார் என்று தனத்திற்குப் புரியவில்லை.

'தனம் உனக்கு என்னவேண்டுமோ சொல்லிக்கோ..' என்றான். 'அப்பா எனக்கு ரெண்டு 'ஐஸ் கிரீம்'' என்றாள் செல்வி. 'வாங்கிக்கோடா' என்று செல்வியின் தலையை வருடிவிட்ட மணி வழிமேல்விழி வைத்தான்.

கணவன் எதற்கு 6 பேர் அமரக்கூடிய மேசையைத் தேர்ந்தெடுத்தான் என்பது இப்போதுதான் தனத்திற்குப் புரிந்தது. அக்கணத்திலேயே, மூன்று பேர் அவர்களின் இருக்கையை நோக்கி வந்தனர்.

அவர்களை எதிர்சென்று வரவேற்ற மணி, 'இவங்க தென்றல்... உதவி மேலாளர். இவங்க.. மும்தாஜ், இவர் இரத்தினம் என்று அவர்களை அறிமுகப்படுத்தினான். தென்றல் மாநிறத்தில் நல்ல அழகிய தோற்றத்தில் இருந்தாள். தாஜ்மகால் இவளுக்காகக் கட்டப்பட்டதோ என்று எண்ணும்படிக்கு மும்தாஜ் மிகவும் அழகாக இருந்தாள். இரத்தினம் என்பவர் கிட்டத்தட்ட 50ஐ நெருங்கியவர் என்பதை அவருடைய உருவம் காட்டியது.

'ஆண்ட்டி நீங்க ரெண்டுபேரும் ரொம்ப அழகாக இருக்கீங்க' என்று செல்வி சொல்ல.. 'நீயும் உங்க அம்மாவும் கூட ரொம்ப அழகா இருக்கிங்க..' என்று மும்தாஜ் செல்வியின் கன்னத்தைச் செல்லமாகக் கிள்ளியபடி சொன்னாள். இதற்கிடையில் அந்த இரண்டு பெண்களும் திருமணம் ஆனவர்களா? என்பதைக் கண்களால் ஆராய்ந்து கொண்டிருந்தாள் தனம்.

அவர்கள் மூவரும் தனத்திடம், 'இனிய திருமண நாள் வாழ்த்துக்கள்' என்று சொல்லி பரிசுப்பொருள் ஒன்றைத் தந்தனர். எந்தவித ஆர்வமும் காட்டாமல் அதைக் கணவனுடன் சேர்ந்து வாங்கிக்கொண்டாள் தனம்.

தென்றலும், மும்தாசும் வலிய வலிய தனத்திடம் பேசியபோதும், தனம் பட்டும்படாமல் அவர்களுடன் பேசினாள். சாப்பிட்டுக் கொண்டிருக்கும்போதே செல்வி பரிசுப் பொட்டலத்தைப் பிரிக்கத் தொடங்கினாள். அதைக் கவனித்த தனம், கண்களால் செல்வியை மிரட்டினாள்.

அதைப் பொருட்படுத்தாத செல்வி, பொட்டலத்தை ஆர்வத்துடன் பிரித்தாள். வெள்ளைப் பளிங்கினால் செய்யப்பட்ட அழகான தாஜ்மகால்

அதில் இருந்தது. 'அப்பா... தாஜ்மகால்' என்று அதை அப்பாவிடம் கொடுத்தாள். அதை வாங்கிய மணி, தனத்திடம் கொடுத்தான். பொய்யான சிரிப்புடன் அதைத் தனம் வாங்கிக் கொண்டாள். சாப்பிட்டு முடித்தபின்னர், அனைவரும் கிளம்பினர்.

வீட்டிற்கு வரும்வழியில், 'நம்ம மட்டும்தான் வெளியில சாப்பிடப் போறோம்னு நினைச்சேன். அவங்கள ஏன் வரச்சொன்னிங்க' என்று தொடங்கினாள்.

'வீட்டுக்குச் சீக்கிரம் கிளம்பணும்னு சொன்னேன். ஏன்னு.. கேட்டாங்க. திருமண நாள்னு சொன்னேன். 'பார்ட்டி' வேணும்னு கேட்டாங்க. சரி வாங்கன்னு சும்மாத்தான் சொன்னேன். ஆனால், அவங்க நிசமாவே வந்துட்டாங்க' என்றான் மணி.

வண்டியில் அமர்ந்திருந்த செல்வி தூங்கி விழுந்துகொண்டிருந்தாள்.

'இல்ல.. என்னைவிட அழகான பொண்ணுங்க உங்க 'ஆபிசில்' இருக்காங்க என்பதைக் காட்டுறதுக்காக... நீங்க அவங்களைக் கூட்டிட்டு வந்தீங்க' என்று பிரச்சனையை வளர்த்தாள் தனம்.

'அப்பா.. இன்னைக்குத்தான் நீ உண்மையை ஒத்துக்கிட்ட..' என்று பிரச்சனையை நகைச்சுவையாக மாற்றினான் மணி. சிறிது நேரத்திற்குள் வீடு வந்துவிட்டது.

வண்டியில் இருந்து வேகமாக இறங்கியவள், தூக்கக் கலக்கத்தில் இருந்த செல்வியை இழுத்துக்கொண்டு வீட்டிற்குள் சென்றாள்.

மணிக்குப் பிரச்சனை புரிந்துவிட்டது. பக்குவமாக நடக்கவேண்டும் என்று மனத்துக்குள் சொல்லிக் கொண்டான். வண்டியை விட்டுவிட்டு உள்ளே நுழைந்தான்.

வீட்டுக்குள் சென்றதும், செல்வி 'அம்மா.. இதை எங்கம்மா வைக்கறது' என்று பரிசாகக் கொடுக்கப்பட்ட தாஜ்மகாலை காட்டிக் கேட்டாள். 'என் தலையில வை' என்று கத்தியவாறு அவளிடமிருந்து அதைப் பிடுங்கி வீசியெறிந்தாள்.

அந்த அழகான பளிங்குத் தாஜ்மகால் உடைந்து, சிதறி, உள்ளே நுழைந்த மணியை வரவேற்றது. கோபத்தின் உச்சிக்குச் சென்ற மணி, 'உனக்கென்ன பைத்தியமா?' என்ற கேட்கத் துடித்தான். அப்போது,

அவன் மனம் 'வேண்டாம்' என்று தடுக்க, 'அய்யய்யோ.. கீழே விழுந்துட்டதா...?' என்று கீழே குனிந்து சிதறிய தாஜ்மகால் துண்டுகளை எடுத்து, தரையில் அமர்ந்து அவற்றை ஒட்டமுடியுமா? என்று பார்த்துக்கொண்டிருந்தான்.

கோபத்தில் என்ன செய்கிறோம் என்று தெரியாமல் தாஜ்மகாலைத் தூக்கியெறிந்த தனம், மீண்டும், 'நான்.. வைத்தெரிச்சலில் இருக்கிறேன். அவளுக கொடுத்த தாஜ்மகாலை ஒட்டறிங்களோ?' என்றவாறு கணவன் ஒட்டவைத்துக் கொண்டிருந்த தாஜ்மகாலைத் தட்டிவிட்டாள்.

அதுவரை தன்னைக் கட்டுப்படுத்திக்கொண்டிருந்த மணி, 'நானும் பார்த்துக்கிட்டே இருக்கிறேன். வேலையாக் காட்டற' என்று சொல்லிக் கொண்டே எழுந்து 'பளார்ர்ர்..' என்று ஓர் அறைவிட்டான்.

'அம்மா..' என்று கத்தியவள், தகாத சொற்களால் திட்டத் தொடங்கிவிட்டாள். செல்வி கட்டிலுக்கு அடியில் சென்று படுத்துக்கொண்டாள்.

'மனுசனா நீ.. உன்கிட்ட வாழறதைக் காட்டிலும் சாகறதேமேல்' என்று கத்தியவள் அறைக்குள் சென்று 'தடால்' என்று கதவைச் சாத்திக்கொண்டாள்.

நிலைமை கைமீறிப் போவதை உணர்ந்த மணி என்னசெய்வது என்று தெரியாமல் அங்குமிங்கும் நடந்துகொண்டிருந்தான்.

வெறுத்துப் போன மணி இம்முறை கதவைத் தட்டவோ, கதவைத் திறக்கவோ முயலவில்லை. சிறிதுநேரம் சென்றதும், வண்டியை எடுத்துக்கொண்டு வெளியில் சென்றான்.

அதிகாலை 4 மணி இருக்கும். ஒரே அழுகைச் சத்தம். அந்தத் தெருவே அழுதுகொண்டு மணியின் வீட்டு வாசலில். ஒட்டுமொத்த கூட்டமும் அழுதுகொண்டே வீட்டினுள்ளே எட்டிப்பார்த்துக் கொண்டிருந்தது.

வீட்டின் வரவேற்பறையில் தூக்கில் தொங்கிக் கொண்டிருந்தான் மணி. அவனுடைய கைப்பேசி, 'மனைவி அமைவதெல்லாம் இறைவன் கொடுத்தவரம்' என்று அலறிக்கொண்டிருந்தது.

19

சூட் 325

– புதுவை ரா. ரஜினி

பயிற்சிக் கல்லூரியின் உள்ளே நுழைந்தபோதே படுமாற்றங்கள் தெரிந்தன. அழகிய தரைவிரிப்புகள், சுவரில் ஓவியப்படுதாக்கள், வண்ணம் தோய்த்த குரோட்டன்ஸ் பகுதியில் அழகிய தொலைபேசியோடு ஓர் அழகி தகவல்களைப் புன்னகை ததும்ப அளித்துக் கொண்டிருந்தாள். கல்லூரி அரசாங்கம் சார்ந்ததாக இருந்தாலும் - அது முற்றிலும் வித்தியாசமான அனுபவத்தை உருவாக்கும் என்பதை உணர முடிந்தது.

நகரத்தைவிட்டு முப்பது கிலோ மீட்டர் தூரத்தில் சின்ன கிராமத்தில் கல்லூரி அமைந்திருந்தது. அங்குப் புழுதி நிறைந்த சில தேநீர்க் கடைகளும் ஒரு "டிபன் தயார்!" ஓட்டலும் இருந்தன. அவ்வப்பொழுது புகைமுட்டத்தை அப்பிக் கொண்டு நிற்கும் வேற்றூர் அரசுப் பேருந்துகள் நின்று செல்ல, அவற்றுக்குப் போட்டியாகத் தனியார் நகரப் பேருந்துகள் மனிதர்களை இறக்கிக் கொண்டிருந்தன. உடன் சின்ன அண்ணன் வந்திருந்தார். கல்லூரியில் சேரும் முதல் நாள் திகில் எனக்குள் படிந்திருந்தது. கருப்பு-வெள்ளைச் சீருடையும், ஷூவும், டையும் சூழலுக்குப் புதிதாய் பாரமாய் இருந்தன. எனினும், காற்றில் 'டை' பறக்க பெருமையாக இருந்தது.

"அதென்ன ஓட்டல் படிப்பு..?" என்று கேட்டாள் அம்மா. அண்ணன் மகிழ்ச்சி பொங்க, "அதெல்லாம் பெரிய பெரிய நட்சத்திர ஓட்டல்களில் வேலை செய்யறதும்மா. கோடீஸ்வரர்கள் தங்குற ஓட்டல்கள். குளுகுளுன்னு ஏசி.யில் மடிப்புக் கலையாமல் இங்கிலீஷ் பேசிக்கிட்டு இருக்கிற வேலை. தம்பிக்கு இடம் கிடைச்சது பெரிய விஷயம்...!"

“ஓஹோ...!” என்று என்னை ஆதரவாகப் பிடித்துக் கொண்டாள் அம்மா. “இவன் தனியா இருப்பானாடா...?” என்று கவலைப்பட்டாள்.

“தங்குற விடுதியிருக்கு. சாப்பாடு உண்டு. அப்புறமென்ன கவலை? படிக்கிறது மட்டுதான் கவலை. நம்ப குடும்பத்திலே இவனொருத்தனாவது பெரிய படிப்புப் படிக்கட்டுமே...? படிச்சா உடனே வேலையும் நிச்சயமாம்...” என்றார் அண்ணன்.

கோட்டும் சூட்டும் அணிந்த முதல்வரின் முகத்தில் கருணை நிறைய குடிகொண்டிருந்தது. மிகவும் அன்பாக முதலில் தமிழில், பிறகு பிட்டுப் பிட்டு வைத்த ஆங்கிலத்தில் எங்களுக்குப் புரிய வேண்டும் என்று வரவேற்றுப் பேசினார். எனக்கும் என் சக நண்பர்களுக்கும் ஆங்கில ராட்சசன் பயம் காட்டிக் கொண்டிருக்க, மற்ற ஆங்கில வழிப்படிப்பு படித்த நண்பர்கள் - நண்பிகள் (முத்துலஷ்மி உட்பட) அவர் பேசியவற்றை, தெளித்த செய்திகளை மிக அலட்சியமாகக் காதில் வாங்கித் தலையை ஆட்டி ஆமோதித்த போது, ‘இந்தத் துன்பக் கடலில் எப்படி நீந்திக் கரையேறப் போகிறோம்?’ என்று உதைப்பாக இருந்தது. இனி ஏது செய்ய இயலும்?

சீனிவாசன் இடைவேளையில் மெல்ல என்னிடம் அறிமுகமானான். “நான் தஞ்சாவூர் கவர்மெண்ட் ஸ்கூல் ஸ்டுடண்ட், உங்களுக்கு இங்கிலீஷ் தெரியுமா...?”

அப்புறம் சார்லஸ் கைகுலுக்கினான்.

“அப்பா விஷசாராயத்திலே செத்துப் போயிட்டார். அம்மா ரயில்வேல வேலை செய்யிறாங்க. நான் ஒரே பையன். நிறைய படிக்க வைக்கணும்னு ஆசை அவங்களுக்கு. எனக்கும் படிக்கணும்னு ஆசைதான். ஆனா முடியலை. இங்கிலீஷ் உதையோ உதைன்னு உதைக்குது. இது நானா விரும்பிச் சேர்ந்த பாடமில்லை. அம்மாவோட விருப்பம். இங்கிலீஷ் தெரியும் தானே? பாண்டிச்சேரின்னா பிரெஞ்சுக்கூடத் தெரிஞ்சிருக்கும்...” உடன் முகைதீன் புன்னகைத்தான்.

நான் தலையாட்டினேன்..” ஓரளவு தெரியும். நான் உங்களுக்கு ஹெல்ப் பண்ணுவேன்..!” என்றேன். எனக்கு ஆங்கிலம் தெரிந்தால் சமாதானமடைவார்கள் போலிருந்து. பதினோறாம் வகுப்பில் மட்டும் இங்கிலீஷ் மீடியத்தில் மாட்டி (வேறு வழி?), ஒரு வழியாக மனப்பாடம்

செய்து தேறி, அடுத்த வருடத்திலேயே தமிழ் மீடியத்தில் மாறிக் கொண்ட ரகசியத்தை அவர்களிடம் சொல்லி, ஒட்ட வந்த உறவுகளை அறுத்துக் கொள்ள நானென்ன மடையனா?

நான்காவதாக வெற்றிவேல் அறிமுகமானான். இந்தக் கதையின் கதாநாயகன்! முதல் நாளிலேயே, முதல் பாட வகுப்பிலேயே எங்களை-ஏன் கல்லூரி நிர்வாகத்தையே கலங்கடித்தவன் என்ற பெருமையை அவனுக்குச் சூட்டலாம்.

முதல்வரும் வகுப்புப் பயிற்சியாளரும் எங்களின் அறிமுகப் படலத்தில் 'அனைவரும் ஆங்கிலத்தில் தங்களைப் பற்றிச் சுருக்கமாகக் கூற வேண்டும்' என்றபொழுது, வெற்றிவேல் தயக்கமேயில்லாமல் வெடுக்கென்று கேட்டான்: "சார், கேக்கிறேன்னு தப்பா எடுத்துக்கக் கூடாது. இங்கே இருக்கிறவங்கள்லே முக்காவாசிப் பேர் தமிழ் மீடியத்திலேர்ந்து வந்துருக்கோம். இங்கிலீஷ் பிக்-அப் பண்ண கொஞ்ச நாளாகும். மேலும், இங்கிலீஷ் கிளாஸ் நீங்களே எடுக்கப் போறதா அப்ளிகேசன்ல போட்டிருந்தது. ஆக, கொஞ்சம் தமிழ்லே பேசினா, கேள்வி கேட்டா வசதியாயிருக்கும்..!"

நாங்கள் அசந்து போய் அமர்ந்திருக்க, பெரியவர்கள் ஆடித்தான் போனார்கள்!

"ஏய்..மேன், யூ சிட் டவுன்! அதிகம் பேசக்கூடாது. யார் யார் ஹோட்டேல் இன்டஸ்ரிக்கு படிக்கணும்னு யோசிச்சி வந்திருக்கணும். திஸ் ஈஸ் நாட் அவர் பிளடி மிஸ்டேக். மைன்ட் யுவர் பிஸினஸ்...!" என்று பயிற்சியாளர் அவனை அடக்கினார். கான்வெண்டுகள் குசுகுசுவெனப் பேசிக் கொண்டன. அலட்சியப் பார்வைகளை வீசின. எனக்கோ உதறல் எடுத்துக் கொண்டிருந்தது. வெறும் ஆணினம் என்றால் கவலையே கிடையாது. வகுப்பில் ஏழு பெண்கள், அந்த முக்கோணப்பல் முத்துலஷ்மியோடு.

"வெற்றிவேல், உங்களுக்கு அதிக தைரியம்...!" என்று பாராட்டினேன். அவன் கவலையாய்ச் சிரித்தான். அட்டைக்கரி என்பார்களே அந்த நிறம். கண்களின் வெண் பகுதியும் பற்களின் நிறம் மட்டுமே விதிவிலக்கு. வயது எங்களையெல்லாம் விட ஐந்தாறு அதிகமிருக்கும். ஆனாலும் மெலிதான மீசை. புதுக்கோட்டையின் ஒரு கடைக்கோடி கிராமத்தில் புரண்ட அவனது தேகம் சற்றுப் புஷ்டியாகவே இருந்தது.

சீனுவாசன், "வெற்றி கேட்டது நூறு சதவீதம் சரி. ஆனா, பிரின்சியும் மாஸ்டரும் சொல்றது சரியான்னு தெரியலை...!? என்றான்.

"ஆமா, மைண்ட் யுவர் பிஸினஸ்னு கத்தினாரே, அப்டீன்னா என்ன அர்த்தம்?" என்றான் வெற்றி.

"உன் வியாபாரத்தைக் கவனின்னு அர்த்தம்...!" என்ற முகைதீன் எங்களை நமுட்டுப்பார்வை பார்த்தான். எரிமலைச் சூழலிலும் அவனது நகைச்சுவையை நான் சுவைத்தேன்.

"வியாபாரமா? ஒரு எழவும் புரியலப்பா...?" பிற்காலத்தில் 'மைண்ட் யுவர் பிஸினஸ் எங்கேடா?' என்றால் வெற்றிவேலை விசாரிக்கிறார்கள் என்று அர்த்தமானது தனிக்கதை.

தவறு என்பது சத்தியமாய் அவர்களது மேலில்லை. படிப்பின் தன்மை அப்படிக் கல்லூரியின் கவலையென்ன என்பது இரண்டாவது வாரத்திலேயே தெரிந்து விட்டது. ஞாயிற்றுக்கிழமையையும் வீணாக்காமல் பயிற்சிக்காக எங்களை ஐந்து ஐந்து பேராகப் பிரித்து, நகரத்தின் சகல நட்சத்திர விடுதிகளுக்கும் அனுப்ப ஏற்பாடு செய்தார்கள்.

'டால்மேன்' (எங்கள் மாஸ்டரின் பட்டப்பெயர்) தன் பயமுறுத்தும் குரலில் எச்சரித்திருந்ததின் சாராம்சமாவது:

சவரம் முகத்தோடு போக வேண்டும். அப்படியில்லையெனில் மறுநாள் தலையோடு சேர்த்து மழிக்கப்பட்டு விடும். குளிக்கவில்லையெனினும் பரவாயில்லை: சவரம் முக்கியம். இது பெண்களுக்குப் பொருந்தாது. அவர்கள் குளித்துவிட்டே செல்ல வேண்டும். ஷூக்கள் பாலிஷால் மின்ன வேண்டும். அதற்குமுன் சாக்ஸை துவைத்துப் போட்டுக் கொள்ள வேண்டும். பயிற்சி தரும் விடுதியில் ஒழுக்கத்தையும் நேர்மையையும் கல்லூரியின் பெயரையும் நிலை நாட்ட வேண்டும். அல்லாவிடில் திங்கட்கிழமை வகுப்பில் 'நாட்டிக்' கொள்வீர்கள்!

இறுதியாக - "புரிஞ்சுதா மேன்? பெஸ்ட் ஆஃப் லக்...! என்று வாழ்த்தி அனுப்பினார். எங்கள் குழு: நான், சார்லஸ், பசவப்பா, முத்துலஷ்மி, பானுமதி ஆகியோர், சீனுவாசன், வெற்றிவேல் ஆகியவர்கள் கண்டபடி பிரிந்து வேறு நட்சத்திர ஓட்டல்களுக்குச் சென்றிருந்தனர்.

எனக்குத் தெரிந்து சினிமாவில் சி.ஐ.டி. சகுந்தலா இடுப்பில் இரண்டு மூன்று பெல்ட் மடிப்புகளோடு ஆடிய... குமிழ் விளக்குகள் பொருந்திய ஓட்டல் மற்றும் பாண்டிச்சேரியின் இந்தியன் காபி அவுஸ், எல்லோரா லாட்ஜ்.... முதலியனதான். நாங்கள் முதன்முதலாய்ப் பார்க்கப் போகும் 'ஸ்டார் ஹொட்டேல்' எப்படியிருக்கும்மென்று கற்பனை செய்யவே இயலவில்லை.

பெரிய கண்ணாடிக் கதவுகளின் முன் நின்றிருந்தார் அவர். சிவப்பும் வெள்ளையும் கலந்த கலவையில் உடையணிந்து, விசிறிமடிப்புத் தலைப்பாகையுடன் தலைவணங்கி, "குட்மார்னிங்!" சொல்லிக் கதவினைப் பவ்யமாகத் திறந்து எங்களை உள்ளே அனுப்பினார்.

எங்களை அந்த குளுகுளு வளாகம் அரவணைத்தது. தேவலோகம் இதுதானா? அழகிய வேலைப்பாடுகள் கொண்ட சரவிளக்குகள் நாகரீக ஒளியைப் பாய்ச்சிக் கொண்டிருந்தன. பிரமாண்டமான ஓவியங்கள், செயற்கைத் தாவர வகைகள், பத்தடி உயரத்தில் பளபள குத்துவிளக்கு. பெரியபெரிய சோபாக்கள், விரிப்புகள் என அந்த இடம் அலங்காரம் செய்து கொண்டிருந்தது. Reception, Information, Reservation என்ற பித்தளைப் பெயர்களைத் தாங்கிய இடம் வசீகரமாய் இருந்தது. அதில் கோட், சூட், டை போட்ட அறிவான அண்ணன்களும், கொண்டை, மைதீட்டிய விழிகளோடு மார்போடு கைகளைக் கட்டியபடி காட்சியளித்த மனதுக்கினியவர்களும் தெரிந்தார்கள். அவ்வப்பொழுது சிணுங்கும் தொலைபேசி ஒலிகள். குளிரும் சூழலும் உடலை விரைக்க வைத்தது. முத்துலஷ்மி கல்லூரிக் கடிதத்தோடு அவர்களை அணுகி, படபடவென ஆங்கிலத்தில் அசர அடித்தாள். முறையாக மேலாளரிடம் எங்களை அறிமுகம் செய்து வைத்து, 'வரவேற்பு அறைக்குள்' அனுமதித்தார்கள். ஒருமணி நேரத்திலேயே வித்தியாச உலகம் புரிந்து போனது.

பணத்தைப் பொருட்டாக மதிக்காத மனிதர்கள் உலவும் மாய உலகம். நினைத்ததை வாயால் மட்டுமல்ல, சைகையால் சொன்னால் கூட உடனடியாகப் பெற்றுக் கொள்ளும் வாய்ப்புகளை விடுதி ஏற்படுத்தித் தந்திருந்தது. பணம்... பணம்... பெரிய பெரிய மனிதர்கள், தம்பதிகள் சந்திக்க வேண்டி அந்த இடம் காத்திருந்தது. ஆடம்பரம் விரும்பும் பெருமையஸ்தர்களும் கூடிய இடமாய் இருந்தது. ஒரு கோப்பைத் தேநீர், வரியோடு சேர்த்து இருபத்தெட்டு ரூபாய் ஐம்பது காசு, இருபத்து நான்கு மணி நேர வாசத்துக்கு அறை வாடகை இரண்டாயிரத்திலிருந்து,

பத்தாயிரம் வரை இருந்தது. அந்த இடம் அவ்வளவு சாதரணமானது இல்லை! பாரதத்தின் மனிதர்களும் வெளி நாட்டவர்களும் வருகைப் புரிந்து தஸ்.... புஸ்.... என்று ஆங்கிலத்திலேயே பேசியது மயக்கமாய் இருந்தது. வேற்று மொழி அவசியம். இல்லையெனில் பருப்பு வேகவே வேகாது.

எனக்கு நண்பர்கள் ஞாபகமாகவே இருந்தது. மறுநாள் கல்லூரியில் அவரவர் தத்தம் அனுபவங்களைப் பகிர்ந்து கொண்டார்கள். அவற்றில் இருவித அவலங்களும் உண்டு. வெற்றிவேல் மிகச் சோகமாக இருந்தான்.

“என்னப்பா ஆச்சு...?” என்றோம்.

“அசிங்கப்படுத்திட்டானுவோ மாப்ள. மேனேஜருங்க கேட்ட இங்கிலீஸ் கேள்விகளைப் புரிஞ்சுகிட்டு நான் பதில் சொல்லவே இல்லியாம்! கடைசில ஓட்டல் அறைகளைச் சுத்தம் செய்ய அனுப்பிட்டானுங்க...!” என்றான்.

“நீ பதில் சொல்லவேயில்லியா, என்ன?”

“எளவு. படபடன்னு கேட்டாங்க. ஒண்ணுமே புரியலை. அதுவும் நான் பதில் சொல்லலைன்னு தெரிஞ்சதும் கேள்விய அடுக்கிக்கிட்டே இருந்தானுங்களா..என்ன செய்யிறது சொல்லு...?”

“ஒண்ணும் செய்ய முடியாதுதான்...!” என்று ஆறுதல் சொன்னேன்.

அடுத்து ஐந்தாவது நிமிடத்தில் முதல்வரின் அலுவலகத்திலிருந்து வெற்றிவேலுக்கு அழைப்பு. போனான். வெளிறிப்போய் திரும்பி வந்தான். சார்லஸ் கேட்டான்:

“என்ன மாப்பிளே, கத்துனாங்களா...?”

“ஆமா, தவறு என்மேலதான...?” அவனது கண்கள் கலங்கியிருந்தன. எங்கள் தகுதியைமீறி அங்குக் கால்வைத்து விட்டதை எண்ணுகையில், முழு விபரீதச் சதவீதம் வெற்றிக்கு அதிகம் தான் என உணர்ந்து அவனுக்காக வருத்தப்படத்தான் முடிந்தது.

அவனும் கொஞ்சங்கூடப் பொறுப்பின்றி இருந்தான். “ஸ்காலர்ஷிப்” கிடைக்கும். வாங்கிக்க வேண்டியதுதான். அடுத்த

வருஷம் 'லா' படிக்கலாமின்னு பாக்கிறேன்...!" என்றான் சர்வசாதாரணமாக.

"கிழிஞ்சது போ...!" என்றான் சீனுவாசன்.

மாஸ்டர் கடுகடுவென்று உள்ளே நுழைந்தார்.

"எவ்ரிபடி லிஸன் ஹியர்! டு சர்வைவ் திஸ் ஹொட்டேல் இண்டஸ்டரி... யூ மஸ்ட் நோ த்ரீ ஆர் ஃபோர் லாங்வேஜஸ்! சும்மா ஆனா... ஆவன்னாவை வச்சுக்கிட்டு ஒண்ணும் பண்ண முடியாது. அதுவும் அந்த வெற்றிவேல் மாதிரி ஸ்டூடண்ட்ஸ் ஹொட்டேல்ல வெங்காய மூட்டைதான் தூக்க முடியும். தோ பாருய்யா... உன்னோட இடத்தைப் புடுங்காம இருந்திருந்தா வெயிட்டிங் லிஸ்ட்ல இருந்த வேற ஒருத்தனுக்காது இடம் கிடைச்சிருக்கும்...!" என்றார் வெற்றியை சுட்டியபடி.

அவனைவிட எங்களுக்கு அவமானமாயிருந்தது.

"முத்துலஷ்மி..லெட் மீ சீ யுவர் வீக்லி டிரெய்னிங் ரிபோர்ட்!" மாஸ்டர் அழைக்க, இலாவகமாய் எழுந்தாள்.

எங்களுக்குப் போதிக்கப்படும் அல்லது நுழைக்கப்படும் படுபயங்கர பாடங்களுக்கும் மத்தியில் முத்துலஷ்மி மட்டுமே ஆறுதல். அவள் ஆறுதல்படுத்தியது அவள் அழகால்! அந்த முக்கோணப் பல்லும் ஈரம் பொதிந்த உதடுகளும் ஒவ்வொருவர் மனதிலும் ஈர்ப்பை உண்டு பண்ணியிருந்தது. அவளோ அலட்சியமாயிருப்பாள். கையில் சதாநேரமும் 'எவல்யூஷன் ஆப் ஹொட்டேல் இண்டஸ்ட்ரி' புத்தகம் வைத்திருப்பாள்.

நாளொரு விதமாக, பொழுதொரு கொடுமையாக வகுப்புகள் ஓடிக் கொண்டிருந்தன. ஆங்கிலம் போதிக்க ஓர் ஆசிரியர் வாரத்திற்கு இருமுறை வந்தார். அவருக்கு எங்களுக்குச் சொல்லிக் கொடுப்பதைவிட முத்துலஷ்மிக்கும் ஆனந்திக்கும் சொல்லிக் கொடுப்பதில் ஆர்வம் இருந்தது. ஏனெனில், அவர் சொல்வது அவர்களுக்குப் புரிந்தது. எனக்கும் எளிமையான வார்த்தைகள், காலங்கள், இலக்கணங்களை வைத்து எளிதாகப் பேசப் பயிற்சிக் கொடுத்தார்.

"முட்டையை அடைகாத்தால்தான் குஞ்சு பொரியும்.
இங்கிலீஷை பேசினாத்தான் இலாவகம் வரும்...?"

என்று ஏதோ சொல்லி முத்துலஷ்மியைப் பார்த்து தன் கண்ணாடியை மூக்கின் மேல் தள்ளிவிட்டுக் கொண்டார். அவர் என்ன உணர்த்தினாலும் சீனுவாசன், சார்லஸ், வெற்றி ஆகியோர் தடுமாறத்தான் செய்தார்கள். சிலருக்குச் சில பாடங்கள் இயல்பாய் ஏறுவதில்லை. சிலருக்கு எல்லாப் படங்களுமே இயல்பாய் ஏறுவதில்லை.

“வெதர் இட் ஈஸ் ரைட் ஆர் ராங்க். டிரை டு ஸ்பீக் இன் இங்கிலீஷ்...!” எப்படியாவது கற்றுக் கொடுத்துவிட எண்ணினார். அவரது டார்கெட் கவலை அவருக்கு.

என்னால் சிலவற்றைப் பேச முடிந்தது. சில நெஞ்சு வரைக்கும் தேங்கி நின்றன.

கல்லூரியில் வெற்றிக்கும் எங்களுக்கும் ஒரே ஆறுதல் மதியச் சாப்பாடுதான்! உணவுக்கலை பயின்ற வல்லுநர்களால் அந்த வகுப்பு மாணவர்களுக்குப் பயிற்சியளிக்க, உணவு செய்முறையைக் கற்று, அதனால் உருவான உணவுகளை எங்களுக்குப் படைத்தார்கள். பிரைடு ரைஸ், நூடல்ஸ், சிக்கன் 65, முட்டைக்குழம்பு, வெஜ் பிரியாணி என்று தினம் ஒரு வகை, சுவையாக இருக்கும். சாப்பிட்டு வந்தால், மதியம் இரண்டு மணிக்கு மீதி வகுப்புகள் தொடங்கும். தூக்கம் கண்களைச் சுழற்றும். முத்துலஷ்மி அழகாகக் கொட்டாவி விடுவாள்.

இந்த அழகில் ‘தட்டச்சு”ப் பாடமும் உண்டு. சீனுவாசனும் சார்லஸும் இயந்திரத்தை ஒரு கை பார்ப்பார்கள். தறி நெய்வது போல எத்தனை தட்டினாலும் வேலைக்கு ஆகவில்லை. என்ன செய்வது? அதிலும் தேறவேண்டிய கட்டாயம். தப்புத் தப்பாய் அடித்து மாஸ்டரிடம் அதற்கும் வெற்றிவேல் மாட்டிக் கொண்டான்.

டிசம்பர் மாதம் ‘குளிர்கால’ப் பயிற்சிக்காக எங்களுக்கு இடங்கள் ஒதுக்கப்பட்டன. ஒரு மாத காலப் பயிற்சி. வேலூர், கொடைக்கானல், ஊட்டி, மதராஸ், கோயமுத்தூர் போன்ற இடங்களிலிருந்த நட்சத்திர ஓட்டல்களுக்குத் தெரிவு செய்திருந்தார்கள். முழுமையான பயிற்சி கிடைக்கும். ஆனால், ஒரு நண்பருக்கு மட்டும் இடம் ஒதுக்கப்படவில்லை, யூகிக்கவே வேண்டாம். அது ‘வெற்றிவேல்தான்!

“பெரிசும் சிறிசும் இப்பிடி பழிவாங்குதுங்க...?” என்று கவலைப்பட்டான் வெற்றி. எங்களால் துக்கத்தில் மட்டுமே பங்குபெற

முடிந்தது. அப்பொழுது முத்துலெஷ்மி வாசனையோடு எங்கள் முன் நின்றாள். நாங்கள் அவளை நோக்கினோம்.

"என்ன உங்களுக்கெல்லாம் எந்த ஹோட்டல்ஸ்.." என்றாள்.

"உங்களை மாதிரி எங்களுக்கு ஊட்டியா கிடைக்கும்? எனக்கும் இவனுக்கும் கும்பகோணம்தான். சீவல் பொட்டலம் காரங்க ஓட்டல்தான்...!"

"எங்கே போனா என்ன? சிஸ்டம்லாம் ஏறக்குறைய ஒரே மாதிரிதான் இருக்கும். ஊட்டி என்ன ஊட்டி? டிசம்பர்ல உதடு வெடிக்கிற அளவு குளிராயிருக்குமாம்..! சரி, உங்களுக்கு...?" என்று என்னைப் பார்த்தான்.

"வேலூர், ரிவர்வியூ ஹோட்டல்...!"

"நல்ல ஹோட்டேல்னு கேள்விப்பட்டிருக்கேன். நம்ம மாஸ்டர் கூட அங்கே மானேஜரா கொஞ்சநாள் இருந்திருக்கார்னு சொல்லிக்கிட்டாங்க. சரி, நம்ம வெற்றிவேல்...?

"அது வந்து..." இழுத்தான் வெற்றி.

"உங்களுக்கு தெரியாததா? வழக்கம்போல் மாஸ்டர் கூட இழுபறிதான். பிளேஸ்மெண்ட் போடவேயில்லை...!" என்றேன்.

"புவர் ஃபெல்லோ...!"

"வெற்றி ரொம்ப கவலைப்படறான்..."

"பின்னே? பிராடிகல் மார்க் கட்டாகும். பிளாக் நேம் விழுந்துடும். சரி, சரி, கவலைப்படாதீங்க. உங்க பிரெண்ட் வெற்றிக்காக மாஸ்டர்கிட்டே நான் போய் பேசிக் பார்க்கிறேன்...!"

அவளுக்கு நன்றியோட தலையசைத்து விடைகொடுத்தோம்.

"சே திமிர் பிடிச்சவள்னு நினைச்சேன். இவ்வளவு நல்லவளாயிருக்காளே...?" என்றான் சீனுவாசன். இறுதியாக, வெற்றிவேலுக்கு வெற்றி கிடைத்து விட்டது! பயிற்சிக்காகக் கரூர் ஓட்டல் ஒன்றுக்கு அவனை அனுப்ப மாஸ்டர் சம்மதம் தெரிவித்து விட்டார்.

முத்துலஷ்மிக்கு நன்றி சொன்னான். அவரவர் தமது இடங்களைப் பொறுத்து, தெளிவுபெற்று அல்லது பெறாமல் திரும்பியிருந்தனர்.

சீனுவாசன், "பேசாம வெங்காய மண்டி வேலைக்கே போயிருக்கலாம்டா...!" என்றான்.

"பணத்திமிர் பிடிச்சவங்களுக்கு அடிமை மாதிரி உழைக்க வேண்டியிருக்கு...!" சார்ல்ஸ்

"படிச்சு முடிச்சவுடனே ஒரு வேலை கிடைக்க வாய்ப்பிருக்கே! வீட்டில பாரமா இருக்க வேண்டாமே... இது மாதிரி வேற கோர்ஸுல எதிர்பார்க்க முடியுமா, அதுவும் ரெண்டு வேளை சாப்பாடு, தங்குற இடத்தோட...?"

"அது வேணா சரி..."

"என்ன நம்ப பிஸினஸ்மேன் என்ன சொல்றார்?" என்றேன் வெற்றியைப் பார்த்து.

"அந்தக் கரூர் ஓட்டல் சரியானது கிடையாது. மாப்ளே! வர்ற கஸ்டமர்களும் சுத்துப்பட்டு வியாபாரிங்கதா. அங்கே யாரும் இங்கிலீஸ்ல பேசிக்கலை. ம்..ஏதோ குப்பை கொட்டிட்டு வந்துட்டேன். ஒரு சர்டிபிகேட்டும் கொடுத்திருக்கான்...!"

"ஆமா? உன்னை தாஜ், ஷெரட்டான் ஹொட்டேல்ல போட்டிருந்தா பொளந்து கட்டியிருப்பியாக்கும். ஏதோ 'முத்துலஷ்மி புண்ணியம் கொஞ்சமாவது தொழிலைக் கத்துட்டிருக்கே...!" முகைதீன் சுள்ளென்று விழுந்தான்.

அதன்பிறகு மாஸ்டர் நடத்தும் பாடங்கள் எங்கள் பயிற்சி அனுபவத்தோடு ஒத்து வந்தன. எனவே, படிக்கும் ஏடுகள் புரியும்படி இருந்தன. மீதமிருந்த மாதங்களை ஒரு வழியாய்த் தீர்த்துக் கட்டிவிட்டு, தேர்வுகளை பயந்துகொண்டே எழுதி வைத்தோம். வளாகத்தில் நடந்த நேர்காணல்களில் பலர், பல விடுதிகளுக்குத் தேர்ந்தெடுக்கப்பட்டோம். சிலரைக் கல்லூரி சிபாரிசு மூலம் அனுப்பி வைத்தது. எதற்கும் சரியல்லாதவர்கள் தாங்களே வேலை தேடிக்கொள்ள வேண்டியதுதான்.

நான் அந்தமானுக்குத் தேர்வானேன். முத்துலஷ்மி சொந்த ஊராதலால் திருச்சியிலேயே பெரிய நட்சத்திர விடுதியில சேர்ந்தாள். சங்கீதா பாம்பே போகத் தயாரானாள். முகைதீன், தனது மாமா மூலம் துபாய்க்குப் போவதாகச் சொன்னான். சீனுவாசனும் சார்லஸும் தாங்கள்

முன்னர் பயிற்சி முடித்திருந்த கும்பகோணம் ஓட்டல்களுக்கே செல்வதாக முடிவெடுத்தனர்.

"ஏதோ கொஞ்சநாளைக்கு அப்பாருக்குப் பாரம் கொடுக்காம வேலை செய்யப்போறேன்..." என்றான் சீனு.

வெற்றி, "நமக்கு இதெல்லாம் சரிப்படாது. வேற ஏதாவது கரஸ்ல படிச்சு வைக்க வேண்டியதுதான். நிறைய நிலங்க இருக்கு, ஆளுவோள வச்சு மேய்க்க வேண்டியதுதான்...!" என்றான். எல்லோரும் ஆண்டுவிழா சந்தோஷ - துக்கத்தோடு பிரிந்தோம்.

வாழ்க்கையென்பது இயந்திரமயமாய் ஆகிப்போனது. அந்தமானில் இரண்டு வருடங்கள், ஆந்திராவில் இரண்டு விடுதிகள், தமிழ்நாட்டில் மூன்று விடுதிகள், இறுதியில் பாண்டிச்சேரியிலேயே ஒரு மூன்று நட்சத்திர ஹோட்டலை மேய்க்கும் மேலாளர் ஆனேன். நாள், கிழமை, பண்டிகைக் கோலாகலங்கள் எல்லாவற்றையும் துறந்து விடுதியே கதியென்று கிடக்க வேண்டிய நிலைமை பதினைந்து வருடங்களை விடுதிகளில் விழுங்கியிருந்தும் ஏழாயிரத்தைத் தாண்ட முடியவில்லை.

என் நண்பர்கள் பலர் இண்டஸ்ட்ரியைவிட்டே போய் விட்டிருந்தார்கள். சார்லஸ் இரயில்வேயில் கலாசி வேலையில் இருப்பதாகவும், சீனுவாசன் கூரியர் ஏஜென்சி நடத்துவதாகவும் செய்தி கிட்டின. வெற்றிவேலைப் பற்றிதான் ஏதும் செய்தியில்லை. ஏனோ தெரியவில்லை, எனது விடுதி வாழ்க்கைத் தருணங்களில் பலமுறை அவனை நினைத்திருந்தேன்.

இன்று வெற்றிவேலைச் சந்திக்கும் பாக்கியமும் ஏற்பட்டு விட்டது.

வெள்ளைவெளேரென்று சட்டை, வேட்டியில் பெரிய மனிதர்களின் தோற்றம் கொண்டிருந்தான் வெற்றி. அந்தக் கருமைநிற உடம்பு பளபளப்பாகிக் காட்சியளித்தது. கைகளைப் பிடித்துக் கொண்டான். உடன் கிராமிய அடையாளம் தெரியும் மனைவி, பத்து வயதுக்குள் இரண்டு மகன்கள், ஒருவன் அப்படியே அவனை உரித்து வைத்திருந்தான்.

"அடடே, நீ இங்கியா இருக்கே? ஆச்சரியம்தான் போ. கண்மணி! இது என்னோட கேட்டரிங் காலேஜ் பிரெண்டு. நாங்களெல்லாம் ஒண்ணாத்தான் இருப்போம்..." என்று அறிமுகம் செய்து வைத்தான்.

“இங்கே ஒரு கல்யாணத்துக்காக வந்தோம் என் கஸ்டமர் வீட்டு விசேஷம். ஆமா, நீ இன்னும் ஓட்டல் வேலையிலதான் இருக்கியா? படிக்கும் போது சின்சியரா இருப்பே. நான் அரிசி வியாபாரம் செய்யிறேன். மொத்தக் கொள்முதல் பிசினஸ். ஆடுதுறையில் “வெற்றிமார்க் ரைஸ்” பிரபலம். நிறைய சம்பாரிச்சிட்டுக் கல்யாணம் செஞ்சுகிட்டேன். வீடு கட்டினேன். ரெண்டு கார் இருக்கு. நம்ம கரூர் ஓட்டல் ஞாபகம் இருக்கா? அதையும் ஏழு வருஷமா நான்தான் லீஸ்ல ஓட்டறேன். சொல்ல மறந்துட்டேனே... நம்ம முத்துலெட்சுமியை ஐதரபாத்தில ஒரு கல்யாணத்துல பார்த்தேன். மூணுமடங்கு குண்டாயிட்டா, எல்லாரையும் ஞாபகமா விசாரிச்சா. “ஐதராபாத்திலே டிரெயினிங் வேணுமா வெற்றி சார்...?”ன்னு கேட்டுச் சிரிச்சா. அங்கேயே செட்டில் ஆகிட்டாளாம். ஒரு பெண் குழந்தையாம். ஆமா, உனக்குச் கல்யாணம் ஆயிடுச்சா? எத்தனை குழந்தைங்க..”

“பெண் பார்த்துக்கிட்டு இருக்காங்க. வாழ்க்கை பூரா ஹோட்டலேயே ஓடிடுச்சு...!” என்று சிரித்தேன்.

“நாளைக்கு வெள்ளனக் கிளம்பிடுவோம். அடுத்த தடவை வரும்போது நாம நிறைய பேசணும். நீயும் ஆடுதுறை வந்தா வாப்பா...!” என்று கார்டு கொடுத்தான்.

பத்தாயிரம் ரூபாய்க்கு ஒரு ‘சூட் ரூம்’ போட்டான். அவனுக்கு வேண்டிய உதவிகளைச் செய்தேன்.

எனக்கு வெற்றி மிகத் தூரமாகிப் போயிருந்தான். என்னைப் பொறுத்தவரை அவன் என் நண்பன் என்பதைவிட, எனது பொறுப்பிலிருக்கும் ஹோட்டலின் பணக்கார விருந்தாளி!

என் கட்டுப்பாட்டிலிருக்கும் குட்டி வரவேற்பாளனுக்குக் கட்டளையிட்டேன்.

“சூட் 325க்கு ‘வெல்கம் டிரிங்ஸ்’ அனுப்பிடு...!

இறுக்கமாக இருந்த ‘டையை’த் தளர்த்திக் கொண்டேன்.

20

வேப்பமரத்து வெள்ளைப் பூக்கள்

– பூதலூரர் முத்து

காற்றில் ஒரு மயிலைப் போல ஆடிக் கொண்டிருந்தது அந்த வேப்பமரம். கப்பும் கிளையுமாக வளர்ந்து ஒரு புதுப் பெண்ணைப் போலப் பொலிவு பெற்றிருந்த அது, சபாபதியின் கண்களை உறுத்தியது.

உள்ளே போய் வானொலியைத் திருகினார். அது கர்ணக்கடூரமாக அலறியது.

அவருக்குக் கொஞ்சமும் தொடர்பில்லாத மேற்கத்திய இசை. 'டிரம்' களும், 'டிரம்பெட்'களும் ஒலியெழுப்பிக் கொண்டிருந்தன. பிடிக்காத குழந்தையைக் கிள்ளிவிட்டு வலி தாங்காமல் அது காலையும் கையையும் உதைத்துக் கொள்வதையும் அலறுவதையும் பார்த்து ரசிக்கின்ற மனிதர் அவர்.

வானொலியின் ஒலியைக் கேட்டுப் புன்னகை பூக்க நின்று கொண்டிருந்தார் அவர். பரந்த மார்பில் நீளமான சங்கிலி மின்னியது.

அவருடைய செயல் வேலைக்காரனுக்கு வியப்பாக இருந்தது. "என்னங்க ஐயா, என்னிக்கும் இல்லாத திருநாளா இந்த மாதிரிச் சத்தத்தையெல்லாம் கேட்டுகிட்டு இருக்கீங்க. உங்களுக்கு பி.யு. சின்னப்பா, எம்.கே. தியாகராஜ பாகவதர் பாட்டுத் தானே பிடிக்கும்?"

"குப்புசாமி, காலம் மாறுது. அதுக்குத் தகுந்தாப்பில நாமும் மாறிக்க வேணாம்? இதுவும் நல்லாத்தானே இருக்கு. நீயும் கேளு" என்றார்.

அவர் சொன்ன விளக்கம் அவனைத் திருப்திப்படுத்தவில்லை. அவருடைய புன்னகையில் ஏதோ உட்பொருள் இருப்பதாக உணர்ந்தான்.

சபாபதியினுடைய பங்களாவின் சுற்றுச் சுவரையொட்டி ஒரு குடிசை வீடு. மானத்தைக் காப்பாற்றப் போராடும் ஏழையைப் போல் காட்சி தந்தது அது.

வெயிலுக்கும் மழைக்கும் ஈடு கொடுக்க முடியாமல் இற்றுப் போய்க் கிடந்தது கூரை. கழிகள் உளுத்துப்போய் தளர்ந்து ஆடிக் கொண்டிருந்தன. நிலையில்லாத வாழ்வை அவை நிரூபித்துக் கொண்டிருந்தன.

குடிசைக்கு அருகில் ஒரு வேப்பமரம் நின்று கொண்டிருந்தது. அதன் நிழலில் கிடந்த ஒரு கருங்கல்லைச் சிம்மாசனமாகக் கொண்டு படித்துக் கொண்டிருந்தான் வேல்முருகன். மரத்துக்கு மேலே ஒன்றிரண்டு காகங்கள் கரைந்து கொண்டிருந்தன. வழக்கமாக வரும் காகங்கள்!

சபாபதியின் வானொலி, அவனுடைய படிப்புக்குச் சவால் விட்டுக் கொண்டிருந்தது.

பத்தாம் வகுப்புப் பொதுத் தேர்வுக்கு இன்னும் இருபது நாட்களே இருந்தன.

பாடம் படிக்க ஒரு புத்தகம் கூட இல்லை. பள்ளிக்கூடத்துப் புத்தக வங்கிக்குப் புத்தகங்கள் வந்தன. அவன் போவதற்குள் மற்றவர்கள் முந்திக் கொண்டார்கள்.

"தேவையான அளவுக்கு வரலே. நீ கடையில வாங்கிக்க" என்றார் புத்தக வங்கியின் பொறுப்பாளர்.

அவனால் அது இயலாத காரியம்.

புத்தகங்களே வாங்க இயலாதபோது நோட்ஸ்களுக்கு எங்கே போவான்? ஆசிரியர் நடத்தும் பாடத்தைக் கவனமாகக் கேட்பான்: குறிப்புகள் எடுத்துக் கொள்வான்.

தாயும் தகப்பனும் வெளி வேலைக்குப் போய் எவ்வளவோ கஷ்டப்பட்டுக் கொண்டிருந்தார்கள்.

அப்படியிருந்தும் பசிக்கு வயிறாரச் சாப்பிட முடியவில்லை. பசியைத் தீர்க்க உணவு, மானத்தைக் காப்பாற்ற உடை. அதற்கப்புறம் தானே மற்ற வசதிகளைப் பற்றிச் சிந்திக்க முடியும்?

பல ஆண்டுகளாகப் புறம்போக்காக இருந்த அந்த இடத்தில் அவர்கள் சிறு குடிசை ஒன்றைப் போட்டுக் கொண்டு குடியிருந்தார்கள். மழையில் நனைந்தாலும், வெயிலில் காய்ந்தாலும் ஒண்டிக் கொள்வதற்கு ஏதோ ஓர் இடம் இருக்கிறது என்ற நிம்மதி.

அந்த நிம்மதியும் கொஞ்ச நாட்களாகச் சோதனைக்கு உள்ளாகியிருந்தது. அதற்குக் காரணம் சபாபதி! ஒரு பரந்த நிலப்பரப்பில் மாபெரும் மாளிகையைக் கட்டிக் கொண்டு வாழ்ந்த அவர். அவருடைய மாளிகை, தென்னை மரங்கள், வேப்பமரங்கள், காய்கறித் தோட்டம், பூந்தோட்டம், ஆழ்குழாய்க் கிணறு இவற்றோடு திருப்தியடையாமல் சுற்றுச் சுவரைத் தாண்டியும் பார்வையைச் செலுத்தினார்.

"அந்த அழுக்கேறிய ஏழைப் பிராணிகளை விரட்டியடித்துவிட்டு, அந்த இடத்தையும் வளைத்துக் கொண்டால்? பின்னர் விற்றால் ஆயிரக்கணக்கான ரூபாய்க்குப் போகும்! அதுவரை வசதியாகக் காற்று வாங்கிக் கொண்டு உட்கார்ந்து கொள்ளலாம்".

அந்தக் குடிசையை நான்கைந்து பேர் பிய்த்துப் போட்டுத் தரைமட்டமாக்கும் காட்சி அவர் மனத்தில் படமாக ஓடியது.

வானொலியின் பயங்கர ஓசையைக் கேட்டுக் காதுகளைக் கைகளால் பொத்திக் கொண்டு, புத்தகத்தைக் கக்கத்தில் இடுக்கிக் கொண்டு அந்தப் பையன் அனாதையைப் போல அங்குமிங்கும் அலைவதைக் கண்டு அவர் மிகுந்த மகிழ்ச்சியடைந்தார். அவனுடைய சட்டையின் முதுகுப் பகுதியில் இருந்த கிழிசலைக் கண்டபோது அவருக்கு உள்ளம் இன்னும் இதமாக இருந்தது.

"குந்தக் குடிசையில்லே, கட்டத் துணியில்லை. இதுகளுக்கெல்லாம் படிப்பு என்ன வேண்டிக் கிடக்கு, படிப்பு! இந்தப் பனாதிப் பயலுங்க படிச்சுட்டு என்ன கலெக்டர் உத்தியோகத்துக்கா போகப் போறானுங்க! என்று நக்கலாகச் சொல்லிக் கொண்டார்.

குப்புசாமியைக் கூப்பிட்டார். "இந்தப் பயலோட அப்பன் என்னடா பண்ணறான்?"

"கூலி வேலைதாங்க. நாலு உசுருங்க... வயித்தைக் கழுவப் படாதபாடு படுதுங்க.... வருமானம் போதுமான அளவு வரலேன்னு..."

"வரலேன்னு..."

"கவலையிலே குடிக்க ஆரம்பிச்சிட்டானுங்க..."

"அப்படிச் சொல்லு... அதான்டா வளர்ச்சி!" என்று சொல்லி மகிழ்ச்சியடைந்தார்.

குடியை யாராவது நிறுத்தினால் அதற்குத்தான் எல்லோரும் மகிழ்ச்சியடைவார்கள். அவருடைய மகிழ்ச்சி அவனுக்குக் குழப்பத்தை உண்டாக்கியது.

"குப்புசாமி, அந்த வேப்பமரத்தைப் பார்த்தியா.... நம்ம தோட்டத்திலே இருக்கற மரங்ககூட அப்படி இல்லேடா... அதோட கிளைகளும் இலைகளும் பூத்துக் குலுங்கற பூக்களும்... வாசனையைப் பார்த்தியா ஏழு ஊருக்கு அடிக்குது... இந்த வாசனை உடம்புக்கு நல்லதில்லே? இங்கே நம்ம மரங்கள் இன்னும் பூக்கவே இல்லையே".

"வாசனை உடம்புக்கு நல்லதுதாங்க. ஆனா அந்த வாசனை அவங்க வயித்துக்குச் சாப்பாடு போடாதே... அது இளங்கன்னா இருந்தப் போ இந்தப் பய வேல்முருகன் தான் ஓடி ஓடி ஒரு பானையிலே தண்ணி கொண்டாந்து ஊத்துவான்... 'எலே வேல்முருகா ஜாக்கிரதைடா... வீட்டிலே இருக்கறதே அந்த ஒரு பானைதான்... உடைச்சுப் போட்டின்னா உன் முதுகுத் தோலை உரிச்சிடுவேன்" அப்படின்னு அவங்க அப்பன் கொடுக்கற எச்சரிக்கையையும் மீறி அவன் தண்ணி ஊத்துவாங்க... அதனால தாங்க அந்த மரம் இப்போ தளதளன்னுப் பார்க்கக் குளிர்ச்சியா இருக்கு! அந்த மரம்னா அவனுக்கு உயிருங்க!"

'அவனுக்கு உயிருங்க' என்று அவன் சொன்னதை மட்டும் கவனமாக மனத்தில் குறித்துக் கொண்டார்.

சற்று நேரத்தில் அவருடைய மனைவி மாடியிலிருந்து இறங்கி வந்து, வானொலியின் வாயை அடைத்தாள்.

வேல்முருகன் மறுபடி வேப்ப மரத்துக்கு வந்து கல்லின் மீது அமர்ந்து படிக்கத் தொடங்கினான். ஓசையற்ற இடத்தைத் தேடி வெயிலில் அலைந்து, களைத்துப் போய் வந்தவனுக்கு, அந்த நிழல் மிகவும் இதமாக இருந்தது. பாடங்கள் எளிதாக மனத்தில் பதிந்தன.

மறுபடி காகங்கள் பறந்தன. ஒன்று அவன் தலையில் உரிமையோடு எச்சமிட்டது.

சபாபதிக்குக் கோபம் வந்தது. மனைவியைப் பார்த்து, "ஏன் ரேடியோவை நிறுத்தினே?" என்றார்.

"பின்னே என்ன ஊரையே கூட்டறாப்பலயா வைப்பாங்க..." என்றாள் அவள்.

பீரோவில் கொட்டிக் கிடந்தாலும் அளவான நகை அவளுடைய கழுத்தை அலங்கரித்தது. அகந்தையில்லாத உள்ளத்தை முகம் வெளிப்படுத்திக் கொண்டிருந்தது.

அவர்களுடைய சப்தம் அவனைப் பாதிக்கவில்லை. வேல்முருகனின் தந்தைக்கும் தாய்க்கும் அடிக்கடி சண்டை வரும்.

"அரிசி இல்லே, உப்பு புளி மிளகாய் இல்லே, ஏன் வாங்கிக் கொடுக்கலே... எப்படிச் சோறு ஆக்கி உங்களுக்கெல்லாம் கொட்டறது?"

"நான் எங்கேடி போவேன் காசுக்கு. ஒருநாள் போனா அடுத்த நாள் வேலை உத்தரவாதம் இல்லே... இருக்கறதைப் போட்டுச் சமை..."

"இருக்கு, தெரு மண்ணு" இப்படி நெஞ்சைச் சுடும் சண்டைகூட அவனுடைய கவனத்தைக் கெடுத்ததில்லை. விவாதம், சண்டைகளின் விஷயத்தைக் கிரகித்துக் கொண்டு, 'நம்முடைய ஒவ்வொரு நிமிஷமும் நம் குடும்பத்தின் நிலையை உயர்த்துவதற்கு உதவுவதாக இருக்க வேண்டும்' என்று திடமாக முடிவு செய்துகொண்டு, முன்னிலும் தீவிரமாகப் படிக்கத் தொடங்குவான்.

எல்லாக் காலங்களிலும் அவனுடைய உள்ளத்திற்கும் உடலுக்கும் இதமாக இருந்தது வேப்பமரத்தின் நிழலும் காற்றும்தான். அதன் கிளைகளும், இலைகளும் காற்றில் அசையும்போது ஒரு குழந்தை கையையும் காலையும் ஆட்டித் துள்ளுவதுபோல் அவனுக்குத் தோன்றும்.

இந்த நேரமோ இன்னும் சற்றுக் கழித்தோ முடிவு என்பது போல் துள்ளித் துள்ளிக் குதித்துக் கொண்டிருந்தது மண்ணெண்ணெய்த் திரி விளக்கு. வறுமையிலிருந்து தப்ப, பணம் என்ற பாதுகாப்பில்லாத அந்தக் குடும்பத்தைப் போலவே, காற்றிலிருந்து காத்துக் கொள்ள, சுடரைச் சுற்றிக் கண்ணாடிக் குழல் இல்லாமல் வெறும் உலோகப் பற்களை மட்டும் காட்டிக் கொண்டு நின்றது அந்த விளக்கு! விளக்கு வாங்கும் போது அதற்கு மட்டும்தான் வேல்முருகனின் தகப்பனிடம் காசு இருந்தது. அதற்குப் பின்னாலும் அவனுடைய பொருளாதாரத்தில் பெரிய மாறுதல் ஏதும் ஏற்பட்டு விடவில்லை.

தாய் அஞ்சலை, "விளக்கு அணையறதுக்குள்ளே இருக்கறதை வந்து கொட்டிக்கங்க" என்று சப்தம் போட்டாள். வீட்டை விட்டுச் சற்றுத் தூரத்தில் தெருவிளக்கு பிரகாசமாக எரிந்து கொண்டிருந்தது. மாநாடு நடத்தும் கொசுக்களின் கடியையும் பொருட்படுத்தாமல் அவன் படித்துக் கொண்டிருந்தான்.

தூரத்தில் இரண்டு நாய்கள் ஆக்ரோஷமாகப் பாய்ந்து சண்டையிடும் ஒலி காதில் விழுந்தது. தாயினுடைய நினைவு வந்துவிடவே படிப்பை அப்படியே நிறுத்திவிட்டு வீட்டுக்கு நடையைக் கட்டினான்.

"அந்தப் பய படிக்கிறாப்பில இன்னும் கொஞ்சம் மண்ணெண்ணெயோ... ஒரு கண்ணாடி விளக்கோ நம்மால் வாங்க முடியல பாரு" அந்த ஆதரவான குரல்தான் அவனுக்குத் தெம்பாக இருந்தது. அம்மாவும் ஏதோ கவலைப்படுகிறாளே!

சோற்றுப் பதத்தைப் பார்த்த அஞ்சலைக்குக் கோபம் வந்துவிட்டது.

"ஏன்டி மருதாயி, சோத்தைப் பாத்தியா... சரியா வேகலையே... நீ குச்சி பொறுக்கிட்டு வர்றதும் அப்படித்தான். சோறு வடிக்கிறதும் அப்படித்தான்... சோத்துக்குப் போட உப்பில்லையே... ஒரு நடை கடைக்குப் போயிட்டு வந்திடலாம்னு போனா, அவசர அவசரமா எறக்கிட்டியேடி... ரயிலுக்குப் போறாப்பல, அப்படி என்னடி அவசரம்?"

மகளுடைய தலைமயிரைப் பிடித்து இரண்டு உலுக்கு உலுக்கிவிட்டாள். அந்த இருளில் அவளுடைய பிலாக்கணம் ஆரம்பமாயிற்று.

வெந்தும் வேகாமலும் இருந்த சோற்றை 'ஏதோ எழுதினோம்' என்ற பெயருக்குத் தேர்வு எழுதும் மாணவனைப் போல் உள்ளே போட்டுக் கொண்டான் வேல்முருகன். ஒவ்வொரு பருக்கையும் மொச்சைக் கொட்டையைப் போல இருந்தது. 'இயற்கையில் நன்றாக விளையும் நெல்லை அதிகமாக ஊறப் போட்டு வேக வைத்து அரிசிக்கு யானைக்கால் நோய் கண்ட மாதிரி ஆக்கி விடுகிறார்களே, இந்தப் பாழும் மனிதர்கள்! இன்ன வகையில்தான் லாபம் சம்பாதிப்பது, கொள்ளை அடிப்பது, ஏழைகளின் வயிற்றில் அடிப்பது என்பதற்கு ஒரு அளவில்லையா?' என்று எண்ணி அவனுடைய மனம் சங்கடப்பட்டது.

தட்டில் போட்டு வைத்த சாதத்தை வீணாக்க அவனுக்கு மனம் வரவில்லை. அடுத்த நாள் அதுகூட நிச்சயம் என்று சொல்வதற்கில்லை. மருதாயியின் அழுகையைக் காதில் வாங்கியவாறே ஒரு வழியாக அதை மென்று தீர்த்தான். மல்லிகைப் பூப்போன்ற அரிசிச் சாதம் எட்டாத கனவாகத் தூரத்தில் கண் சிமிட்டியது.

எல்லோரும் 'சாப்பிட்டு முடித்தபின் அஞ்சலை' மருதாயியின் துணையோடு சட்டி, பானையைக் கழுவினாள். விளக்கு அநேகமாக அணைந்துவிட்டது.

ரங்கன், ஒரு கால் ஒடிந்து போய் மூன்று கால் பலத்தோடு நின்று கொண்டிருந்த ஓட்டைக் கட்டிலில் குறட்டை விட்டுத் தூங்கிக் கொண்டிருந்தான். கிழிந்து அழுக்காகிப் போன சட்டை, தலைக்கு அருகில் தொங்கிக் கொண்டிருந்தது. சாராய 'மணம்' கமழ்ந்து கொண்டிருந்தது.

வேல்முருகன் வேப்பமரத்தடிக்கு வந்து அந்தக் கல்லின் மீது அமர்ந்து தன் குடும்பக் கஷ்டத்தை ஒரு நிமிஷம் அசை போட்டுவிட்டு, மறுநாள் படிக்கப் போகும் பாடத்தில் நினைப்பை ஓட்டினான். ஜில்லென்ற காற்றும், இலைகளின் அசைவில் வந்த இனிய ஒலியும் அவனைத் தழுவிக் கொண்டிருந்தன.

அந்த வேப்பமரத்தில் ஒரு தடவை அவனுடைய பெயரைச் செதுக்க, ஆணி ஒன்றையும்; அரிவாளையும் எடுத்துக் கொண்டு வேலையைத் தொடங்கினான். 'வேல்' என்று இரண்டு எழுத்துக்களைச் செதுக்கியிருந்தான். 'இப்படிச் செதுக்கும் போது இந்த மரம் என்ன

பாடுபடும். இதற்கும் உயிர் உள்ளதே, வலிக்குமே" என்ற எண்ணம் வந்ததுதான் தாமதம், தான் செய்த தவறுக்கும் தன்னுடைய அறியாமைக்கும் 'பளார்' என்ற கன்னத்தில் போட்டுக் கொண்டு ஆணியையும், அரிவாளையும் கொண்டு போய் வீட்டில் எறிந்து விட்டு வந்தான். அந்த இரண்டு எழுத்து இருந்த இடம் முதலில் வெளுப்பாக இருந்து பின்னர் கறுத்தது. தழும்பு அப்படியே நிலைத்துப் போக அது அவனுடைய மனத்தை உறுத்தியது.

சூரியன் இன்னும் உதிக்காத போதே சபாபதியின் உள்ளமும் உடலும் கொதிக்கத் தொடங்கி விட்டன. அதற்குக் காரணம் வேப்ப மரத்தடியில் அவர் கண்ட காட்சி! வேல்முருகன் அமைதியாகப் படித்துக் கொண்டிருந்தான்.

தமக்கு ஒரு பிள்ளை இல்லாத போது யாரோ ஒருவனுடைய வீட்டுப் பிள்ளை படிப்பதாவது? ஒருவனைப் பிடிக்கவில்லை - எதிரி என்றால் நாலு பேரை வைத்து அடிக்கலாம் அவனுடைய படிப்பை முறியடிச்சு நாலு பேரை வைத்துப் படிக்கச் சொல்ல முடியாதே! அதனால் அவன் படிப்பு எப்படிக் கெடும்?

தீவிரமாக ஆராய்ந்து கொண்டிருந்தார் அவர். குப்புசாமியைக் கூப்பிட்டார்.

"ஏண்டா வேப்பமரம் நல்லதுதானே?"

"நல்லதுதாங்க... வேப்பமரத்துச் காத்துப்பட்டா எந்த நோயும் அண்டாதுங்க... நோய் கண்டவங்களை வேப்பிலையாலே அடிக்கிறதைப் பார்த்திருப்பீங்களே... கிருமிகளைக் கொன்ற சக்தி அதுக்கு இருக்குன்னு சொல்றாங்க. அதோட நிழல்ல கொஞ்சநேரம் உட்கார்ந்தா எப்படிக் குளுகுளுன்னு ஜிலுஜிலுன்னு இருக்கும்னுதான் உங்களுக்குத் தெரியுங்களே"

'அதெல்லாம் தெரியும்டா... மரத்தை வெட்டினா?"

பார்வையில் ஆர்வம் பளிச்சிட்டது "அலமாரி செய்யலாம்... மேஜை செய்யலாம்... கதவு செய்யலாம்... உத்தரமாப் போடலாம்... ஏன் நம்ம மரத்திலே எதையாவது வெட்டப் போறீங்களா"

“இவன் யாருடா மடையன்... கண்ணுக்குக் கண்ணா வளர்த்த நம்ம மரத்தை யாராவது வெட்டுவாங்களா? காம்பவுண்டைத் தாண்டி அந்தாத் தெரியுது பாரு... அந்த மரத்தை வெட்டத்தான் ஏற்பாடு பண்ணனும்...”

அவனுக்கு இரத்தமெல்லாம் உறைந்து விட்டது. ‘வேல்முருகன் கண்ணுக்குக் கண்ணாக வளர்ந்த மரமாயிற்றே அது! இத்தனை மரங்கள் இங்கேயிருக்கும்போது அங்கேயிருக்கிற அந்த ஒற்றை மரத்தை வெட்ட வேண்டும் என்று ஆசைப்படுகிறானே இவன்! இவனுடைய உள்ளம் எவ்வளவு குரூரமானதாக இருக்க வேண்டும்”

அதிர்ச்சியை வெளிக்காட்டிக் கொள்ளாமல், “சரிங்க எஜமான்... ரங்கனை அது விஷயமாகக் கலந்து பேசறேன்...” என்றான்.

அவருக்குச் சிரிப்பு பொத்துக்கொண்டு வந்தது. “என்னடா என்னமோ அமெரிக்காவோடயோ, ரஷ்யாவோடயோ ஒப்பந்தம் பண்ணப் போறது மாதிரி கலந்து பேசறேன்னு சொல்றே!”

“ஆமா எசமான்... உடையவன் அவன்தானே... அவனைத் தானே பார்த்துப் பேசணும்?”

அவருடைய முகபாவம் மாறியது. கண்கள் துடித்தன. “எனக்கு எதுவும் தெரியாது. நாளைக்குக் காலையில் அந்த மரம் அடிவேரோட இங்கே வந்து சேர்ந்திடணும்... பணம் அம்பது... நூறு கூடப் போனாலும் பரவாயில்லை”.

***

வெள்ளை நிறத்தில் சிறுசிறு பூங்கொத்துக்களோடு குலுங்கி அந்த மரத்தின் தோற்றம் வேல்முருகனுக்கு மிகுந்த குதூகலத்தை அளித்தது. இப்போதுதான் முதன்முறையாகப் பூத்திருக்கிறது. தந்தையும் தாயும் தராத மகிழ்ச்சியை அது அவனுக்குக் கொடுத்தது. ஆர்வத்தோடு படித்துக் கொண்டிருந்த அவனுடைய தலையிலும் சட்டையிலும் மடியிலும் புத்தகங்கள் மீதும் அந்த வெண்ணிறப் பூக்கள் கொட்டின. தேர்வுக்குப் போகும் அவன் மீது பூமாரி பொழிந்து, அந்த மரம் ஆசீர்வதிப்பதுபோல் அவனுக்குத் தோன்றியது. என்ன நினைத்தானோ, கொஞ்சம் பூக்களை அள்ளித் தன்னுடைய சட்டைப் பையில் போட்டுக் கொண்டான். தனக்கு

ஆறுதல் தர அந்த மரமாவது தனக்கு உரிமையாக இருக்கிறதே என்று நினைத்தான். தெம்பாக இருந்தது.

அன்று முதல் தேர்வு. நன்றாகப் படித்திருந்தான். இளம் பச்சையும் கெட்டிப் பச்சையுமாகக் காட்சியளித்த இலைத் தொகுதிகள், துள்ளும் கிளைகள், சிரித்த பூக்கள் எல்லாமே அவனுக்கு நம்பிக்கையை வாரி வாரி வழங்கியிருந்தன.

வேல்முருகனுக்குத் தெரியாமல் ரங்கன், உடைந்து போன கட்டில் காலுக்காகப் போன மாதம் ஒரு கிளையை வெட்டிவிட்டான். அதனால் அவனிடம் பேச்சையே முறித்துக் கொண்டான் அவன்.

வெட்டிய அந்த இடத்தில் இரண்டு நாள் கழித்துப் பார்த்தான். வேப்பம் பிசின் கசிந்து வந்திருந்தது. அது அந்த மரம் அழுத அழுகையாக அவனுக்குப் பட்டது. இப்போது, வெட்டு விழுந்த அந்த இடத்திலும் இளந்தளிர்கள் கருஞ்சிவப்பு நிறத்தில் தோன்றியிருந்தன. ஒன்றுக்குப் பத்தாகப் பச்சைக் குச்சிகள் பளிச்சிட்டு நின்றன. ரப்பராக வளைந்து காற்றில் ஆடின. என்ன கஷ்டம் வந்தாலும் மீண்டும் எழுந்து நிமிர்ந்து நிற்கலாம் என்பதற்குப் பச்சைகொடி காட்டிய மாதிரி இருந்தது அந்தக் காட்சி.

தகப்பன் வெட்டிப் போட்ட கிளை காற்றில் உலர்ந்து கொண்டிருந்தது. வெயிலில் காய்ந்து கொண்டிருந்தது. எலும்புக் கூடாக மாறிக் கொண்டிருந்த அந்தக் கிளை அவனுடைய உள்ளத்தில் ரணத்தை ஏற்படுத்தியது.

வேப்பமரத்துக்கு ஏதாவது ஒன்று என்றால் வேல்முருகன் பதறி விடுவான். அது தெரிந்தும் ரங்கன் பல் துலுக்க அந்த மரத்தில்தான் குச்சிகளை ஒடித்துக் கொண்டிருந்தான். ஒரு திருடனைப் போல் பதுங்கிப் பதுங்கி அந்தக் காரியத்தைச் செய்தான்.

கவனமாக மரத்தைப் பார்வையிட்ட வேல்முருகனுக்கு அங்கங்கே சிறுகுச்சிகள் ஒடிக்கப்பட்டிருப்பது தெரிந்தது. அவனுடைய விரல்களை ஒடித்ததுபோல் துடித்தான். தகப்பனுடைய வேலையாகத்தானிருக்கும் என்பதை ஊகித்துக் கொண்டான். அதை உறுதி செய்வதுபோல் வீட்டுப் பின்புறம் பாத்திரம் கழுவும் இடத்தில், பல் துலக்கப் பெற்ற

வேப்பங்குச்சிகள் நான்கைந்து தலையைப் பரப்பிக் கொண்டு கிடந்தன. நாக்கு வழிக்கத் துணைபோய் ஒன்றிரண்டு நீளவாட்டில் பிளவுண்டு கிடந்தன.

"அம்மா, அப்பா செய்யறது மோசம்! வேலியோரம் இருக்கற வேலமரம், கருவ மரத்திலே குச்சி ஒடிக்கக் கூடாதா? ரெண்டு தப்படி கடந்தா அந்த ஆலமரத்தில விழுது வெட்டலாம்... இனிமே இந்த மரத்திலே கை வைக்க வேண்டாம்னு சொல்லும்மா. இதில ஒடிக்க எப்படிம்மா அவருக்கு மனசு வருது? அன்னைக்குக் கிளையை வெட்டிப் போட்டாரு... இன்னும் எம் மனசே ஆறலேம்மா... சொல்லி வைம்மா"...

அவன் தேர்வு எழுதப் போய்விட்டான். அஞ்சலையும் மருதாயியும் வெயிலுக்கு இதமாக அந்த மரத்தின் நிழலில் படுத்துக் கிடந்தார்கள். மருதாயி சற்று நேரத்திற்கெல்லாம் தூங்கிவிட்டாள். அஞ்சலை அன்றைக்கு மாலையில் அரிசி விலை எப்படி இருக்கும் என்று யோசித்துக் கொண்டிருந்தாள்.

***

அந்த மரத்தை வெட்ட குப்புசாமிக்குக் கொஞ்சங்கூட மனம் வரவில்லை. அது புத்தருக்கு ஞானம் தந்த போதி மரம்போல் வேல்முருகனுக்குப் படிப்பையும், நம்பிக்கையையும் தரும் கற்பகவிருட்சம் என்பது அவனுக்குத் தெரியும். ஆனால் சபாபதியை எதிர்த்துக்கொள்ள முடியாதே... அவர் சொல்வதைச் செய்ய மறுத்தால் வீட்டு வேலை பறிபோகும். அவருடைய மனைவி ஏதோ கொஞ்சம் நல்லவளாகத் தெரிகிறாள். அவ்வப்போது அவள் மூலம் ஏதாவது உதவி பெற்று ஒன்றுமில்லாதவர்களுக்குக் கொஞ்சம் ஒத்தாசையாக இருந்து வருகிறான். இந்த மரத்துப் பிரச்னையால் அந்த வாய்ப்பும் போய்விட்டால்?

அவனுக்கு வேறு மாற்றுத் திட்டம் எதுவும் தோன்றவில்லை. அவர் சொன்ன கெடு நெருங்கிக் கொண்டிருந்தது.

சாராய நெடி மூக்கைத் துளைத்தது. ரங்கன் முன்னே வர பின்னால் வாள், கோடாரி சகிதமாக இரண்டு ஆட்கள், அவர்களுக்குப் பின்னால் குப்புசாமி!

மருதாயியைத் தட்டி எழுப்பினாள் அஞ்சலை.

“இந்த மரம்தான்... கோடாலியாலே வெட்டி வாளாலே அறுத்துச் சாச்சிடுங்க... அப்புறமாத் தோண்டி அடி வேரோடப் பேத்து எடுத்திடலாம்...”

உள்ளே இறங்கியிருந்த சாராயம் தந்த உற்சாகத்தில் வார்த்தைகளை வெளிப்படுத்தினான் ரங்கன்.

“ஐயோ படுபாவி மனுஷா... கிழிஞ்சு போன பழைய புஸ்தகமாவது கிடைக்காதான்னு வேலு அலைஞ்சான். நீ கொஞ்சம்கூடக் கவலையே படலே. அவன் எப்படிப் படிக்கிறான்னாவது கேட்டியா? இப்போ அவன் ஆசையா வளர்த்த மரத்துகிட்டே வந்திட்டியே... போன மாசம் ஒரு கிளையை வெட்டின.. புள்ளை நெருப்பில விளுந்தது மாதிரி துடிச்சு மனசொடிஞ்சு போயிட்டான். தினந்தினம் பல்லு விளக்க நீ குச்சி ஒடிக்கிறதையே அவனால பொறுத்துக்க முடியலே. இப்போ, உசிரைக் கொண்டு போக எமன் பாசக் கயித்தோடயும் எருமையோடயும் வந்தது மாதிரி வந்திட்டியே. இந்தக் கொடுமையை நான் எங்க போயி சொல்லுவேன். உனக்கு என்ன கண்ணவிஞ்சு போச்சா?” என்று ஒப்பாரி வைத்தாள் அஞ்சலை. மருதாயி தூக்கம் கலைந்து போனதில் பேந்தப் பேந்த விழித்துக் கொண்டிருந்தாள்.

“உனக்கென்னடி தெரியும். போடி, பக்கத்துப் பங்களாவிலே இருக்காரே சபாபதி... அந்த நல்ல மனுஷன் நாம் படற கஷ்டத்தைப் பார்த்திட்டு ஐநூறு ரூபா கொடுத்திருக்கார்...’ இந்தப் பணத்தை நீ திருப்பித் தர வேணாம்டா. அதுக்குப் பதிலா உன் குடிசைக்கு முன்னால நிக்குதே அந்த வேப்பமரம் அதைக் கொடுத்திடு போதும்’னு சொல்லிட்டாரு... பெரிய மனுஷன்... நாம வீட்டுக்குத் தேவையான அரிசி, உப்பு, புளி, மிளகாய் எல்லாம் வாங்கிக்கலாம். அது மட்டுமில்லே உனக்கு ஒரு புடவையும் வாங்கித் தர்றேன்” என்று அவளுக்கு ஆறுதல் சொன்ன அவன் அவர்களைப் பார்த்து, “அவ அப்படித்தான் ஏதாவது சொல்லிகிட்டிருப்பா நீங்க வெட்டி எடுத்துக்கங்க” என்று பச்சைகொடி காட்டினான்.

“எனக்கு எதுவும் தெரியாது. அவன் வந்தா நீதான்ய்யா பதில் சொல்லணும்” என்றவளுடைய நினைவில் புளியும் மிளகாயும் ருசித்தன. அரிசி வெந்து கொண்டிருந்தது. கிழிந்த சேலை போய் புதுச்சேலை

உடம்பில் ஒட்டிக் கொண்டிருந்தது. ஆறுதல் சொன்ன அவனுடைய நினைவு சாராயக் கடையில் நிலைத்திருந்தது.

"நீ என்கிட்ட வுட்டுடு நான் பேசிக்கிறேன்... இந்த மரத்தை வுட்டா வூரிலே வேற மரமா இல்லே? வேப்பங் கொட்டை பொறுக்கியாந்து புதுசாக்கூட முளைக்க வைக்கலாம்... ஏரிக்கரையிலே முளைச்சு கெடக்கு... எத்தனை வேணும் நான் கொண்டாறேன்... அவன் கெடக்கிறான் பொடிப் பயல்?"

சாராய மணம் கமழ்ந்த சொற்களை வெளிப்படுத்தியவாறு, உள்ளே வேல்முருகனைப் பற்றிய இனந்தெரியாத அச்சத்தோடு நின்று கொண்டிருந்தான் ரங்கன்.

சபாபதியின் மனைவி வானொலியில் பாட்டு வைத்துக் கேட்டுக் கொண்டிருந்தாள். மெல்லிய ஒலிதான். அதையும் அவர் ஓடி வந்து நிறுத்தியபோது அவள் ஆச்சரியப்பட்டாள். அதை நிறுத்திவிட்டு ஜன்னல் வழியாக, அந்த வேப்பமரம் அறுக்கப்படும் ஒலியை ஆர்வத்தோடு காது கொடுத்துக் கேட்டார்.

அந்த ஒலி 'கரக் கரக்' என்று கேட்டுக் கொண்டிருந்தது. ஆட்டின் கழுத்து அறுபடும் போது இரத்தம் பீறிடுவது போல் அந்த ஈர மரத்தூள் அங்குமிங்கும் சிதறி விழுந்தது கீழே உதிர்ந்து கிடந்த பூக்களோடு அதுவும் சேர்ந்து கொண்டது.

புதுச்சேலை ஆசை இருந்தாலும் அஞ்சலையின் இதயத்தை யாரோ சம்மட்டியால் அடிப்பது போல இருந்தது.

அன்றாடம் இப்படித்தான் பணக்கார உலைக்களத்தில் ஏழை இரும்புகள் காய வைக்கப்பட்டு அடித்து நிமிர்த்தப்படுகின்றன. வாழ்க்கைப் போராட்டத்திற்குத் தயார் செய்யப்படுகின்றன. எரிகின்ற வறுமைத் தீயில் தான் அவை புடம் போடப்படுகின்றன.

வேல்முருகன் தேர்வு முடிந்து வந்து கொண்டிருந்தான். சாலையில் நடந்தவாறே, ஒரு மயிலைப் போல ஆடும் அசையும் தன்னுடைய வேப்பமரம் அங்கிருந்து தெரியும் காட்சியைப் பார்த்து ரசித்துக் கொண்டு வீட்டுக்குத் திரும்பிக் கொண்டிருந்தான். குடிசைகளுக்கு, வேலிகளுக்கு, செடிகளுக்கு எல்லாம் மேலே தெரிந்த அந்த மரத்திலிருந்து 'சடா'ரென்று

ஒரு காகம் இறக்கையை மார்பில் அடித்தவாறு மேலே பறந்தது. காகம் பறந்த அதே நொடியில் அந்த மரம் திடீரென்று ஒரு பெரிய குலுக்கலோடு தன் அகன்ற தலையை ஆட்டியவாறு கீழே சாய்ந்ததைப் பார்த்தான். இதயத்தில் பலத்த அடி விழுந்தது. தன் கண்களையே அவனால் நம்ப முடியவில்லை. 'என்ன நடந்தது? ஏன் மரம் சாய்கிறது? ஐயோ யாருடைய கொடூரச் செயல் இது?' பதற்றம் அவனை வாட்டியது. மரத்தின் கீழ்ப் பகுதியைக் குடிசைகள் மறைத்துக் கொண்டிருந்தன: அந்தப் பாழாய்ப் போன ரேஷன் கடை மறைத்துக் கொண்டிருந்தது. படபடத்த, குமுறிய நெஞ்சில் கைவைத்தவாறு மூச்சிரைக்க வீட்டை நோக்கி ஓடினான் அவன்!

21

நெல்மிரட்டி

– கி. மதிவாணன்

அதிகாலைச் சூரியனை ஆற்று நீரோடு அள்ளி எடுத்து முகம் கழுவினாள் கவிதா.

கொள்ளிட ஆற்றின் கருணைக் கைகள் மெலிந்த விரல்களாய் ஓலையாம் புதூர் என்ற சிறு கிராமத்துக்கும் நீண்டிருந்தது.

பசுமையாய் நெல்வயல்கள் மக்களின் உயிரைத் தாங்கிப் பிடித்துக் கொண்டிருந்தன.

வயல்களின் நடுவில் பாரதியின் ஆசையை நிறைவேற்ற ஐந்தாறு தென்னை மரங்களுடன் குடிசைக்குள் இருந்து வெளிவந்த இராஜராஜன், 'சங்கர்...' என்றழைத்தான்.

'என்னப்பா?' என்ற குரலுடன் பதிமூனு வயது சிறுவன் ஓடிவந்தான்!.

'கீழ்வயலுக்கு மடையைத் திறந்து விடு' நான் உரம் வாங்க அத்தியூர் போய் வருகிறேன் என்றான் இராஜராஜன்.

சீர்காழிக்கு மேற்கே இருபது கி.மீ. தொலைவில் சுமாரான ஊர் அத்தியூர். காவிரித் தண்ணீரால் மூச்சுவிடும் கிராமங்கள் புதூர், கொள்ளிடம், ஓலையாம் புதூர் என விரிந்திருந்தன. நாகம்மாள் தன் மூத்த மகள் கவிதாவுக்கும் இளைய மகள் கௌதமிக்கும் தலைசீவி அரசுப்பள்ளி அத்தியூருக்கு அனுப்பினாள்.

'கௌரிசங்கர்'! அக்கா கூடவே ஒழுங்காப் பள்ளிக்கூடம் போய் வா! என்றாள் அவன் தாய் நாகம்மாள்.

ஒன்பது, எட்டு, ஏழு என வகுப்புகளில் மூவரும் படித்தனர்.

மதியம் மூனு மணியிருக்கும், கூலியாட்களுடன் சேர்ந்து தானும் களை எடுத்துக் கொண்டிருந்தாள் நாகம்மாள்.

'அம்மா'... 'அம்மா'! என்ற கௌதமியின் குரல் கேட்டு வரப்புக்கு ஓடிவந்தாள் நாகம்மாள்.

'சந்திரா டீச்சர், அக்காவை வீட்டுக்கு அழைத்துப் போ' என்று அனுப்பிவைத்தார், என்றாள் கௌதமி.

ஏண்டீ.....? இது அம்மாவின் அதட்டல்.

'கவிதாவை கேட்டுக்க' இது இளையவள் பதில்.

கவிதா சொன்னதைக் கேட்டுப் பூரித்துப்போனாள் நாகம்மாள்.

பொன்னி, புடைவிட்டுப் பருத்துக் குத்துக் குத்தாக வளர்ந்திருந்தது நல்ல மகசூலுக்குத்தான் என்று எண்ணிக்கொண்டு தான் இன்று களை எடுத்தாள்.

மூத்தமகள் பூப்படைந்தது அவளுக்கு இரட்டிப்பு மகிழ்ச்சியைத் தந்தது.

பதினான்கு வயதா, என்றாள் களையெடுக்க வந்த குந்தவி பாட்டி.

ஆமாம் என்ற நாகம்மாளிடம், தினமும் காலையிலேயே ஆழாக்கு நல்லெண்ணெய் குடிக்கக் கொடு.

வெல்லம் கலந்து எள் இடித்துக் கொடு, கோழி முட்டை ரெண்டு பச்சையா குடிக்கக் கொடு, அப்பத்தான் உடல் கோளாறு எதுவும் இருக்காது.

'கண்ணாலம் கட்டி போனபொறவு இடுப்பு வலி இருக்காது. உடம்பு பலப்படும்' என்ற குந்தவியைப் பார்த்து நாகம்மாள் வியப்படையவில்லை, சரி என்றாள்.

தனக்கும் பாட்டி கொடுத்தது நாகம்மாள் நினைவுக்கு வந்தது.

நெல்பயிறுக்கு இராஜராஜன் உரம் விசிறிக் கொண்டிருந்தான்.

மூன்று ஏக்கரில் பொன்னியும், ஓர் ஏக்கரில் சம்பாவும் பயிர் வைத்திருந்தான்.

அறுபத்தோரு வகை நெல் இருந்தாலும் இதைத்தவிர வேறு நெல் நாற்று நடமாட்டான்.

அடுத்த மாதமே கடைக்குட்டி கௌதமியும் பெரிய பெண்ணாகிவிட்டாள்.

கிராமங்களிலும் இன்று டி.வி., சினிமா, வார இதழ், செல்போன் இவற்றின் புறவாழ்வியல் தாக்கமும், உணவு வகைகளும் பதிமூன்று வயதிலேயே பெண்களைப் பருவமடையச் செய்து விடுகின்றன. 'எல்லாம் காலத்தின் கோலம்' என்று மனைவி நாகம்மாளிடம் சொல்லிக் கொண்டிருந்தான் இராஜராஜன்.

ஒருநாள், 'அப்பா...... !' என்னைப் பரத நாட்டிய வகுப்பில் சேர்த்து விடுங்கள் என்றான் கௌரி சங்கர்.

'அது பெண்களுக்கான நடனம்'!

'நீ எதுக்கு அதற்கு ஆசைப்படுகிறாய்' என்றான் இராஜராஜன்.

அடம்பிடித்துப் பரத வகுப்பில் சேர்ந்து நாட்டியம் கற்று வந்தான் சங்கர்.

நர்த்தகி ஆசிரியை, "சங்கர் நீ நல்லா அபிநயம் பிடிக்கிறாய், முகபாவனை ரொம்ப நல்லா வருது, வீட்டிலேயும் பிராக்டீசு செய்" என்றாள்.

சங்கர் முகம் மலர்ந்து நாணத்துடன் நன்றி சொன்னான்.

ஒரு வழியாக சலங்கை பூஜை நிகழ்ச்சியும் முடித்தான் சங்கர்.

அந்த ஞாயிற்றுக்கிழமை மாலை கவிதாவின் பாவாடை, தாவணியை அணிந்து கொண்டு களத்துமேட்டில் நாட்டியமாடிய கௌரி சங்கரை வியப்புடன் பார்த்த நாகம்மாள் "அசப்புல பொம்பள புள்ள மாதிரியே இருக்கேடா!" என்றாள்.

இருட்டிய பிறகு ஆடையை மாற்றாமல் இருந்தான் சங்கர் அப்படியே தூங்கிப் போனான்.

அடுத்த நாள் பள்ளிக்கூடம் போகமாட்டேன் என்ற சங்கரிடம், 'ஏன் போகமாட்டாய்?' என்றார்கள் அப்பாவும் அம்மாவும் கோரசாக.

பதில் சொல்லாத சங்கரிடம், சரி, சரி, நாளைக்குப் போ என்றனர். வயலுக்கு நடந்த நாகம்மாளின் முகத்தில் காற்றில் மிதந்து வந்த நெல்லின் மெல்லிய மகரந்தம் ஒட்ட, சந்தோசித்தாள்!

வயல் வரப்பில் ஒரு சுற்றுச் சென்று வந்தாள், மாமா! ம்ம்... ம்...என்ன? 'இன்னும் பூக்காமலும் நிறைய நெற்பயிர்கள்' என்றாள்.

இன்னும் சிலநாளில் பூக்கும் - இது இராஜராஜன் பதில்.

அடுத்த நாளும் 'பள்ளிக் கூடம் போகமாட்டேன்!' என்ற குரல் கேட்டு எல்லோரும் அதிர்ந்தனர்.

'என்ன ஆச்சு சங்கருக்கு? பெண்குரலில் பேசுறான் நாகு' என்று இராஜராஜன் சொல்ல.

'ஆமாம் அப்பா!' என்றனர் கவிதாவும் கௌதமியும்.

மகனை அருகில் அழைத்து. என்னப்பா ஆச்சு? என ஆறுதலாகத் தலையை வருடியபடி கேட்டவன் அதிர்ந்து போனான்!!

தன் கணவனின் கண்ணில் நீர் தாரைதாரையாக வடிவதைக் கண்ட நாகம்மாளும் அழுதாள்!

வயலின் நடுவில், ஊரிலிருந்து தனித்து இருந்ததால் அமைதியா இருந்த வீடு, மேலும் அமைதியாகி மவுனித்தது.

"அப்பா! நான் அரவாணியாப்பா?" என்ற கௌரிசங்கரின் கேள்விக்குப் பதிலைத் தேடமுடியாமல் தலையில் அடித்துக்கொண்டான் இராஜராஜன்.

துக்கத்தைச் சுமந்து, நெடிய வரப்பில் தள்ளாடியபடி அவன் நடக்க, பின்தொடர்ந்தாள் மனைவி.

அத்தான், சங்கர் இது மாறி ஆயிட்டான், வீட்டில் வயசுக்கு வந்த பொண்ணு ரெண்டு இருக்கு, இதுகள கட்டிக்க யாரும் வருவாங்களா? என நாகம்மாள் கேட்க, 'அதுக்காக, பையன வீட்டவிட்டு வெளிய அனுப்பச் சொல்றியா?'

'நான் அப்படிச் சொல்லவில்லை' என்ற மனைவியிடம் இனிமேலும் கௌரிசங்கர் வீட்லதான் இருப்பான். நமக்கு மூனு பொம்பளைப் புள்ளைங்கடி, கௌரியையும் சேர்த்து என்று இராஜராஜன் சொல்ல.

அவன் மனைவி ஒரு தாயாய்ப் பூரித்துப்போனாள்.

சில நாட்களில் நெற்பயிர்கள் பால்பிடித்துப் பசுமையாய்க் கொத்துக் கொத்தாகத் தலைநிமிர்ந்திருந்தன.

இதுநாள் வரை நெற்பயிரோடு சேர்ந்து நீர்பருகி, உரம் உண்டு, உறவாடி, உரசி, தழைத்துப் பசுமையாய் நெற்பயிரைப் போல் இனம் காணமுடியாமல் வளர்ந்த பயிர் நெல்லைப்போல் கடுகு மணிகளைப் போல் வெளித்தள்ளி விதிர்ந்து இருந்ததை இராஜராஜன் தன் மனைவியிடம் காட்டினான்.

நாகு! 'இதுதான் நெல்மிரட்டி' இதனால் யாருக்கும் எந்தப் பயனும் இல்லை. மாடுகளும் இதனைத் தின்பதில்லை.

அறுவடையின்போது இதை அப்படியே ஒதுக்கி வைத்துவிட்டு, நெல்தாள்களை மட்டும் அறுப்பார்கள் என்றான் இராஜராஜன்.

'என்னைப் போலவா? அப்பா' என்ற கௌரிசங்கரின் குரல்கேட்டு அதிர்ந்தான்! தன் மகன் பின்புறம் நிற்பதை அப்போதுதான் பார்த்தான் இராஜராஜன்.

தன் மகனுக்கு நேர்ந்த இயற்கையின் விளையாட்டை உலகுக்குத் தெரியாமல் இருக்க வெளியில் அனுப்பாமல் 'கௌரி' என்றே அழைத்து அடைகாத்து வந்தனர்.

கௌரி விரும்பும் பெண்களுக்கான ஆடைகள், ஒப்பனைப் பொருட்கள் என வாங்கிக் கொடுத்தனர்.

ஒரு முழுமையான பெண்ணைப் போலவே மாற்றிச் சிறிது நாளில் வெளியில் செல்ல அனுமதித்தனர்.

மார்ச் மாதம் சிதம்பரத்தில் நடைபெறும் 'நாட்டியாஞ்சலி' விழாவிற்க்கான விண்ணப்பத்தை நிரப்பும்போது 'அப்பா!' என்ற கௌரியின் புன்னகையைப் பார்த்து என்னம்மா? என்ற தன் அப்பாவிடம்.

இந்தப் படிவத்தில் 'மூன்றாம் பாலினம்' என ஒரு பெட்டி உள்ளது. எனக்காகவே அச்சடித்திருக்கிறார்கள் என்றாள் கௌரி.

"ஆமாம்மா, திருநங்கைகள் கடவுளின் குழந்தைகள், மற்றவர்களை விட நீங்கள் குறைந்தவர்கள் இல்லை" என்றான் இராஜராஜன்.

இரண்டு வாரத்திற்குப் பின் செய்தித்தாளில் கௌரியின் நாட்டியப் படத்தை பார்த்து நாகம்மாள் ஈன்ற பொழுதைவிடப் பேருவகை கொண்டாள்!

பிறக்கும்போது ஒரு தாய்க்கு எல்லோரும் தவமாய்ப் பெற்றெடுத்த குழந்தைகள்தான்.

உயிரியல் மாற்றத்தால் எதிர்பாராத திருப்பங்கள் நேர்ந்துவிடுகின்றன.

வயலில் நெல்மிரட்டிகளும் பின்னாளில்தான் அடையாளம் காணப்படுகின்றன.

கௌரியின் நாட்டியச் சாதனையைப் பார்த்துக் குடும்பத்தில் அத்தனை பேரும் ஆனந்தக் கண்ணீர் விட்டனர்.

'நெல்மிரட்டியும்' ஒரு நாள் உயிரியல் மாற்றத்திற்கு உட்படுத்தப்பட்டுப் பயனுள்ள தானியமாக மாற்றப்படும் இந்த அறிவியல் உலகில்! என ஒரு விவசாயியாய் மனதுக்குள் நினைத்தான், இராஜராஜன்.

'கவிதா, கௌதமியோடு கௌரியாகிய நீயும் எங்கள் மகள் தான்!

'நீ சிவனின் மூன்றாவது கண்ணைப் போல எங்களுக்கு' என்று இராஜராஜன் கௌரியின் நெற்றியில் முத்தமிட்டான்!

22

வெட்டவெளியில்

– ஆர். மணவாளன்

எனக்கு நெனவு தெரிஞ்ச நாள்லருந்தே நாங்க ரெண்டுக்குப் போவது அந்த முறுக்காறு கழனி, கழுதை மடக்கி கழனி (விளைச்சலில் கழுதை மேய்ந்து அதை மடக்கிப் பிடித்ததனால் அவருக்குக் கழுதை மடக்கி என்று பெயர்), சுல்தா கழனி, மசால் வடை கழனி, குயிலாபாளையத்தார் கழனி.

இப்படிக் காலையில எழுந்திருச்சுப் போய்ட்டு வயலுக்குப் பாயறத் தண்ணியில அலம்பிட்டு வர்ரதுதான் அன்றாட வழக்கம்.

ஏன் எங்க பாட்டனுக்குப் பாட்டன் ரெண்டுக்குப் போனது கூட இப்படித்தான். நான் மட்டுமல்ல எங்க ஊருல ஆலையில வேலை செய்யறவங்க முதல் கவர்ன்மெண்ட் ஆபிஸில என்ஜினியரா இருக்கிறவங்க வரை இப்படித்தான்.

காலையில் ஆறு மணிக்கு எழுந்து கிளம்பினா, ஒவ்வொரு தூங்குற நண்பனையும் வீட்ல போய் எழுப்பிக் கூட்டிட்டுப் போறதுக்குள்ளே ஏழு மணியாகிடும். எங்களில் எவனாவது ஒருத்தன் பல் துலக்க வேலங்குச்சியை ஆளுக்கு ஒன்னு கொடுப்பான்.

அத வாயில வெச்சு மாடு வெக்கில அசை போடற மாதிரி நாங்க எங்க கடவாப் பல்லில வைத்து மென்னுகிட்டே போவோம். எந்தக் கழனியில தண்ணி எறைக்கிதோன்னு பார்த்து அங்க போயி உட்காருவோம்.

வரப்பில உட்கார்ந்தா அவ்வளவுதான். "உங்களுக்கெல்லாம் அறிவுயில்ல. சோறுதான் திங்கறீங்களா இல்ல வேற ஏதாவது திங்கறீங்களா? கதிர் வந்துக்குது இந்தாண்டைத் தண்ணி பாயுது. வரப்பில உட்கார்ந்திருக்கிறீங்க எந்திரிங்கியா!" கழனிக்குத் தண்ணி காட்றவன் எங்களுக்கும் தண்ணி காட்டிடுவான். கடைசியாத் தண்ணி காட்டித் தொல்லை தாளாம அறுத்த கழனியைத் தேடிப் போய் உட்காருவோம்.

உட்காரும்போது ஒருத்தன் ஊசி வேணுமா? நூலு வேணுமான்னு கேட்பான். ஊசின்னா கிட்டே உட்கார்ந்து பேசிக்கிட்டே ரெண்டுக்குப் போறது. நூலுன்னா எட்ட உட்கார்ந்து பேசிக்கிட்டே ரெண்டுக்கு போறது.

எல்லோரும் நூலுன்னு சொல்லி எட்டபோய் உட்கார்ந்து பிறகு கொஞ்சம் கொஞ்சமா நகர்ந்து நகர்ந்து ஊசிக்கே வந்துடுவோம். காரணம் அவ்வளவு சுவாரஸ்யமான பேச்சு. ராமராவ்-காந்தாராவ் நடித்த "விடாக்கண்டன் கொடாக்கண்டன்" படத்தில் என்னமா மாயஜாலமாண்டான் என்பான் ஒருத்தன்.

"மாய மோதிரம்" படத்தில் எலும்புக்கூடு ஒன்னு பாறாங்கல்ல தூக்கிக் காந்தாராவ் தலையில போடட்டுமா'ன்னு சொல்லும். எரிச்சல் தாங்காம போட்டுத் தொலைன்னு சொல்லுவான் காந்தாராவ். உடனே எலும்புக்கூடு பாறாங்கல்ல போட்டதும் ஒரு பாம்பு வந்து அவன் கையில மோதிரமா மாறிடும். இவனுக்குப் புதுசா டிரசெல்லாம் மாறிடும் என்பான் இன்னொருத்தன்.

சி.ஐ.டி. சங்கர்ல்ல கூலிங் கிளாஸ்ல்ல எழுத்துப் போடுவான் எழுத்து ரொம்ப நல்லாயிருக்கு மென்பான் மற்றொருவன்.

இப்படி ஒவ்வொருத்தனும் தாங்கள் பார்த்த சினிமாக் கதையை விமர்சிக்கும்போது அவனவன் காந்தாராவும் என்.டி.ஆரும் ஜெயசங்கருமா கற்பனையில் மாறிடுவோம்.

பக்கத்தில் இருக்கிற பெரியவுங்க 'ஏண்டா எம்மா நாழிடா உட்கார்ந்துட்டு இருப்பீங்கன்னு சொன்னதக் கேட்டதும்தான் அவனவன் கால் சட்டையைத் தூக்கிட்டு எழுந்திருச்சுத் தண்ணி ஓட்ற வாய்க்காலுக்குப் போவோம்.

நாங்க இப்படின்னா அந்தப் பக்கம் படிச்ச ஆபிஸில வேலை செய்றவங்க இன்னிக்கு எங்க A.E. பாகூர் சைட்டுக்கு அனுப்பிட்டாண்டா.

நோ.டி.ஏ. சைக்கிளிலேதான் லொங்கு லொங்குன்னு மிதிச்சிக்கிட்டுப் போகணும். ரொம்ப நாள் பழியை இன்னிக்குத் தீத்துகிறான்'' என்பார் J.E. யா வேலை செய்யறவர்.

அவருகிட்ட இருக்கிற எல்.டி.சியானவரு, “ஏண்டா ஒரு மாசம் செஞ்ச ஓ.டி. இன்னும் கிடைக்கல. இந்த மாசமாவது கெடைக்குமான்னு பே அக்கவுண்ட்ல்ல வேலை செய்யறவரப் பார்த்து கேட்பார். அதுக்கு இன்னும் ‘பில்லு சேங்ஷன் ஆகல ஆனபிறகு அனுப்பிடுவாங்கன்னு சொல்லுவார்.

இந்தப் பக்கம் ஆலையில வேலை செய்யறவங்க, “ஏய்யா இந்த வருஷம் தீபாவளிக்கு எத்தனை சதம் போனஸ்னு எங்க ஊர் யூனியன் லீட்ர பார்த்துக் கேட்பாரு. 10 சதம்தான் மொதலாளி சொல்றான். நாங்க 15 கேட்டிருக்கோம்''னு சொல்லிவிட்டு வேகமா ஷிப்டு மீட்டிங்குக்குப் போவாரு.

வாய்க்கால ஓட்ன பக்கத்தில ஆலையிலயிருந்து ரிட்டையரான கிழங்க நேத்துப் பாக்கத்தில் என்ன கூத்தய்யா. இன்னைக்கு எந்தப் பார்ட்டின்னு ஒரு கிழம் விசாரிக்கும்.

நேத்துக் கூத்தே சரியில்லய்யா. எல்லா ஒரே தண்ணி மயம். அந்தப் பெரியசாமி போனதிலிருந்தே கூத்தே சரியில்ல. இன்னைக்கு ‘வள்ளித் திருமணம்’ என்று அறுத்துக் கொண்டே எதிரேயுள்ள பூண்டு செடியைப் புடுங்குவார்.

இப்படி ஒவ்வொரு கழனியிலும் ஒவ்வொரு பார்ட்டிங்க அந்தந்த இலாக்காவுக்கு ஏற்ப உட்கார்ந்துட்டு இருக்கும். பிறகு நாங்க வாய்க்கால பாயிறத் தண்ணியில கால அலம்பும்போது, ஒருத்தர் “ஏண்டா அந்தக் குட்டிய இழுத்துகிட்டு ரங்கசாமி பையன் ஓடிப் போயிட்டானாமே''

“ஆமாண்டா கப்சிப்ன்னு இருக்காங்க'' என்றார் இன்னொருவர். நாங்க கால அலம்பிக்கிட்டுப் பெரிய வரப்புல நடந்து வந்துகிட்டு இருக்கிறப்போ எங்கள்ல ஒருத்தன்'' ஏண்டா இழுத்துகிட்டுப் போனாத்தான் என்ன? அதுல ஒன்னும் தப்பில்லடா என்றான்.

இன்னொருத்தன், “சீ போடா. தெரியாம அந்தக் குட்டிய இழுத்துக்கிட்டுப் போயிட்டாண்டா'' என்றதும் “அடிச் செருப்பால

முளைச்சி மூணு எல வரல, நீங்க பேசற பேச்சாடா" என்று தலையில ஒன்னுவிட்டாரு பின்னால் வந்த ஒருத்தர்.

அவ்வளவுதான் எல்லாரும் தண்ணி டேங்க் பக்கமா ஓடிட்டோம். பிறகு எங்கள்ல ஒருத்தன், "ஏண்டா அந்தாளு அடிச்சது நம்பள" என்றான்.

"அதாண்டா எனக்கும் புரியல" என்றான் இன்னொருத்தன்.

"சரி..சரி நாளைக்கு இந்தாளு இதே டைம்ல வாய்க்கால ஒட்னா மாதிரித்தான் உட்கார்ந்துட்டு இருப்பான். நீ என்ன செய்யற தண்ணி பாம்ப அடிக்கிற மாதிரி ஒரு பெரிய கல்ல எடுத்து அடி. அப்புறம் பாரேன் அந்த ஆளு மூஞ்சியெல்லாம் சேறா இருக்கும்."

அதுதாண்டா சரின்னுக் கங்கணம் கட்டிக்கிட்டுத் தண்ணி டேங்க் வழியாப் போவோம்.

அந்தப் பாதை பெரிய வண்டி போற பாதைதான். இருந்தாலும் ரெண்டு பக்கமும் ஊர்ல்ல உள்ள குப்பையெல்லாம் கொட்டி ஒத்தையடிப் பாதையா மாறிப் போச்சு. ரெண்டு பக்கமும் குப்பைகள் கோபுரம் மாதிரி இருக்கும்.

அதற்குப் பின்னால வரிசையா ஆடு தொடா செடி. எருக்கஞ்செடி. சப்பாத்திக்கள்ளி இதெல்லாம் அடர்த்தியா இருக்கும்.

நாங்க முன்னுக்குப் போனதும் ஒவ்வொரு புதரிலிருந்து திடீரென ஒவ்வொருத்தருங்க எழுந்து நிற்பாங்க. ஆண் பிள்ளையானாலும் சாண் பிள்ளையில்லையா நாங்க. அவ்வளவு மரியாதை.

ஒரு சில பொம்பளைங்க கண்டும் காணாததுமா கழுத்தைத் திருப்பிக்கிட்டு உட்கார்ந்து இருப்பாங்க. அவுங்க கஷ்டம் அவுங்களுக்குத் தான் தெரியும்.

இதுதான் எங்களுடைய அன்றாடக் காலை நடவடிக்கை.

இப்படித்தான் ஒரு நாள் நாங்க ரெண்டுக்குப் போய்ட்டு வாய்க்கால்ல கால் அலம்பும்போது எங்க ஊரு முன்னாள் மாம்புருகிட்ட ஒருத்தர், "ஏய்யா மாம்புரு. பக்கத்து ஊரு குப்பத்துப் பசங்களுக்குக் கக்கூஸ் பாத்ரூமெல்லாம் கட்டிக் குடுத்துருக்காங்க. நம்ப ஊரு பெரிய ஊரு. ஒதுங்க ஒண்ணும் கட்டித் தர மாட்டானுங்களா கவர்ன்மெண்ட்ல?"

“அட இப்படிக் காற்றோட்டமா பேசிட்டுப் போறது எப்படி, கக்கூஸ் கட்டி அதுல போறது எப்படி?” என்று மாம்புரு பதில் அளித்ததும் “நாம போயிடலாம் சரி. பொம்பளைங்க ஒதுங்க மறைவா ஒரு எடம் வேண்டாம்”

“ஆமா மாம்புரு இதுக்கு ஏதாச்சும் வழி சொல்லணும்”

“அப்போ வர ஞாத்திக்கிழமை பஞ்சாய்த்து ஐய்யனார் கோயில்ல கூட்டிடச் சொல்லுங்க தலைவரை வெச்சுப் பேசிடலாம்”

பஞ்சாய்த்துத் தலைவர்கிட்ட செய்திய சொன்னதும் அவரும் ஓகே சொல்லச் சொல்லிட்டார்.

“பாளையம் பஞ்சாய்த்துக் கூட்டம் ஐய்யனார் கோயில்ல வர ஞாயிற்றுக்கிழமை காலை ஒன்பதரை மணிக்குக் கூட இருக்கிறது. தவறாம அனைவரும் கூடும்படி கேட்டுக் கொள்ளப்படுகிறார்கள்” மேளம் அடிச்சு ஊர் சொல்லிட்டுப் போனான்.

ஞாயிற்றுக்கிழமை காலைல பஞ்சாயத்துக் கூட்டம் கூடியாச்சு. தலைவரு எழுந்து நின்னுப் பேசராரு.

“நாம இன்னைக்கு இங்குக் கூடியிருக்கிறது. நமக்கு ஒதுங்கறத்துக்கு ஒரு எடம் தேவை. அது கவர்ன்மெண்ட்டு கட்டிக் கொடுக்கணும். நாம் ஆம்பளை எப்படி வேணுமானாலும் வெட்ட வெளியில வரப்புல உட்காரலாம். பொண்டுங்க எத்தனை காலத்துக்குத் தான் இப்படிக் கஷ்டப்படுவாங்க. அதனால பொண்டுங்களுக்காவது ஒதுங்கறத்துக்கு எடத்தைப் பார்த்துக் கட்டிக் கொடுக்கணும்ன்னு கேட்போம்” இப்படிப் பஞ்சாய்த்துத் தலைவர் பேசினதும், இன்னொருத்தர் எழுந்து நின்னு,” ஒதுங்கறதுக்கு மட்டும் இருந்தாப் போதாது. குளிக்கறதுக்கும் ஒரு எடம் வேணும். எத்தனை காலத்துக்குத்தான் பம்புக் கொட்டாயில குளிக்கிறது. நல்லாத் தலையில சோப்பு எண்ணெய் தேய்ச்சுக்கிட்டு இருக்கறப்போ பம்ப் நிறுத்திக் கொட்டாச் சாவியை எடுத்துட்டுப் போயிடுவானுங்க. அதனால் இதனோட கூடக் குளிக்கறத்துக்கும் ஒரு எடம் வேண்டும் தலைவரே” கூடியிருந்த கூட்டத்தில் இப்படிச் சொன்னதும், “ஆமா… ஆமா”ன்னு ஆமோதித்தார்கள்.

வயசில எங்களவிட பெரியவன் எழுந்து நின்னு “அந்தக் கெணத்துல கும் (Dive) போட்டா கெழவன் திட்டுவான்.

அதனால் ஒரு நீச்சல் குளம் வேண்டும் தலைவரே” என்றதும்.

“டேய்.. டேய் முதல்ல ஒதுங்கறத்துக்கும் குளிக்கறதுக்கும் கட்டித்தரச் சொல்லுவோம். கும் போடறதுன்னா ஏரிக்கோ குளத்துக்கோ போய் கும்போடு” தலைவர் காட்டமா அவனைப் பார்த்துச் சொன்னார்.

“அதுசரிங்க. கட்டித்தரச் சொல்றது வாஸ்த்துவம். ஆம்பளைக்குத் தனி, பொம்பளைக்குத் தனின்னு குறிப்பிடுங்க. அதுதாங்க முக்கியம்”ன்னாரு இன்னொருத்தர்.

“நல்லது. ஆம்பளைக்குக் குளிக்கறதுக்கு ஒரு எடம் ஆறு அறை ஒதுங்கறத்துக்கு பொம்மனாட்டிங்களுக்கு ஒரு எடம் ஆறு அறை ஒதுங்கறத்துக்கு, போதுமா”?

“போதுங்க கூடிய சீக்கிரத்தில் ஏற்பாடு பண்ணச் சொல்லுங்க” என்றார் ஒரு பெரியவர்.

“யோவ் நான் சொல்றத இந்தக் கடுதாசியில எழுதுய்யா” தலைவர் சொல்கிறார். பக்கத்தில் படிச்ச ஒருத்தர் பேனாவைப் புடிச்சுக்கிட்டு எழுத ஆரம்பித்தார்.

“பாளையத்துப் பஞ்சாயத்தார் ஊர் மக்கள் முன்னிலையில் ஞாயிற்றுக்கிழமை காலை *9-30* மணிக்கு கூடி, ஊர் மக்கள் ஒதுங்குவதற்காகவும் குளிப்பதற்காகவும் ஆண் பெண் இருபாலருக்கும் தனித்தனியே ஆறு கக்கூசும் ஒரு குளியல் அறையும் ஆக மொத்தம் *12* கக்கூசும் இரண்டு குளியலறையும் அரசாங்கம் கட்டித் தரும்படி கனம் மேயர் அவர்களை ஊர் மக்கள் சார்பில் கேட்டுக் கொள்கிறோம். இப்படிக்குப் பாளையத்தார் பஞ்சாயத்தார்”

தலைவர் சொல்லி முடித்ததும் ஒரு தடவை எழுதியவர் படித்துக் காட்டிய பிறகு ஒவ்வொருத்தராகக் கையெழுத்துப் போட்டனர்.

“ஏம்பா அந்த மாணிக்கம் பறையன் எங்க? கூப்பிடுங்கப்பா பேருக்காக அவங்கிட்ட இதுல ஒரு கையெழுத்து வாங்கணும்” பஞ்சாய்த்தார் கூட்டம் கூடி முடிவெடுத்தாங்கன்னா அரசாங்கம் முறைப்படி தாழ்ந்த சாதிக்காரங்க ஒரு கையெழுத்துப் போடணும். “எங்கப்பா அந்தக் கம்மினாட்டி” அவன் கீழ்ச்சாதியை அனாவசியமாகக் குத்தி அவனைத் தேடினார் தலைவர்.

“இதோ இருக்காங்க சாமி”

“அடே இந்த தெமாந்துல ஒரு கையெழுத்துப் போடுடா”

“எனக்கு எங்கங்க கையெழுத்துப் போடத் தெரியும்? மை கொடுத்தா கைநாட்டுப் போட்டுட்டுப் போறேங்க”

“அதுவும் சரிதான் வேலைய சுலபமா முடிச்சுட்ற”

ஒருத்தன் எங்கிருந்தோ வண்டி மையை கொண்டு வந்து கொடுக்கக் கட்டைவிரலில் நன்றாகத் தடவி ஒரு அழுத்து அழுத்தினான்.

“அடே இது நாங்களும் எங்க சாதிப் பொண்டுங்க குளிக்கறதுக்காகவும் ரெண்டுக்குப் போறதுக்காகவும்தான் கவர்ன்மெண்டுக்கிட்ட சொல்லி ஏற்பாடு பண்ணப் போறோம். கட்டின பிறகு நீங்கெல்லாம் வர்ரது கிடையாது என்ன?”

“எங்களுக்கு எதுக்குங்க இந்த கண்றாவியெல்லம். இப்போ இது ஒண்ணுதான் இல்லென்னு குறைச்சலாக்கும். குடிக்கிறது கூழு கொப்புளிக்க பன்னீராம்” கையை நாட்டிவிட்டு இடத்தைக் காலி செய்தான்.

பஞ்சாய்த்துத் தலைவர் மற்றும் ஊர்ப் பெரியவர்கள் மனுவை மேரியில்ல (நகரசபை) கொண்டுபோய் அப்போதிருந்த மேயரிடம் கொடுத்தாங்க.

ஊர் மூலை முடுக்கெல்லாம் “நம்ப ஊர் மக்களுக்கு ஒதுங்க எடம் கட்டப் போறாங்க” என ஆறு வயசு பையன் முதல் அறுபது வயசு கிழவன்-கிழவி வரை இதே பேச்சு.

மனு கொடுத்த ரெண்டு மாசத்தில கட்றதுக்கு வேண்டிய கல்-மண் வந்து சேர்ந்தது.

ஆனா இன்னும் கட்டியபாடில்லை. கொட்டன மண்ணும் கல்லும் கொறைஞ்சு கிட்டே போகுது.

எதிர்க்கட்சித் தலைவர் முதல் ஆளுங்கட்சி அடியாளுங்க வரை எல்லாரும் கடுப்பாகிக் கட்டுப்பாடோடு இருந்துட்டாங்க

“இன்னும் ஒரு மாசத்தில் நமக்குக் கட்டித்தரல, நாம யாரும் வர தேர்தல்ல ஓட்டுப் போடக் கூடாது. குப்பத்துக்காரப் பசங்களுக்குக் கட்டிக்

கொடுத்திருக்கானுங்க. நாம்ப என்ன அவ்வளவு கேவலமா? இத எல்லாரும் கௌரவப் பிரச்சனையா எடுத்துக்கிட்டு ஓட்டுப் போடாதீங்க எந்தக் கம்மினாட்டி இந்த ஊர்ல வந்து ஓட்டு கேட்கறான்னுப் பார்த்துக்குவோம்.

இப்படிப் பஞ்சாயத்துத் தலைவர் பேசினத எவனோ மேயர் காதில ஓத, மேயர் தன் சொந்த வீட்டு வேலையைப் போலச் சுறுசுறுப்பா இயங்க ஆரம்பிச்சட்டார்.

இப்போ இருக்கிற எம்.எல்.ஏ., மாதிரி அப்போதிருந்த மேயர் தன் சொந்த காசப் போட்டுக் கக்கூஸ் கட்டறதோ போட்றதோ ரோடு போட்றதோ கிடையாது. ஏன்னா அப்போ இருந்தவங்களுக்கு சின்ன மீனப்போட்டு பெரிய மீனப் புடிக்கற விஷயம் அவ்வளவா தெரியாது.

எலெக்ஷன் வர இன்னும் ரெண்டு மாசம் இருக்கும்..ஆனா எண்ணி பத்தே நாள்ல்ல கட்டி முடிச்சாச்சு!

இந்த நாளாயிருந்தா எம்.எல்.ஏ.வே வந்து விழா எடுத்து ரிப்பன் வெட்டி, அவரே ரெண்டுக்குப் போவாரு. ஆனா அப்போ கட்டி முடிச்சதும். மேயர் பஞ்சாய்த்துத் தலைவரை நேரில் பார்த்து, "நாளையிலிருந்து நீங்க கட்டிடத்தைப் பாவிக்கலாம். ஆம்பளைக்கு ஒரு தோட்டியும், பொம்பளைக்கு ஒரு தோட்டியும் முனிசிபாலிட்டியிலிருந்து வருவாங்க..." என்றார்.

தலைவர் வந்து தண்டோராப் போட்டு ஊர் சொல்லச் சொல்லிவிட்டார்.

தண்டோராவைக் கேட்டதும்தான், ராத்திரியெல்லாம் தூக்கமேயில்ல. காலையில எழுந்திருச்சி நேரா எடத்துக்குப் போயிட வேண்டியது தான். எப்போ மணி காலை ஆறு ஆகும்னு படுக்கையில ஒவ்வொருத்தரும் புரண்டுக்கிட்டு இருந்தோம்.

ஆலைச் சங்கு ஊதினதுதான். நாங்க எல்லாரும் சொல்லி வெச்சா மாதிரி ஒவ்வொருவத்தரும் தனித்தனியா வேகமா போறோம். எங்களுக்கு முன்னாடியே ஒரு நீண்ட வரிசை.

ஆம்பளைங்க ஆறு அறைக்கதவு முன்னாடியும் ஆறு வரிசை. பொம்பளைங்க ஆறு அறைக்கதவு முன்னாடியும் ஆறு வரிசை.

எங்களுக்கு முன்னாடி ஒருத்தர் போனார். கதவைத் தாப்பாள் போட்டார் பத்து நிமிஷம் கழிச்சும் ஆளு வரல.

அவர் ஒத்த வயசள்ள ஒரு ஆள், "ஏய் என்னடா அங்க பண்ணிட்டு இருக்க, நல்லா சுகமா தூங்கறியா? சீக்கிரம் வாடா" டொக் டொக்கென்னு கதவைத் தட்டினார்.

எரிச்சல் தாளாமல் கதவைத் திறந்து கொண்டு வெளியே வந்தார்.

"என்னடா உள்ளார இவ்வளவு நாழி செஞ்சுகிட்டு இருந்த"

"அட நீ ஒன்னுப்பா, நானும் முக்கு.. முக்குன்னு தம்கட்டி முக்கிட்டன். ஒன்னும் வரல. நம்பலுக்கு இதெல்லாம் ஒன்னும் சரிப்பட்டு வராது. பழைய எடத்துக்குத் தான் போகணும். சொல்லவிட்டு விர்ரென்று வயல்பக்கம் நடையைக் கட்டினார்.

அடுத்தவர் போனார். போனதும் வழுக்கி விழுந்து முட்டியைப் பேத்துக் கொண்டு வேகமாக முனகிக் கொண்ட வெளியே வந்தார்.

நாங்களும் ஒருத்தர் பின்னால் ஒருத்தர் போக. எங்களுக்கும் அவர்கள் மாதிரி ஒரு சங்கடம்.

நாங்கள் மட்டுமா அப்படி. பொம்பளைங்களும், "அடீ! இது ஒன்னும் சரிப்பட்டு வராதுடி. கால இந்த அளவுக்கு அகலமா விரிச்சுக்கிட்டு ச்சே.. இதுக்குப் போய் இப்படி நீட்டிட்டு நிக்கறீங்க. எப்போதும் போல எருக்கஞ்செடி பக்கத்துல ஒதுங்கிட்டுப் போங்கடி" என்று சொன்னவர் வேகமாக் குப்பை மேட்டுப் பின்புறம் உள்ள எருக்கஞ்செடி மறைவில் போய் ஒதுங்கினார்.

கீழ்ச்சாதிக்காரன் ஒதுங்கக் கூடாது. பக்கத்து ஊர் குப்பத்துக்காரங்க பாவிக்கறானுங்க எங்க ஊர்க்காரங்களும் பாவிக்கனும் என்று அகங்கார கௌரவப் பிரச்சனையால் கட்டப்பட்ட கட்டிடம் பின்பு யாரும் பாவிக்காமல் கதவையும் கானையும் (தண்ணீர் குழாய்) கழட்டிட்டுப் போனது போக. அம்போவென்று அனாதையாக பாழடிஞ்சு போயிருந்ததுல தெரு நாய்ங்க ரெண்டுக்கு போறதும் தங்களுடைய இனவிருத்தியைப் பெருக்கறத்துக்குமா பயன்பட்டுட்டு இருந்தது.

23

நகர்ப் பயணம்

– ப. முருகேசன்

வெற்றிலைக் கொடிக்காலுக்குச் சால் அமைத்துத் தண்ணீர் பாய்ச்சிக் கடுமையாக வேலை செய்ததால் மூட்டுக்கு மூட்டு வலித்தது. சுவரில் முட்டுக் கொடுத்துச் சாய்ந்து ஓய்வு எடுக்க வேண்டும்போல முதுகுத் தண்டைக் குடைந்தது. கையில் கொண்டு வந்திருந்த அகத்திக்கீரைக் கற்றையை வீட்டுக்குள் வீசி விட்டுத் தோளில் கிடந்த துண்டால் தட்டித் திண்ணையில் அமர்ந்தார் உசேன் பாய்.

ஈச்சம்பாய் முடைவதில் கவனமாக இருந்த அலிமா அகத்திக் கீரைக் கற்றை வந்து விழுந்த சந்தடியில் தன் கணவர் உசேன் பாயின் வருகையைப் புரிந்துகொண்டு துப்பட்டாவை இழுத்துச் சரிசெய்து கொண்டு வெளியில் வந்தாள். உசேன் பாய் கண்களை மூடியபடி தூணில் சாய்ந்து ஓய்வெடுத்துக் கொண்டிருந்தார்.

"சாயா போட்டுக் கொண்டு வரட்டுங்களா?"

அலிமாவின் குரல் கேட்டுக் கண்ணைத் திறந்த உசேன்பாய். "கொஞ்ச நேரம் போவட்டும்" என்று கூறிவிட்டு முதுகைச் சற்று நிலைமாற்றிச் சாய்த்துக் கொண்டார்.

"வெல்ல மண்டி செல்லக்கண்ணு அய்யா வந்துட்டுப் போனாரு. அடுத்த மாதம் நூறு சுருணை ஈச்சம்பாய் தேவைப்படுமாம். பழைய பாக்கி ஐந்நூறு ரூபா கொடுத்துட்டுப் போனாரு" - இடுப்பில் சொருகி இருந்த சுருக்குப் பையிலிருந்து ரூபாய் நோட்டுகளை எடுத்து அலிமா நீட்டினாள்.

ரூபாய் நோட்டுகளைக் கையில் வாங்கிக்கொண்டு யோசனையுடன் அலிமாவைப் பார்த்தார் உசேன்பாய்.

“என்னை எதிர்பார்க்காதீங்க. நீங்க மட்டும் போய் காணிக்கையைச் செலுத்திட்டு வந்துடுங்க” அவர் பார்வையின் அர்த்தத்தைப் புரிந்துகொண்டு பதில் சொன்னாள் அலிமா.

அலிமாவிடமிருந்து இந்தப் பதிலை அவர் எதிர்பார்க்கவில்லை. அதிர்ச்சியுடன் அவளைப் பார்த்தார்.

“உடம்பு இருக்கிற நிலைமையில முடியாதுங்க. காலை நீட்டினா மடக்க முடியல. கஷ்டப்பட வேண்டி இருக்கு. ரொம்ப தூரம் பஸ்ல பயணம் பண்ண முடியாது. நீங்க மட்டும் போய்ட்டு வந்துடுங்க!” - அலிமா முடிவாகச் சொன்னாள்.

அவள் கூறியது நூற்றுக்கு நூறு உண்மையானதுதான். ஆனாலும் ஜீரணிக்க முடியாமல் உசேன்பாய் கேட்டார்.

“பதினைந்து வருஷமா ஏதோ ஒரு காரணத்தால் தட்டிக்கிட்டே போயிடுச்சி. இந்த வருஷமும் அப்படின்னா.. நாம் ரெண்டு பேருமா சேர்ந்து வந்து காணிக்கைச் செலுத்தறோம்ன்னு நேந்துகிட்டதுக்கு என்ன அர்த்தம்,”

“நாகூர் தர்காவைத் தரிசிக்கணும்... கொடியேத்தம், சந்தனக்கூடுல கலந்துக்கணும்ன்னு எனக்கும் ரொம்ப ஆசைதான். ஆனா... என்னால முடியலீங்க. அதுக்காக இத்தனை வருஷமா நீங்களும் போகாம இருக்கிறது சரியில்லை. இந்த வருஷம் நீங்க மட்டும் போய் நாகூர் தர்கா உண்டியல்ல காணிக்கையைச் செலுத்திவிட்டு வந்துடுங்க. அடுத்த வருஷம் நாம் சேர்ந்து போவோம்” - அலிமாவின் வார்த்தைகளில் கலக்கம் இருந்தது.

அதற்குமேல் வாதிட மனமில்லாமல் சமாதானப்பட்டுப் போன உசேன்பாய், தன் பீவியை இரக்கத்துடன் பார்த்தார்.

‘கொடிக்காலுக்கு நாலு நாள் லீவு சொல்லிவிட்டு நாளைக்கே கிளம்புங்க!” - இந்த வருடமும் தட்டிப்போய் விடக் கூடாது என்பதற்காகத் துரிதப்படுத்தினாள் அலிமா.

அலிமாவின் மனதைப் புரிந்து கொண்ட உசேன்பாய் துண்டை உதறித் தோளில் போட்டுக் கொண்டு லீவு சொல்லப் புறப்பட்டார்.

வங்கியின் வாடிக்கையாளர்கள் உட்பட அனைவரும் உசேன்பாயை விநோதமாகப் பார்த்தார்கள். வங்கிக் குமாஸ்தாவோடு அவர் விவாதித்த விஷயம் அனைவருக்கும் வேடிக்கையாக இருந்தது. குமாஸ்தா எவ்வளவு எடுத்துச் சொல்லியும் அவர் சமாதானமடைவதாக இல்லை.

“நான் என் கணக்குல அப்பப்போ போட்ட தொகை மொத்தம் ஆயிரம்தான். இப்போ ஆயிரத்து இருநூறு இருக்குதுன்னா எப்படி?” என்ற அவரின் கேள்வி. வெகுளித்தனமானதா? விதண்டாவதமானதா? எனப் புரியாமல் விளக்கம் கூறிக் கொண்டிருந்தார் குமாஸ்தா.

“நீங்க அப்பப்போ போட்ட தொகைக்குக் கிடைச்ச வட்டிதான் அந்த அதிகப்படி இருநூறு ரூபாய்!” என்று திரும்பத் திரும்பக் கூறினார் குமாஸ்தா.

‘வட்டி’ என்ற சொல்லை அடிக்கடி அவர் பயன்படுத்திப் பேசியதால் உசேன்பாய் எரிச்சல் அடைந்தார்.

“நான் ஒரு முஸ்லிம்னு தெரிஞ்சும் என் கணக்குல எப்படி வட்டி சேர்த்தீங்க?” என்று ஆக்ரோஷமாகக் கத்தினார். இப்போதுதான் அவருடைய கேள்வியின் அர்த்தம் ஒரு சிலருக்குப் புரிய ஆரம்பித்து.

“ஒரு நாளைக்கு ஐந்து வேளை தொழக்கூடிய ஒரு உண்மையான முஸ்லிம் செய்யற காரியமா இது? இரக்கச் சிந்தனை உள்ளவன் எவனும் கை நீட்டி வட்டி வாங்க மாட்டானே! அப்படி வாங்கறது பாவம் இல்லையா? கையில இருந்தா செலவாயிடும்னு பாதுகாப்புக் கருதிதானே பேங்க்ல போட்டேன். வட்டிக்காகவா போட்டேன்? முதல்ல என் கணக்குல சேர்ந்திருக்கிற வட்டியைக் கழிங்க!” உசேன்பாய் ஆவேசப்பட்டார்.

அவருடைய கோபம் இப்போது வேடிக்கையாக இல்லை. ஒரு வகையில் அர்த்தமுள்ளதாக இருந்தது. இந்தக் காலத்திலும் இப்படி ஒரு மனிதரா என வியக்க வைத்தது. இருந்தாலும் இது நடைமுறைச் சாத்தியமில்லாத விஷயம் என்பதைக் குமாஸ்தா அவருக்கு எடுத்துச் சொல்வதிலேயெ முனைப்பாக இருந்தார். ஆனால் உசேன்பாய் விட்டுக் கொடுப்பதாக இல்லை.

"தங்கத்தைத் தங்கத்திற்குப் பதிலாகவும், மணிக் கோதுமையை மணிக் கோதுமைக்குப் பதிலாகவும், தொலிக் கோதுமையைத் தொலிக் கோதுமைக்குப் பதிலாகவும், பேரீச்சம் பழத்தைப் பேரீச்சம் பழத்திற்குப் பதிலாகவும், உப்பை உப்பிற்குப் பதிலாகவும் சம எடையில் விற்றுக் கொள்ளுங்கள் என்றுதான் குர்ஆன் போதிக்கிறது. ஒரு பொருளைக் கொடுத்து மீண்டும் அதே பொருளை ஈடாகப் பெறும் நிலை ஏற்பட்டால் சம எடையில்தான் பெற வேண்டும். துளியேனும் அதிகமாகப் பெற்றால் அது பாவமென்னும் வட்டியாகும். அதனால் நான் போட்ட ஆயிரம் ரூபாயை மட்டும் திருப்பிக் கொடுத்துடுங்க!" என்று நீண்ட விளக்கமளித்துத் தன் கொள்கையில் உறுதியாக நின்றார்.

"சேமிப்புக் கணக்கில் பணம் போட்டவருக்கு வட்டி கணக்கிட்டாக வேண்டும் என்பது வங்கியின் விதி. வட்டி கணக்கிடாமல் இருக்கவோ கணக்கிடப்பட்ட வட்டியை நிராகரிக்கவோ வங்கியின் விதிகளில் இடமில்லை" என்ற வங்கியின் நடைமுறை விதிகளை எவ்வளவோ எடுத்துச் சொல்லியும் அவர் பிடிகொடுக்கவில்லை.

"அய்யா, நான் இந்த வட்டிப் பணத்தைக் கை நீட்டி வாங்கிப் பாவத்தைச் சுமக்க விரும்பல!" உசேன்பாயின் மனநிலையைப் புரிந்து கொண்ட குமாஸ்தா, சிறிதுநேர யோசனைக்குப் பிறகு இருந்த ஒரே ஒரு வழியை எடுத்துக் கூறினார்.

"உங்க கணக்குல இருக்கற வட்டித் தொகையை நீங்க கை நீட்டி வாங்க வேணாம். ஏழை எளிய மக்களுக்குப் போய்ச் சேர்ற மாதிரி ஏதாவது ஒரு தொண்டு நிறுவனத்துக்குப் பயன்படுத்திக் கொள்ள அனுமதி அளித்து உங்க கைப்பட ஒரு கடிதம் எழுதிக் கொடுங்க! ஆக வேண்டியதை நாங்க பாத்துக்கறோம். இதைத் தவிர வேற வழி இருக்கறதா தெரியல. பேசிக்கிட்டே இருந்தா எனக்கும் வேலை கெட்டுப் போகும். உங்களுக்கும் நேரம் வீணாகும்!" என்று கூறிவிட்டு வேறு வேலையைக் கவனிக்க முனைந்தார் குமாஸ்தா.

குமாஸ்தா கூறிய உபாயம் பிரச்சினைக்கு ஒரு முற்றுப் புள்ளி வைப்பதுபோல் இருக்கவே அவர் கூறியதுபோல் ஒரு கடிதத்தை எழுதிக் கொடுத்து விட்டு ஆயிரம் ரூபாயைப் பெற்றுக் கொண்டு வீடு திரும்பினார் உசேன்பாய்.

***

பகல் ஒருமணி அளவில் நாகப்பட்டினம் செல்லும் பேருந்து புவனகிரிப் பேருந்து நிலையத்தில் நின்றது. எஞ்சினை நிறுத்தாமலேயே எந்த நிமிடமும் புறப்படத் தயாராக இருந்தார் டிரைவர். பேருந்தில் ஏறுவோரும் இறங்குவோரும் பலப்பரீட்சை செய்து கொண்டிருந்தனர். பேருந்தின் நடுப்பகுதியில் மூன்று பேர் இருக்கையின் நடுவில் அமர்ந்திருந்த உசேன்பாய் அப்பொழுதுதான் கண்விழித்து "இது எந்த ஊரு?" என விசாரித்துக் கொண்டிருந்தார்.

"புவனகிரி" - பக்கத்தில் அமர்ந்திருந்தவரிடமிருந்து பதில் வந்தது.

உசேன்பாயின் தடிமனான உடம்பால் புழுக்கத்தைத் தாங்க முடியவில்லை. நெளிய ஆரம்பித்தார். மூச்சுவிடக் கூட காற்றுச் சரியாக வரவில்லை. பற்றாக்குறைக்குத் 'திபுதிபு' வென்று ஏறிய கூட்டம் மதில் சுவர்போல் அடைத்துக் கொண்டு நின்றது. நாக்கு வறண்டு போகத் தண்ணீர் குடிக்க வேண்டும்போல் இருந்தது உசேன்பாய்க்கு. அந்த நேரம் பார்த்து "ஒரு ரூபா..ஒரு ரூபா..!" என்று குரல் கொடுத்தபடி வெள்ளரிப் பிஞ்சுகளைச் சன்னல் வழியே பேருந்துக்குள் நீட்டினார் முதியவர் ஒருவர்.

தூக்கத்தைத் தணிக்கவும் பசி வேளைக்குப் பசியை அடக்கவும் உகந்தது என நினைத்து எழுந்து. ஒரு கையில் வெள்ளரிப் பிஞ்சை வாங்கிக் கொண்டு காசுக்காக மறு கையை ஜிப்பா பைக்குள் கை சிக்கிக்கொண்டு வெளியே வர மறுத்து அடம்பிடித்தது. சிக்கிய கையை உதறியபடியே வெள்ளரிப்பிஞ்சு விற்ற முதியவரைத் தேடித் தலையை அப்படி இப்படியுமாகப் பேருந்தின் வெளியே நீட்ட முயற்சித்துக் கொண்டிருக்கும் போதே நிலையத்தை விட்டுப் பேருந்து நெடுந்தூரம் வந்துவிட்டது.

தோல்வியுடன் இருக்கையில் அமர்ந்த உசேன்பாய் நிம்மதியாகப் பயணத்தைத் தொடர முடியவில்லை. 'காசைக் கொடுத்து விட்டு வெள்ளரிப் பிஞ்சைக் கை நீட்டி வாங்கி இருக்கலாமே!' என்று தன் முட்டாள்தனத்தை நினைத்து வேதனைப்பட்டார். 'இதுவரையில் ஒரு சல்லிக்காசு கூடக் கடன் வாங்காத நான், முன்பின் தெரியாத முதியவரிடம் ஒரு ரூபாய் கடன்பட்டு விட்டேனே! இதை எப்படி அடைக்கப் போகிறேன்? இனி அந்த முதியவரை எப்போது சந்திக்கப் போகிறேன்?" எனப் பலவாறாகப் புலம்பி இருப்புக் கொள்ளாமல் தவித்தார்.

'பாவங்களில் அல்லாவிடம் மிகக் கொடிது எதுவெனில், ஒரு மனிதன் தன் மீது கடனிருக்க அதனை நிறைவேற்றுவதற்கு வழி செய்யாமல் மரிப்பதாகும்' என்ற நபிகளின் அருள் வாக்கு அவர் நினைவுக்கு வந்து உறுத்தத் தொடங்கியது. முதியவருக்குக் கொடுக்க வேண்டிய ஒரு ரூபாய் கடனால் மிகவும் சஞ்சலப்பட்டுப் போன அவர் அதற்குமேல் பயணத்தைத் தொடர மனமில்லாமல் நடுவழியிலேயே இறங்கிப் புவனகிரிப் பேருந்து நிலையத்தை நோக்கி நடந்தார்.

கடுமையான வெயிலைக் கூடப் பொருட்படுத்தாமல் முக்கால் மணிநேரம் நடந்து புவனகிரிப் பேருந்து நிலையத்தை அடைந்ததும் அவர் கண்கள் முதியவரைத் தேடி அலைந்தன. வழக்கம்போல் சுறுசுறுத்துக் கொண்டிருந்த பேருந்து நிலையத்தில் முதியவரைக் காணவில்லை. முதியவர் கண்ணில் படவே இல்லை. எப்படியும் ஒரு ரூபாயை முதியவரிடம் சேர்த்து நிம்மதிப் பெருமூச்சு விடலாம் என்று நாகூர்ப் பயணத்தைப் பாதியில் விடுத்துத் திரும்பியவருக்குப் பெருத்த ஏமாற்றமாக இருந்தது. ஒருவேளை மதிய உணவிற்காக வீட்டிற்குச் சென்றிருப்பாரோ என்ற நினைப்பில் பக்கத்தில் பலாச்சுளை விற்றுக் கொண்டிருந்த மூதாட்டியை அணுகி விசாரித்தார்.

"வெள்ளரிப் பிஞ்சு விற்ற முதியவர்.." என்று உசேன்பாய் ஆரம்பித்ததுதான் தாமதம் வாயிலும் வயிற்றிலும் அடித்துக் கொண்டு புலம்பத் தொடங்கினாள் அந்த மூதாட்டி.

"நாகப்பட்டினம் போற பஸ்ல எவனோ ஒரு பாவி வெள்ளரிப் பிஞ்சு வாங்கி இருக்கான். அவன் கிட்ட காசு வாங்கறதுக்குள்ள பஸ் கிளம்பிட்டுது. கிழவரு பஸ் பின்னாடியே ஓடினப்போ எதிர்ல வந்த லாரிக்காரன் அடிச்சுப் போட்டுட்டுப் போய்ட்டான். குத்துயிரும் குலைஉயிருமா சிதம்பரம் தர்ம ஆஸ்பத்திரிக்குத் தூக்கிக்கிட்டுப் போயிருக்காங்க!" என்று அழுதபடி சொல்லிவிட்டு முந்தானையில் மூக்கை உறிஞ்சினாள் மூதாட்டி.

மூதாட்டி கூறியதைக் கேட்டதும் உசேன்பாயின் சப்தநாடிகளும் ஒடுங்கிப் போயின. "யா... அல்லாஹ்! இப்படியும் ஒரு சோதனையா?" என நொந்தபடி செய்வதறியாது அங்கேயே தவிப்புடன் நின்றார். பிறகு இத்தனையும் விவேகமற்ற தன் மடமையால் விளைந்தவை, காசைக்

கொடுத்துவிட்டுப் பொருளை வாங்கியிருந்தால் ஒரு உயிரை விலையாகக் கொடுத்திருக்க வேண்டிய அவசியம் இருந்திருக்காது. ஒரு உயிரை பலி கொண்ட மாபாவி என்ற அவச் சொல்லும் எனக்கு ஏற்பட்டிருக்காது. இந்தப் பாவத்தை நான் எப்படிக் கழுவப் போகிறேன்?' என்று தன்னைத் தானே நிந்தித்தபடி தளர்ந்த நடையுடன் பேருந்து நிலையத்தில் இலக்கின்றிச் சுற்றி வந்தார். இறுதியாக மனதில் ஏதோ ஒரு முடிவுக்கு வந்தவராகச் சிதம்பரம் செல்லும் நகரப் பேருந்தில் ஏறினார். இருக்கையில் அமர்ந்து சிதம்பரத்தை அடையும் வரையில் 'முதியவரின் உயிருக்கு ஆபத்து நேரிடக்கூடாது' என ஆண்டவனைப் பிரார்த்தனை செய்தபடியே பயணம் செய்தார்.

பேருந்து சிதம்பரத்தில் நின்றதும் அரசாங்கப் பொது மருத்துவமனை இருக்குமிடத்தை விசாரித்துத் தெரிந்துகொண்டு ஓட்டமும் நடையுமாக ஓடினார். உசேன்பாய் மருத்துவமனையை அடைந்தபோது மணி மூன்று இருக்கும். மருத்துவமனைக்குள் பொது மக்கள் நடமாட்டம் குறைந்து போய் வெறிச்சோடிக் கிடந்தது. தன் வழுக்கைத் தலையில் அணிந்திருந்த குல்லாவைக் கழற்றி வழிந்து கொண்டிருந்த வியர்வையைத் துடைத்துக் கொண்டே யாரிடத்தில் விசாரிப்பது எனத் தயங்கியபடி பார்வையைச் சுற்றும் முற்றும் ஓட்டினார். அந்த நேரம் பார்த்து நர்ஸ் அம்மா ஒருவர் எதிரில் வரவே அவரிடம் விவரத்தைச் சொல்லி விசாரித்தார். நர்ஸ் அம்மா பக்கத்து அறையைக் காட்டிவிட்டு நடந்தார்.

முதியவர் பக்கத்து அறையில்தான் இருக்கிறார் என்பதை அறிந்ததும் உடனே அவரைக் காணத் துடித்தார். உசேன்பாய் வேகமாக அறைக்குள் ஓடியவர், கிழவரின் நிலையைக் கண்டதும் அதிர்ந்துபோய் அங்கேயே நின்று விட்டார்.

தலையில் கட்டுப் போடப்பட்டுச் சுயநினைவிழந்து படுக்கையில் துவண்டு கிடந்தார் கிழவர். பக்கத்தில் நிறுத்தப்பட்டிருந்த தாங்கியில் தலைகீழாகத் தொங்கிக் கொண்டிருந்த பாட்டிலிலிருந்து மெல்லிய குழாய் வழியே சொட்டுச் சொட்டாய் இரத்தம் இறங்கிக் கொண்டிருந்தது.

முதியவரை நெடுநேரம், வைத்த கண் வாங்காமல் பார்த்துவிட்டு ஒரு நீண்ட பெருமூச்சை வெளிப்படுத்தினார் உசேன்பாய். காட்டுக்குப்

போகிற வயதிலும் முடங்கிக் கிடக்காமல் ஓடி ஓடி உழைத்த முதியவரை மரணப் படுக்கையில் தள்ளிய குற்ற உணர்வு அவரை வாட்டி வதைத்தாலும் முதியவரின் உடம்பில் உயிர் ஒட்டிக் கொண்டிருப்பதை நினைக்கையில் சற்று ஆறுதலாய் இருந்தது. படுக்கையை நெருங்கி முதியவரைக் கண்காணித்துக் கொண்டிருந்த நர்ஸ் அம்மாவிடம் முதியவரின் நிலைபற்றி விசாரித்தார்.

"நல்லவேளை ரொம்ப ரத்தம் வெளியாகறதுக்குள்ள கொண்டு வந்துட்டாங்க. அபாயக் கட்டத்தைத் தாண்டிட்டாரு. இந்தப் பாட்டில் இரத்தம் இறங்கினா அவருக்குத் தெம்பு வந்திடும். ஆனா இன்னைக்கு அவர்கிட்ட பேச்சு கொடுத்துத் தொந்தரவு செய்யறது நல்லதில்லை" என்ற நர்ஸ் அம்மாவின் நம்பிக்கை வார்த்தைகள் உசேன்பாயின் வயிற்றில் பாலை வார்த்தன. அங்கேயே மண்டியிட்டு அல்லாவைத் தொழுதுவிட்டு மருத்துவமனையிலிருந்து வெளியே வந்தார்.

"மருத்துவமனையிலிருந்து முதியவர் டிஸ்சார்ஜ் ஆகக் குறைந்தது இரண்டு தினங்களாவது ஆகும். அதற்குள் நாகூர் சென்று காணிக்கையைச் செலுத்தித் திரும்பி விடலாம்" என யோசித்தவருக்கு 'கடனாளியின் தர்மத்தையும் ஹஜ்ஜையும் இதர நன்மைகளையும் அல்லாஹ் ஏற்பதில்லை" என்ற குர்ஆனின் வாசகம் நினைவுக்கு வரவே தன் எண்ணத்தைக் கைவிட்டார். முதியவருக்குச் சுயநினைவு திரும்பியதும் அவருக்குச் சேர வேண்டிய ஒரு ரூபாயைக் கொடுத்துவிட்டு அவரிடம் மன்னிப்பு கேட்டுப் பிறகு பயணத்தைத் தொடர்வதுதான் ஆண்டவன் விரும்பும் செயலாக இருக்கும் என்ற முடிவுக்கு வந்து எதிரில் இருந்த டீக்கடையில் டீயும் பன்னும் சாப்பிட்டு மருத்துவமனை குறட்டிலேயே படுத்துத் தூங்கி அன்றைய இரவைக் கழித்தார்.

பொழுது விடிந்ததும் முதல் ஆளாக முதியவரைப் பார்க்க ஓடினார் உசேன்பாய். இரத்தம் இறங்கிய பாட்டில் அகற்றப்பட்டுச் சற்றுத் தெம்பு வந்த நிலையில் முதியவர் படுக்கையில் உட்கார்ந்திருப்பதைக் கண்டதும் மனதில் மகிழ்ச்சிப் பொங்க அல்லாவுக்கு நன்றி சொன்னபடியே ஓடிச்சென்று அவரின் கைகளைப் பற்றிக் கொண்டார்.

முன்பின் அறிமுகமில்லாத புதியவர் ஒருவர் தன் கைகளைப் பற்றிக் கொண்டதில் அதிர்ச்சியும் ஆச்சரியமும் ஒருசேர தாக்கப்பட்ட முதியவர் உசேன்பாயைப் பார்த்து மிரள மிரள விழித்தார்.

முதியவரின் கைகளைப் பற்றிக் கொண்ட உசேன்பாய், "உங்களை இந்த நிலைமைக்கு ஆளாக்கிய கொடியவன் நான்தான்!" என்று சொல்ல வாயெடுத்து. வார்த்தைகள் வராமல் வெடித்துக் கொண்டு அழுதார். கண்களில் இருந்து கண்ணீர் மட்டுமே தாரைதாரையாக வழிந்தது.

முதியவருக்கு ஒன்றும் புரியவிட்டாலும் உசேன்பாய் அழுவதைக் கண்டதும் மனசைப் பிழிந்தது. விவரம் புரியாமலே அவரும் கவலைப்பட்டார். பிறகு உசேன்பாயின் அழுகைக்கான காரணத்தைத் தெரிந்து கொள்ள வேண்டி," நீங்க யாரு?,, ஏன் அழறீங்க?" என்ற கேள்விகளைக் கேட்டார்.

முதியவர் கேட்டது உசேன்பாயின் காதில் விழுந்ததாகத் தெரியவில்லை. அந்த நேரத்தில் ஒரு ரூபாய்க்காகப் பேருந்தின் பின்னால் முதியவர் ஓடிவந்த கற்பனைக் காட்சிதான் அவர் மனத்திரையில் திரும்பத் திரும்ப ஓடிக் கொண்டிருந்தது. முடிவில் மருள் வரப்பெற்றவர் போல் ஆவேசம் கொண்டு கிழவரின் எலும்புக் கூடாகிப் போன உடம்பையும் ஒட்டிய வயிறையும் கண்கள் தெறிக்க மாறி மாறிப் பார்த்துவிட்டு, "இந்தத் தள்ளாத வயதிலும் உங்களை ஓட ஓட விரட்டிச் சம்பாதிக்க வைத்தது இந்த ஒரு சாண் வயிறுதானே? அதனால் தானே இத்தனை கஷ்டங்களும்" என்று உரத்தக் குரலில் கத்திக்கொண்டே முதியவரைப் பிடித்து உலுக்கினார்.

முதியவர் ஒன்றும் புரியாமல், 'ஏதோ சித்தப்பிரம்மை பிடித்தவர் போலும்!' என நினைத்து இரக்கத்துடன் அவரைப் பார்த்தார்.

உசேன்பாய் அதோடு விட்டுவிடவில்லை. "நாகூர் தர்க்கா உண்டியலும் ஏழை வயிறும் ஒன்றுதான்! காணிக்கையை இங்கேயே செலுத்தினா ஆண்டவனுக்குப் போய்ச் சேர்ந்திடும்!" என்று சொல்லிக் கொண்டே ஜிப்பா பைக்குள் வேகமாகக் கையை விட்டு ரூபாய் நோட்டுக்கள் அத்தனையையும் எடுத்துக் கிழவரின் கையில் திணித்துவிட்டுத் தன் கடமை முடிந்ததென மருத்துவமனையை விட்டு வேகமாக வெளியேறினார்.

24

படிப்பு

– எ.மு.ராஜன்

சுவிட்சர்லாந்து என்ற பெயரைச் சொல்கிறபோதே சில்லென்ற காற்றும், பனிமலையும், குளிரும் நம்மைக் கவ்விக்கொள்வது இயற்கை.

ஜெர்மனி, பிரான்ஸ், இத்தாலி இவைகளை ஒட்டியுள்ள நாடு என்பதால் அவற்றில் பேசும் மொழிகளோடு ஆங்கிலமும் பேசுகிறவர்கள் வாழுகிற நாடு என்ற செய்தி பலருக்குத் தெரியாது. அந்நாட்டின் முக்கிய நகரங்களில் ஒன்று ஜுரிச். நம் மும்பையைப் போன்று தலைநகர் ஜெனீவாவுக்குச் சமமான நகரம். வணிகரீதியாக தலைநகரை விடச் சிறப்பான நகரம். அங்கிருந்து 120 கிலோ மீட்டர் தூரத்தில் நாட்டின் வடக்கில் உள்ள இன்னொரு நகரம் செயிண்ட் மார்க்கரத்தன்.

அங்கு வாழும் இலங்கைத் தமிழர்கள் ஒன்று சேர்ந்து ஒரு முருகன் கோயில் கட்டியிருந்தார்கள். பல கோடி செலவில் கட்டப்பட்ட கதிர்காமர் திருக்கோயில். அதன் திறப்பு விழாவுக்குத்தான் அவர்கள் கிளம்பிக் கொண்டிருந்தார்கள்.

“சிவகாமி, என்ன ரெடியா? பிரியா கிளம்பிட்டாளா? ஞாபகமா அவளோட காஸ்ட்யூம் எல்லாம் தனியா பேக் பண்ணச் சொல்லு”

என்று நினைவூட்டிக் கொண்டிருந்தார் செல்லதுரை.

“ஏங்க, நாம செயிண்ட் மார்க்கரத்தன்ல எங்கே தங்கப் போறோம்? ஏதாவது ஹோட்டல் ஏற்பாடு செய்திருக்கீங்களா? வயசு பொண்ணு கூட வர்றா. கொஞ்சம் வசதியான ஹோட்டலா பாருங்க”

“என்னம்மா, இன்னும் இந்தியாவிலே தமிழ்நாட்டிலேயே இருக்கிறன்னு நினைப்பா? நீ இருக்கிறது ஸ்விஸ்னு மறந்துட்டியா? நம்ம ஜுரிச்சைவிட செயிண்ட் மார்க்கரத்தன்ல வசதி நல்லாவே இருக்கும். அதுமட்டுமல்ல, ஏற்பாடுகளை நம்ம கணேஷ்குமார் அற்புதமா செய்திருப்பார். ஏற்கெனவே அவரோட நா போன்ல பேசிட்டேன். நம்மை நேரா ஹோட்டலுக்கே வரச் சொல்லிட்டாரு. ரூம் நம்பர் கூடச் சொன்னாரு.

“நாங்க ரெடி” என்று சொன்னவாறே தன் சேலையைச் சரி செய்தபடி சிவகாமியும் அவர்கள் மகள் பிரியாவும் வந்தார்கள்.

தலை நிறைய மல்லிகைப் பூ. இந்தியாவில் இருந்து இறக்குமதியானதுதான். அந்த மொட்டுகளைக் கட்டிப் பூத்தபின் தலையில் வைத்துக் கொள்ள அங்குள்ள தமிழ்ப் பெண்கள் அதிகம் விரும்புவார்கள். மல்லிகையின் மணத்திலே கொஞ்சம் வீட்டுவாசலிலேயே விட்டுவிட்டு, மிச்சத்தைக் காரிலேற்றியபடி புறப்பட்டார்கள்.

ஜுரிச்சில் இருந்து அந்த *120* கிலோமீட்டர் தூரத்தை ஒரு மணி நேரத்தில் கடந்து, விரைந்து செயிண்ட் மார்க்கரத்தன் வந்து சேர்ந்தார்கள். “ஏங்க நேரா கோயிலுக்குப் போங்க. நாளைக்கு ஒரே கூட்டமா இருக்கும் ஒழுங்கா கோயிலைச் சுற்றிப் பார்க்க முடியாது. அப்படியே உள்ளே படம் கூட எடுத்துக்கலாம். அப்புறம் ஹோட்டலுக்குப் போவோம்”. செல்லதுரைக்கும் அதுதான் சரி என்றுபட்டது.

செயிண்ட் மார்க்கரத்தன் தொடர்வண்டி நிலையத்துக்கருகிலேயே இருந்தது கோயில். எனவே எளிதாகக் கோயில் இருந்த இடத்துக்கு வந்து சேர்ந்தார்கள். காரை ஓரமாக நிறுத்திவிட்டு இறங்கினார்கள்.

வெளியில் அது பார்ப்பதற்குக் கோயில் போல இல்லை. அது நான்கு மாடிக் கட்டடம். ஆனால் கோயில் வாயில் மட்டும் கோயில் வடிவத்தில் அமைந்திருந்தது. நம்மூர் பூவன் வாழைமரம் ஒரு ஜோடியை வாயிலில் கட்டி வைத்திருந்தார்கள். செல்லதுரைக்குத் தெரியும், ஒரு ஜோடி வாழைமரம் இந்தியாவில் இருந்து வாங்க குறைந்தது ஒன்னேகால் லட்சம் ஆகும். அவரும் பிரியாவின் மஞ்சள் நீருக்காக வாழைமரம் தவறாமல் வாங்கி வாசலில் கட்டியிருந்தார், கோயிலருகே ஒரு பெரிய கூண்டில் இரண்டு மயில்கள் இருந்தன. இரண்டும் வித்தியாசமான

வெள்ளை மயில்கள். இவர்களைப் பார்த்ததும் அதில் ஒன்று தன் சிறகை விரித்துக் கூவி அவர்களை வரவேற்றது ஆச்சரியமாக இருந்தது.

மயில்களைப் பிரியா படம் எடுத்தாள். அவை பற்றி விசாரிக்க வேண்டும் எனத் தோன்றவே, சுற்றிலும் பார்த்தபோது, ஒருவர் கோயிலில் இருந்து வெளியில் வந்தார். பிரியா தான் அழைத்தாள்.

“அய்யா, வணக்கம்”. அவர் அருகில் வந்தார்.

“வாங்கய்யா, வாங்கம்மா வணக்கம். எங்கிருந்து வர்றீங்க,

ஜுரிச்சா? நீங்க செல்லதுரை அய்யா தானே? உங்களுக்கு

ஹோட்டல் கிரீன்ல ஏற்பாடு பண்ணியிருக்கோம்” என எதுவும் கேட்காமலேயே எல்லாவற்றையும் சொன்னார்.

“அதெல்லாம் தெரியும், இந்த மயிலைப் பத்தி உங்களுக்கு ஏதாவது தெரியுமா?” பிரியாதான் கேட்டாள்.

“அதுவா, அது பெரிய அதிசயம். இந்தக் கோயில்ல சுவாமி சிலையைப் பிரதிஷ்டை செய்யற அன்னைக்கி, இந்த வெள்ளை ஜோடிப் மயில் எங்கிருந்தோ பறந்து வந்து சேர்ந்தது. அது முருகனோட கிருபைதான். எங்களுக்கெல்லாம் ஒரே ஆச்சரியம். இவை எந்த நாட்டிலே இருந்து வந்தன என்ற ஆராய்ச்சி எல்லாம் நாங்க செய்ய விரும்பல.

அது அவனோட வாகனம். அவர் இந்த ஊருக்கு வந்த உடனே அதுவும் வந்திடுச்சி” என அடக்கமாகச் சொன்னார் அவர்.

“நாங்க கோயிலுக்குள்ள போய்ப் பார்க்காலாமா?”

“தாராளமா” என்றபடி உள்ளே செல்லும் வழியைக் காட்டினார். மூவரும் உள்ளே நுழைந்தனர். கீழ்த்தளத்தில் சிற்றுண்டி விடுதியும் கழிப்பறைகளும் இருந்தன. முதல் தளத்தில் அலுவலகமும், வரும் சிறப்பு விருந்தினர்களுக்கான ஓய்வு அறைகளும் இருந்தன.

இரண்டாவது தளத்தில் ஒரு நூலகமும் ஒரு சிறிய கலையரங்கமும் இருந்தன. மூன்றாவது தளத்தில் கோயில் அமைந்திருந்தது. நம்மூர் கோயில் அப்படியே அங்கு வடிக்கப்பட்டிருந்தது. ஆனால் அத்தனையும் மூடிய தளத்துக்குள்.

அந்நாட்டுக் குளிரைத் தாங்கவேண்டுமல்லவா, எனவே நான்கு தளங்களும் கண்ணாடிக் கதவுகளால் மூடப்பட்டு இருந்தன.

மூன்று மாடிகள் ஏறி வந்ததே மலை ஏறி நம்மூர் முருகன் கோயிலை நினைவூட்டியது.

"ஏங்க, கொஞ்சம் உட்காரலாம்" மூச்சு வாங்கியபடி சொன்னாள் சிவகாமி.

"கோயிலுக்கு வந்தா கொஞ்சம் உட்கார்ந்தே ஆகணும்னுதான், கோயிலை உயரத்திலே கட்டியிருக்காங்க போலிருக்கு" என்று கமெண்ட் அடித்தபடி உட்கார்ந்தார் செல்லதுரை.

அதற்குள் பிரியா தன் காமிராவை எடுத்துப் படம் எடுக்கத் தொடங்கினாள். யாரும் இல்லாமல் முருகப் பெருமான் திவ்வியமாகக் காட்சிக் கொடுத்துக் கொண்டிருந்தார்.

அர்ச்சனை, பூஜை எல்லாம் இல்லாமல் முருகனை வழிபட்டுவிட்டு மீண்டும் கீழே இறங்கி வந்து ஹோட்டலை நோக்கிப் புறப்பட்டனர். மறுநாள் காலையே கோயில் படுபிசியாகி விட்டது. அந்நாட்டில் உள்ள ஏறக்குறைய எல்லாத் தமிழர்களும் வந்திருந்தனர். தமிழ்நாட்டில் இருந்தும் மலேசியாவில் இருந்தும் சாமிமார்கள் வந்திருந்து குடமுழுக்குச் செய்தார்கள்.

பிற்பகலில் கலைநிகழ்ச்சிகள் நடந்தன. எல்லா நிகழ்ச்சிகளிலும் தமிழ்ப் பிள்ளைகள் ஆடினார்கள், பாடினார்கள், பெரும்பாலும் பெண்பிள்ளைகள்தான். அதில் எல்லோருக்கும் பிடித்திருந்தது பிரியாவின் பரத நாட்டியம்தான்.

அது அவளுக்கு முதல் மேடை அல்ல. ஐரோப்பா முழுவதும் ஆடிப் புகழ்பெற்ற கலைஞர் பிரியா. ஆனால் வயதோ இருபதுதான். அங்குள்ள மருத்துவக் கல்லூரி ஒன்றில் மூன்றாம் ஆண்டு படிக்கிறாள்.

அன்று இரவே வீடு திரும்பிவிட்டார்கள்.

காலையில் அவர்கள் வீட்டுத் தொலைபேசி ஒலித்தது. மறுமுனையில் பேசியவர் தொடங்கினார். "அய்யா செல்லதுரையா? வணக்கம், நான் கிருஷ்ணகுமார், செயிண்ட் மார்க்கரத்தன்ல ஒரு

தொழிலதிபர், சொந்தமா ஒரு கம்பெனி வச்சிருக்கேன். என்னோட பையன் சுரேஷ்குமார், மெடிசின் முடிச்சிட்டு பிராக்டிஸ் பண்ணிக்கிட்டிருக்கான். எனக்குச் சொந்த ஊர் புதுச்சேரி. ஆனால் இங்கே வந்து முப்பது வருஷம் ஆச்சி. என்னோட பையன் இங்கேயே பொறந்து வளந்தவன். அவனுக்குப் பெண் பாத்துக்கிட்டிருக்கோம். நேற்றைக்கு ஓங்க பொண்ணோட நாட்டியம் பார்த்தோம். ரொம்ப அற்புதம். கலைமகளே நேரில வந்து ஆடியதுபோல இருந்தது.

என்னோட, என் மனைவியும் மகனும் வந்திருந்தாங்க, அவங்களுக்கு உங்க பொண்ணோட நாட்டியமும் பிடிச்சிருந்தது, பொண்ணையும் பிடிசிருந்தது. நீங்க பிரியப்பட்டா நாம சம்பந்தம் பேசலாம்னுதான் கூப்பிட்டேன். நேற்று அங்கவச்சி இதைப் பேசறது நாகரிகம் இல்லேன்னுதான் பேசல. நீங்க வீட்டில கலந்து பேசி ஒரு முடிவச் சொல்லுங்க. இது என்னோட வீட்டுப் போன்தான். இது மூனுபேருக்கும் பொதுவானது என்று நயமாகப் பேசினார் கிருஷ்ணகுமார்.

“அய்யா ரொம்ப வணக்கமுங்க, உங்களைப் பத்திக் கேள்விப்பட்டிருக்கேன். ரொம்ப சந்தோஷமுங்க, நானும் எங்க வீட்டுல கலந்து பேசி உங்களுக்குத் தெரியப்படுத்தறேன்” என்று சொல்லிப் போனை வைத்தார். அவர்களுக்குள் பேசியபடி ஒருநாள் கிருஷ்ணகுமார் குரும்பத்தினர் பெண் பார்க்க ஜூரிச் போனார்கள். எல்லாம் தமிழ் சம்பிரதாயப்படி நடந்தன.

“நான் ஜாதியில் வன்னியர். ஆனால் ஜாதி பார்ப்பதில்லை.

நீங்க என்ன ஜாதின்னு கூட நான் கேட்க விரும்பல. நாமெல்லாம் புலம்பெயர்ந்த தமிழர்கள். நமக்கு ஜாதி தமிழ்தான். அது மாதிரியே நான் ஜாதகம் எல்லாம் கூடப் பார்க்கிறதில்ல. மனசுக்கும் மனுசனுக்கும் மிஞ்சிய ஜாதகம் இல்ல. எதையும் பார்க்காம செய்யறது எப்போதும் விசேஷம்னு என்னோட அப்பா சொல்வாங்க......” எனக் கிருஷ்ணகுமார் சொல்லிக்கொண்டிருந்த போதே, செல்லதுரை குறுக்கிட்டார்.

“நாங்களும் ஜாதி எல்லாம் மறந்து ரொம்ப நாளாச்சுங்க. ஆனாலும் இந்துக்களா வாழறோம். அதுவும் முருகன்னா எங்களுக்கு அவ்வளவு இஷ்டம். நீங்க சொன்னதுபோல தமிழ்தான் நம்ம ஜாதி மதம் எல்லாம். எனக்குச் சொந்த ஊர் காரைக்கால்தான். ஒரு வகையில பாத்தா நம்ம

பூர்வீகம் பிரஞ்சுத் தேசமாயிடுச்சி. நம்ம மண்ணுக்குச் சுதந்திரம் கிடைச்சி நம்ம சொந்தங்களெல்லாம் நம்ம நாட்டில சந்தோஷமா இருக்கிறாங்க, நாம இங்க வந்து சந்தோஷமா இருக்கோம். எங்களுக்கும் இந்தச் சம்பந்தத்தில மகிழ்ச்சிதான். ஆனாலும் எனக்கு ஒரே பொண்ணு. ஒரு வார்த்தை கேட்டுக்கிறேன்" எனச் சொல்லி எழுந்தார்.

பிரியாவை அழைத்துக் கொண்டு அறைக்குள் சென்றார். சில நிமிடங்களிலேயே வெளியில் வந்தார்.

"அய்யா தப்பா நினைச்சிடக்கூடாது. பொண்ணுக்கு ஒரே ஒரு விருப்பம். அவள் அஞ்சு வயசிலே சலங்கை கட்டி, பரதம் ஆடினவள். அதை அவளோட உயிரைவிடப் பெரிசா நினைக்கிறாள்.

கல்யாணத்துக்குப் பிறகும் நாட்டியம் ஆட வாய்ப்புக் கிடைச்சா அதுக்கு நீங்க அனுமதிக்கணும்னு விரும்பறா. அய்யா தப்பா நினைக்காம இதுக்குச் சம்மதிக்கணும்..." அவர் குரல் தழுதழுத்தது.

"ஆகா என்ன ஒத்துமை பாத்தீங்களா? இதைத்தான் என்னோட பையனும் சம்சாரமும் ஓங்க கிட்டே கேக்கச் சொன்னாங்க. முருகனோட அருளால, ஒரே மாதிரி மனசுள்ள குடும்பமா அமைஞ்சு போச்சு. நீங்க ஜுரிச்சில இருக்கிறீங்க. இது ஒரு பெரிய சிட்டி. ஆனால் மார்க்கரத்தன் அப்படி இல்லை. அங்கேயும் நிறைய தமிழ்க் குடும்பங்கள் இருக்கு. அது மட்டுமல்ல, வடஇந்தியர்களும் நிறைய பேர் வாழுற நகரம் மார்க்கரத்தன். இப்பவெல்லாம், வெள்ளைக்காரங்களும் நிறைய பேர் பரதம் கத்துக்க விரும்பறாங்க. அங்கேயே ஒரு நாட்டியப் பள்ளி ஆரம்பிக்கலாம். பிரியாவே அந்த ஸ்கூல நடத்தலாம். அவள் ஆடனுங்கிறது அவசியம் இல்லாம, நூற்றுக்கணக்கான பிள்ளைகளுக்கு நாட்டியம் சொல்லித் தரலாம். மருத்துவத் தொழிலோட பரதத்தையும் வாழ்க்கையா அமைச்சிக்கிற வாய்ப்ப அப்பன் முருகன் அவளுக்குக் கொடுத்திருக்கான். உலகத்திலே சில பேருக்குதான் இந்தக் கொடுப்பன இருக்கும். பிரியா நாட்டியம் ஆடறதிலே எங்களுக்குப் பூரண சம்மதம். அந்த முருகனுக்கு நன்றி" என அவர் சொன்னபோது அருகில் உள்ள ஜுரிச் பிள்ளையார் கோயில் மணி விடாமல் ஒலித்துக் கொண்டிருந்தது அவர்களை வாழ்த்துவதுபோல.

25

தடுப்புச் சுவர்கள்

— விசித்திரன்

அன்று இரு தலித்துக்கள் இந்துச்சாதி மக்களால் சரமாரியாக வெட்டிச் சாகடிக்கப்பட்டிருக்கிறார்கள். அது ஆண்டவன் வழிபாட்டு உரிமையை உறுதிப்படுத்திக் கொள்ளும் நிலைப்பாட்டில் ஏற்பட்ட நிகழ்வு. அந்த மனிதம் அற்ற சம்பவத்தைச் சந்தித்த பின்னும் மகேசனை வழிபடும் மாயை பலருக்குக் குறையவில்லை.

அது சாதி இந்துக்களும் ஒடுக்கப்பட்ட தலித்துக்களும் வாழும் இடைப்பட்ட இடத்தில் இருக்கும் பழமை வாய்ந்த ஆலயம். அந்த நாகமுத்து மாரியம்மன் கோயில் வழிபாட்டுப் பிரச்சனையில் ஒடுக்கப்பட்டவர்களுக்கும் பிறரை ஒடுக்கப் பிறந்த இந்துக்களுக்கும் இடையே எழுந்த கருத்து வேறுபாடுகள், மன நிலைப்பாடுகள் எதுவும் இன்றுவரை தீர்க்கப்படவில்லை.

மாரியம்மன் கோவில் விழாக்களை வெவ்வேறு காலங்களில் நிகழ்த்திக் கொள்வது என்ற நிலைப்பாடு ஊரின் இரு சார்புத் தலைவர்களால் உறுதிப்படுத்தப்பட்டது. அதன்படி ஒரு பிரிவினர் சித்திரை மாதத்திலும், பிறிதொரு பிரிவினர் ஐப்பசி மாதத்திலுமாக அம்மனுக்கு விழா எடுத்து மகிழ்ந்தனர்.

கடந்த ஆண்டு சித்திரையில் விழா கண்டவர்கள் தற்போது தை மாதத்தில் அம்மனுக்கு விழா எடுக்க முனைந்தார்கள். பிரச்சனையைப் பிரசவித்தார்கள். ஒடுக்கப்பட்டவர்களால் எடுக்கப்பட்ட இந்த முடிவைத் தடுக்க முற்பட்டனர் உயர் சாதியாளர்கள் என்று சொல்லப்பட்டவர்கள்.

மாரியாத்தாளை வழிபடும் பிரச்சனை மாவட்ட ஆட்சியாளர் வரைக்கும் எடுத்துச் செல்லப்பட்டது.

ஆம் மண்ணில் மனிதம் மறையத் தொடங்கியது! மனித மனத்தில் மிருகம் கனியத் தொடங்கியது!

உயர் சாதியாளராகச் சொல்லப்படும் ஒரு இந்துப் பெண், ஒடுக்கப்பட்டவர்களாகச் சொல்லப்படும் தலித்துக்களால் தாக்கப்பட்டாள். அவ்வளவுதான், ஒடுங்குப்பவனை ஒடுக்கப்பிறந்த உயர் சாதிக்காரர்கள் ஒடுக்கப்பட்டவனின் தாய்க்குலத்தைத் தாறுமாறாகத் தாக்க ஆரம்பித்தார்கள்.

தாக்குதலுக்கு ஆளான தன்குல மக்களை மருத்துவமனையில் பார்த்துவிட்டுப் பயத்தோடு வந்து கொண்டிருந்தனர் இரு தலித்துக்கள். அப்போது அந்த ஒடுக்கப்பட்ட இரு ஜீவன்களும் அக்கிரமமாக அடித்துக் கொல்லப்பட்டனர் உயர் சாதியக்காரர்களால்.

சவப்பரிசோதனைக்குப் பின்னால் அந்தச் சடலங்களைப் பெற்றுக் கொள்ள மறுத்தனர் தலித் தோழர்கள். மேலும் குற்றவாளிகள் தண்டிக்கப்படவேண்டும். இறந்தவர்களின் இரு குடும்பத்தாருக்கும் தலா ஐந்து லட்ச ரூபாய் நஷ்ட ஈடாய்த் தரவேண்டும் என்றும் வாதிட்டார்கள்.

அவ்வளவுதான் அப்போது அவர்களின் அந்த தலித் தோழர்களின் தரப்பிலிருந்து தனித்து ஒருவன் தன் இரு கைகளையும் தூக்கியபடி.

"தலித் தோழர்களே நானும் உங்களில் ஒருவன்தான். நான் உங்களை ஒன்று கேட்கிறேன். தோழர்களே - ஆத்தாள் வழிபாடு ஒன்றுதான் வாழ்க்கை என்று சொல்கிறீர்களா? அல்லது? நமது வழிபாட்டு உரிமையை உறுதிபடுத்திக் கொள்ளவே போராடவேண்டும் என்று சொல்லப் போகிறீர்களா?

நண்பர்களே நமது கோபம் அம்மனை வழிபட முடியவில்லையே என்ற ஏக்கத்தால் ஏமாற்றத்தால் ஏற்பட்டதாகச் சொல்ல முடியாது. பக்திப் பகிர்வுக்குத் தடையாக உள்ளார்களே என்ற வெறுப்பாகவும் தோன்றவில்லை. ஆத்தாள் அருள் பெற நம்மைத் தடுக்கிறார்கள். தலித்துகளின் தனி வழிபாட்டு உரிமையைத் தட்டிப் பறிக்கிறார்கள். அதனால் அந்த உயர் சாதியாளர்களின் ஆதிக்கத்திற்கு ஆணவத்துக்கு

நாம் அடிபணியக்கூடாது. நமக்கும் சம உரிமை இருக்கிறது என்பதை நிலைநாட்ட, அவர்களைச் சாதி இந்துக்களை நாம் எதிர்க்க வேண்டும். இந்த உளவியலின் ஆழ்மன உறுத்தலே இந்தப் போராட்டங்களின் ஆணிவேராகும்".

"............................"

"ஆண்டாண்டுக் காலமாக ஆத்தாளை வழிபட்டு வருகிறோம். நமது தாழ்த்தப்பட்ட நிலை, அடிமைப்போக்கு மாறியதா? அந்த அம்மன் நமக்கு அருள் பாலித்தாளா? நம்மை நமது நிலையைக் கொஞ்சமாகிலும் மாற உயர ஒரு வழியும் காட்டாத, துணையாகவும் நிற்காத அந்த அம்மனை வழிபட்டு என்ன பலனைக் கண்டோம்? நமது உறவுகளின் உயிர்களை, சொந்தங்களின் சொத்துக்களை பறிகொடுத்ததைத் தவிர, இருந்த தீண்டாமை போக்குச் சற்றேனும் மாறியிருக்கிறதா? என்று இந்த வேளையிலாவது நாம் யோசிக்க வேண்டும்.

அப்போது கூட்டத்தில் ஒருவன் "அப்படிப் போடு அறிவாள"

நாம் தாழ்த்தப்பட்டவர்கள் தான், தலித்துக்கள்தான், பட்டியல் பிரிவினர் தான் என்று அரசிதழில் குறிப்பிட்டு நம்மைப் பள்ளிக்கூடங்களில், பணி இடங்களில் பிரார்த்தனைத் தளங்களில் இனம் காண வைத்து இருதரப்பினருக்கும் இடையில் தடுப்புச் சுவர்கள் எழுப்பிய அரசின் மீது ஆட்சியாளர்கள் மீது நமக்கு ஏன் இந்தக் கோபம் கொந்தளிப்பு வரவில்லை? திரும்பவில்லை?"

"......................"

"அதே அரசு அரசிதழில் பிறிதொரு பக்கத்தில் நம்மைவிட உயர்ந்தவர்கள் உள்ளார்கள் என்பதைக் குறிப்பிட்டு, நம்மை உயர் சாதியாளர்களால் இனங்காண வைத்து, தம்பட்டம் அடித்துக் கொள்வதற்கும் நாம் ஏன் இதுவரை நம் கண்டனத்தைத் தெரிவிக்கவில்லை".

"அது ...."

உஸ்... இப்படி எல்லா நிலையிலும் இட ஒதுக்கீடு செய்வதை ஏகமனதாக ஒப்புக் கொள்ளும் நாம், ஆலய வழிபாட்டுக்கு இட ஒதுக்கீடு செய்யும் சாதியாளரை மட்டும் ஏன் தண்டிக்க வேண்டும்?

வழிபாட்டுத் தளங்களில் ஆலயத்தில் அம்மன் முன் நாமெல்லாம் சமம் என்று சாதிக்கும் நாம், அரசிடம் மட்டும் ஏன் நாம் தாழ்த்தப்பட்டவர்கள்தான் என்று ஏற்றுக் கொள்கிறோம்? அதே வேளையில் நம்மை ஒடுக்கப்பட்டவர்கள் என்று பிற சாதியாளர்கள் சொன்னால் மட்டும் ஏன் ஆத்திரப்படுகிறோம்?

வழிபாட்டில் உரிமை வேண்டும் என்று வாதிட்டு உண்ணாவிரதம் இருப்பது உணவுப் பங்கீட்டு அட்டைகளைத் திருப்பித் தருவது, அரசின் ஆணையை அவமதிப்பது என்று எல்லாம் போராடும் நாம், சில சூழல்களில் ஆயுதத் தீர்வுக்கும் தயங்குவதில்லை.

இப்படியெல்லாம் போராடி, உயிர்களைக் காவுக் கொடுத்து அந்த ஆத்தாளை வணங்கத் தான் வேண்டுமா? வழிபாடுகள் செய்யாமல் மனிதன் தன்மானத்தோடு வாழ முடியும் என்று நமக்குத் தெரியாதா? இல்லை முடியாதா?"

பல கைதட்டல்கள், தொடர்ந்து அதற்கிடையே ஒரு தலித்தின் குரல்.

"சகோதரா... இப்பொழுது நீ என்னதான் சொல்ல நினைக்கிறாய்? எங்களை எப்படித்தான் இருக்கச் சொல்கிறாய்?"

"இத... இதத் தான் நான் எதிர்பார்த்தேன். தோழர்களே கொஞ்ச நேரம் நான் சொல்லப் போவதை நன்றாகக் கவனியுங்கள். நம்மோட நிலைப்பாட்டை பின்னால் சொல்கிறேன். இப்போது சாதி மக்களை பார்த்து ஒன்று கேட்கிறேன்.

உங்கள் மனதில் தீண்டாமை எண்ணம் புகுந்தது யாரால் எப்படி? எங்கள் சனத்தைப் பார்த்தவுடன் அவர்களை ஒதுக்கி வைக்க வேண்டும் என்று உங்களுக்குப் போதித்த மதகுரு யார்,

அரசே நம்மை தாழ்த்தப்பட்டவர்கள் பட்டியலில் காட்டிக் கொண்டு, இன்னொரு பக்கத்தில் தலித்தைவிட உயர்ந்தவர்கள் சாதி இந்துக்கள் என்றும் அந்த அரசே சுட்டிக்காட்டிய பிறகும், அந்தத் தடுப்புச் சுவர்களைத் தாண்டி ஒரு சாதிக்காரன் எப்படித் தலித்தைச் சமமாக ஏற்கமுடியும் என்று கேட்க நினைக்கிறீர்களா?"

ஒரு குரல் "அது மட்டுமல்ல..."

“உஸ்...’ஆண்டவன் முன் அனைவரும் சமம், என்று நமக்கு எந்த மதத் தலைவனும் இதுவரை சொல்லித் தரவில்லை, அவர்களால் அப்படிச் சொல்லித் தரவும் முடியாது. ஏனென்றால் அவர்களே மடம், ஆதினம், சங்கராச்சாரி என்று தனித்தனியாகத் தனித்துத்தானே உள்ளார்கள். பின் எப்படி அவர்களால் நம்மை ஒன்றாக இணையவைக்க முடியும் இல்லையா?

அவர்கள் ஆண்டாண்டுக் காலமாக வந்த ஆதிக்க ஆணவ மனோபாவத்திலிருந்து கட்டவிழ்ந்து, ஒடுக்கப்பட்டவனோடு உளமார உறவாடும் நாள் வருமா? சாதி இந்துக்கள் சம வழிபாடு குறித்த நீதி மன்றத் தீர்ப்பைத் தீர்க்கமாகக் கடைப்பிடிக்கும் காலம் மலருமா?

சரி அவர்களைப் புறந்தள்ளுங்கள். நம்மைப் பற்றிய ஆளும் ஆட்சியாளர்களின் நிலைப்பாடுதான் என்ன?

ஆள்பவர்களே, ஆலய வழிபாட்டு உரிமை காரணமாக ஒடுக்கப்பட்டவர்களுக்கும் - உயர் சாதியாளர்களுக்கும் இடையே ஏற்படும் மோதலை வேரோடு களைய உங்களிடம் திட்டம் ஏதேனும் உள்ளதா?

உத்தமபுரத்தில் சாதித் தடுப்புச் சுவரை உடைத்து வழியமைத்துக் கொடுத்தீர்கள், இருந்தாலும் இன்றும் அங்குக் கலவரம் காழ்ப்பு உணர்வு, வன்முறை வழக்குகள் வந்துகொண்டு தானே உள்ளது?

நெல்லை மாவட்டத்தில் மாரியம்மன் கோவிலில் இருசாராரும் வழிபடும் வகையில் நீதிமன்றம் தீர்ப்பளித்தும் அதனையும் மீறி - மனித பூசாரி கோவிலைப் பூட்டிக் கொண்டு போன பின் எடுத்த நடவடிக்கை என்ன? இரு தரப்பினரும் சமமாய் வழிபடுகிறார்களா? சாத்திய கதவு திறக்கப்பட்டதா?”

அப்போது கூட்டத்திலிருந்து ஒருவன் “அதெல்லாம் பொறவு பாத்துக்கலாம், இப்ப நாம் என்ன செய்யனுமின்ற, நீ என்னதான் சொல்லவர... அதான...”

“இத... இதத்தான் நான் எதிர்பார்த்தேன். ஆமாம் தலித்தோழர்களே... இப்ப நம்மவூர் கோவில் விவகாரத்தில் ரெண்டு அப்பாவிகள் வெட்டி கொல்லப்பட்டுள்ளார்கள். ஆச்சரியப்படத்தக்க வகையில் காவல் துறையால் கொலையாளிகளும் கைது

செய்யப்பட்டுள்ளார்கள், இருந்தும் ஆத்தாள் வழிபாடு காரணமாக அக்கிரமமாக அழிக்கப்பட்ட இரு தமிழர்களின் உயிருக்காக, எந்தத் தமிழ் அமைப்பும் தன் அதிர்வைப் பதிவுபடுத்தல, காரணம், ஆமாம் ஆன்மீகத்தைப் பொருத்தமட்டில் அவர்கள் அலிகள்... தாழ்த்தப்பட்டவர்களின் இறந்த உயிர்களுக்கு தலா ஐந்து லட்சம் கேட்கிறார்கள் - தரப்போகிறோமா? மாரியாத்தாளுக்காக அவர்கள் அடித்துக் கொண்டு இறந்தால், அரசு, மக்கள் பணத்தை இழப்பீடாகத் தரவேண்டுமா? வழிபாட்டு உரிமைக்காக வெட்டிக் கொண்டவர்கள், அந்த உரிமையைக் கொடுத்தாக வேண்டும் என்று அரசை ஆள்பவர்களே அதட்டிக் கேட்கத் தெம்பில்லாமல், இழப்பீடு மட்டும் போதும் என்று கெஞ்சுவதின் நோக்கம் என்ன? அந்தக் காசு என்ன செத்தவன் கையில் வெத்தலை பாக்கு கொடுக்கவா? அரசாங்கத்தின் நிலைப்பாடுகள் எதுவும் நிரந்தர நியாயத்தைத் தருவதாக இல்லை.

மாறாகத் தலித் இந்துக்களைப் பிளவுபடுத்தும் தடுப்புச் சுவரின் நீள அகலத்தை நீட்டுவதாகக் கடந்தக் கால வழிபாட்டு உரிமை கோரும் கலவர நிகழ்வுகளால் சாட்சிப்படுத்தப்பட்டுள்ளன"

அவனது பேச்சை அதில் உள்ள வீச்சைப் புரிந்து கொண்டவர்கள். பலமாகக் கைதட்டித் தங்கள் ஆதரவையும் அடுத்து நாம் செய்ய வேண்டியது என்ன என்றும் கேட்கத் தலைப்பட்டனர்.

அப்போது அவனை நோக்கி அந்த நெரிசலை நீக்கிக் கொண்டு நெருங்கினாள் ஒருத்தி. அவளது தோளில் தொங்கிய ஒளிப்படக் கருவியும், கண்களில் அணிந்து இருந்த கருப்புக் கண்ணாடியும், அவளை ஒரு தொலைக்காட்சி நிலைய நிருபர் என்று சொல்வது போல் இருந்தது.

அவள் அவசரமாய் அவன் கையைப் பிடித்தாள். அதிரசமாய்த் தன் இதழால் படித்தாள்.

"வாழ்த்துக்கள் தாழ்த்தப்பட்டவர்களின் முற்போக்கு இளைஞர் அணித்தலைவருக்கு, தலைவா நானும் தங்கள் சமூகத்தைச் சார்ந்தவள்தான். என்னைத் தாரணி என்பார்கள். நான் அதோடு ஒரு தனியார் தொலைக்காட்சியின் தகவல் தேடு நிருபர். உங்கள் பேச்சு இன்றைய தலித்துகளின் தனித்துவம் இல்லாமையையும், தன்னம்பிக்கைத் தளர்வினையும் தெளிவாகப் படம்பிடித்துக் காட்டியது

"நன்றி"

"உங்களுக்குச் சவுகரியப்பட்டால் உங்களுடன் ஒரு நேர்காணல் நிகழ்ச்சி நிகழ்த்தலாம் என்று ஆசைப்படுகிறேன்."

"எப்போது...?

இப்போதே கூட..."

"என்ன இப்போதேவா"

"ஏன் என்ன ஏதேனும் சங்கடமா..."

"இல்லை இல்லை இதில் சங்கடம் எப்படி வரும். சந்தோஷமே..."

அவள். "நாள் சம்பரதாயச் சங்கதிகளைத் தவிர்த்துவிட்டுச் சம்பந்தப்பட்ட சங்கதிகளுக்கே நேரடியாக வருகிறேன்"

"நானும் அப்படித்தான்..."

"சரி... தாழ்த்தப்பட்ட சமூகத்தின் முற்போக்கு இளைஞர் அணித் தலைவன் என்ற நிலையில் இந்த விஷயத்தில் உங்களின் ஒட்டு மொத்த நிலைப்பாடு என்ன? அணுகுமுறைதான் என்ன? தலித்துக்கள் தங்களுக்கும் வழிபாட்டு உரிமை வேண்டும் என்று போராடுவதை நிறுத்த வேண்டும் என்கிறீர்களா?"

"இல்லை இல்லை... அப்படி அம்மனை வழிபாடு செய்ததும் அவள் அதிரடியாய் இழப்பீட்டைக் கொடுப்பாள் என்பது நிச்சயம் என்றால் மட்டுமேதான் சாதி இந்துக்களுடன் சச்சரவில் இறங்க வேண்டும் என்கிறேன்."

"சரி... அப்புறம்.."

"தலித்துக்குத் தலித்தே தடுப்புச்சுவர் என்று கூடச்சொல்லலாம்"

"..."

ஆட்சியாளர்கள் தங்களை தங்களின் ஆட்சியைத் தக்கவைத்துக் கொள்வதற்காக... ஒடுக்கப்பட்டவனும் உயர்சாதிக்காரனும் ஒன்றுபட்டு வாழ முடியாதபடி.... படிப்பகங்களில் பணியிடங்களில் பிரார்த்தனைத்

தளங்களில் என எல்லா நிலைகளிலும் பரவலாக இட ஒதுக்கீடுகளை ஏற்படுத்தினார்கள்.

அதோடு - விவகாரம் எழவும் விவேகம் விழவும் வித்திட்டவர்களும் அவர்களே... ஆமாம் - இரு சாராரும் கடைப்பிடிக்கும் சடங்குகளைச் சம்பரதாயங்களை வித்தியாசப்படுத்தியும் விகாரப்படுத்தியும் இருசாராருக்கும் இடையேயான தடுப்புச் சுவரை அகலப்படுத்தியதும் அதிகப்படுத்தியதும் அவர்களே.

ஆக, தலித்துக்கும் சாதி மக்களுக்கும் இடையில் இயல்பாக இருக்க வேண்டியச் சகஜ நிலைக்கும் சமத்துவத்துக்கும் முதன்முதலில் "தடுப்புச் சுவர்" எழும் சூழலுக்குத் தலைமை தாங்கியதும் இந்த அரசேயாகும்.

அதனால், அரசாங்கத்திடம் நாம் இந்த வழிபாட்டு உரிமைகள் நீங்கலாக இன்னபிறச் சமத்துவச் சங்கதிகளை உரிமைகளை பெறப் போராட வேண்டும்..."

"வாவ்..."

"ஒடுக்கப்பட்டவர்கள் இனி ஒரு போதும் கோவிலுக்குள் ஆத்தாளை வழிபட வரவே மாட்டார்கள் என்று உறுதிப்பட தெரிந்துவிட்டாலே உயர் சாதியாளர்கள் என்று சொல்லப்படுபவர்களின் ஆதிக்கத் திமிரில் பாதிக்கு மேல் அடங்கிவிடும்.

கூட்டத்தினர் பலமாகக் கைதட்டி ஆதரவைத் தெரிவித்தனர்.

கூட்டத்தில் ஒருவன் - "அதுமட்டுந்தானா...? அல்லது..."

"அரசு ஒரு முழுமையான மக்கள் அரசாகச் செயல்படவேண்டும் வழிபாடு என்ற பெயரில் செய்யப்படும் உயிர்ப் பலிகளைத் தடுக்க..."

"தடுக்க..."

"அரசு சில படு சவாலான நிலைப்பாடுகளைக் கொள்ள வேண்டும்..."

"ஆவ்... எப்படி... எப்படி..."

"ஆலயங்களில் அனைத்துச் சாராரும் அமைதியான வகையில் வழிபாடு புரிய முன்வர வேண்டும் என்று அரசு ஆணை பிறப்பிக்க வேண்டும். இந்தச் சமத்துவ ஒருமித்த உடன்பாட்டை ஒப்புக்கொள்ளாத ஒடுக்கப்பட்ட தலித் மற்றும் சாதி இந்துக்களின் வழிபாட்டு உரிமை முற்றிலும் பறிக்கப்பட வேண்டும்.

"..."

"போதிய முன் அறிவிப்புக் கொடுத்தும் - அதை இருசாராரும் ஏற்றுக் கொள்ளாவிட்டால், அந்தக் குறிப்பிட்ட ஆலயம் பொது அமைதிக்குத் தடங்கலாக உள்ளதாக அறிவித்து அது இருந்த இடத்தை அடையாளப்படுத்த முடியாதபடி தரைமட்டமாகத் தகர்த்துத் தள்ள வேண்டும்..."

"அற்புதம்... அவ்வளவுதானா?"

"இருக்கின்ற அரசு இப்படியெல்லாம் செய்யமுடியாத அரசாக இருக்குமானால், கோவில் வழிபாடு என்று கூறிக்கொண்டு எந்த உதவிக்கும் இந்த அரசை யாரும் இனி அணுக வேண்டாம் என்று, ஆட்சியாளர்கள் தங்களின் இயலாமையைத் தங்கள் ஆதிக்கத்திலுள்ள அவலத்தன்மையைத் தகவல் உரிமை சட்டத்தின் கீழ் பதிவு செய்ய வேண்டும். அதாவது அரசுக்கு இயலுமா?"

அவ்வளவுதான் ! அப்போது அங்கே சில மணித் துளிகள் மயான அமைதி நிலவியது. ஒருவர் முகத்தை ஒருவர் பார்த்துக் கொண்டனர். முதலில் பேசுவது யார்? முடிச்சை அவிழ்ப்பது யார்? என்ற யோசனையில் ஒவ்வொருவரும் தங்களுக்குள் ஒரு மௌன வேள்வி நடத்திக் கொள்வது போல் தோன்றியது.

அப்போது அவள்தான் அவனருகே வந்து துணிவாய் நின்றாள். அவனின் கையோடு தன் கைகளைக் கோர்த்துக் கொண்டு இருவர் கைகளையும் வானத்தை நோக்கி உயர்த்தினாள்.

"தோழர்களே இன்னும் என்ன தயக்கம்? தலைவர் சொல்வதைக் கேட்போம், துன்மார்க்கங்களைத் தோலுரிப்போம்.

புறப்படுங்கள், ஒன்றுபடுவோம் அடங்கியதும் ஒடுங்கியதும் போதும்!

இனி அடக்குவோம் ஒடுக்குவோம்! தலித் என்றால் என்ன? அத்தனை இளப்பமா? எண்ணுங்கள்...

ஏன் அவர்களுக்கு மட்டும் மனசு இல்லையா? இல்லை அவர்களின் உயிரும் உடம்பும் மட்டும் சதை ரத்தம் உணர்வு இவற்றின் கலவை இல்லாமல் உள்ளதா?

பிறப்பில் உயர்வென்ன? தாழ்வென்ன?

இம்மண்ணில் வழிபாடுகள் ஒழுக்கப்பாடுகள் என்பன அனைவருக்கும் பொதுவானவை.

இதில் உயர்ந்த சாதி என்ன ? தாழ்ந்த சாதி என்ன?

ஆம், உயர்மட்ட சாதி மக்களுக்கு உரித்தான வழிபாடுகள் வாழ்க்கை ஒழுக்கப்பாடுகள் அனைத்தும் ஒடுக்கப்பட்ட மக்களுக்கும் உரித்தாக வேண்டும் என்பதை விடவும் ஒடுக்கப்பட்டவர்களுக்கும் தடுக்கப்படுகிற வழிபாடுகள் ஒழுக்கப்பாடுகள் அனைத்தும் உயர் சாதிக்காரனுக்கும் தடுக்கப்பட வேண்டும். அதற்கான சூழல் புலர வேண்டும்.

அப்போதுதான் சாதித் தடுப்புச் சுவர்கள் தகரும். அன்றுதான் உண்மையான சமத்துவம் மனிதம் மலரும்.

பின்னிணைப்புகள்

26

ஆறில் ஒரு பங்கு

– பாரதியார்

முகவுரை

ஒரு ஜாதி ஓர் உயிர்; பாரத நாட்டிலுள்ள முப்பது கோடி ஜனங்களுக்கு ஒரு ஜாதி; வகுப்புகள் இருக்கலாம்; பிரிவுகள் இருக்கலாகாது; வெவ்வேறு தொழில் புரியலாம்; பிறவி மாத்திரத்தாலே உயர்வு தாழ்வு என்ற எண்ணம் கூடாது; மத பேதங்கள் இருக்கலாம்; மத விரோதங்கள் இருக்கலாகாது.

இந்த உணர்வே நமக்கு ஸ்வதந்திரமும் அமரத்தன்மையும் கொடுக்கும். 'நாந்ய பந்தா வர்த்ததே அயநாய' வேறு வழியில்லை.

இந்நூலை, பாரத நாட்டில் உழவுத் தொழில் புரிந்து நமக்கெல்லாம் உணவு கொடுத்து ரக்ஷிப்பவர்களாகிய பள்ளர், பறையர் முதலிய பரிசுத் தன்மை வாய்ந்த வைசிய சகோதரர்களுக்கு அர்ப்பணம் செய்கிறேன்.

ஆசிரியன்

அத்தியாயம் 1

மீனாம்பாள் வீணை வாசிப்பதிலே ஸரஸ்வதிக்கு நிகரானவள். புரசைவாக்கத்திலுள்ள எங்கள் வீட்டிற்கு அவள் வரும் சமயங்களிலெல்லாம் மேல் மாடத்து அறையை அவளுடைய உபயோகத்துக்காகக் காலி செய்து விட்டு விடுவது வழக்கம். நிலாக் காலங்களில் இரவு எட்டு மணிக்கெல்லாம் போஜனம் முடிந்துவிடும்.

ஒன்பது மணி முதல் நடுநிசி வரையில், அவள் தனது அறையில் இருந்து வீணை வாசித்துக் கொண்டிருப்பாள். அறைக்கு அடுத்த வெளிப்புறத்திலே பந்தரில், அவளுடைய தகப்பனார் ராவ்பகதூர் சுந்தரராஜுலு நாயுடு கட்டிலின் மீது படுத்துக்கொண்டு, சிறிது நேரம் வீணையைக் கேட்டுக் கொண்டிருந்து, சீக்கிரத்தில் குறட்டைவிட்டு நித்திரை செய்யத் தொடங்கிவிடுவார். ஆனால், மகாராஜன் குறட்டைச் சத்தத்தால் வீணைச் சத்தம் கேளாதபடி செய்து விடமாட்டார். இலேசான குறட்டைதான். வெளிமுற்றத்தின் ஒரு ஓரத்திலே நான் மட்டும் எனது 'பிரம்மசாரி''ப் படுக்கையைப் போட்டுக்கொண்டு படுத்திருப்பேன். வீணை நாதம் முடிவுறும் வரை, என் கண்ணிமைகளைப் புளியம் பசைபோட்டு ஒட்டினாலும் ஒட்டமாட்டா. மீனாம்பாளுடன் அறையிலோ படுத்துக் கொள்ளும் வழக்கமுடைய எனது தங்கை இரத்தினமும் சீக்கிரம் தூங்கிப் போய்விடுவாள். கீழே, எனது தாயார், தமையனார், அவரது மனைவி முதலிய அனைவரும் தூங்கி விடுவார்கள். எனது தமையனாரால் மனைவி, வயிற்றிலே சோற்றைப் போட்டுக் கைகழுவிக் கொண்டிருக்கும் போதே, குறட்டை விட்டுக்கொண்டிருப்பாள். இடையிடையே குழந்தைகளின் அழுகைச் சத்தம் மட்டிலும் கேட்கும். தமையனாருக்குக் கோட்டையில் ரெவினியூ போர்டு ஆபீஸிலே உத்தியோகம். அவருக்கு நான்கு வருடங்களுக்கொருமுறை ஆபீஸில் பத்து ரூபாயும், வீட்டில் இரண்டு குழந்தைகளும் 'ப்ரமோஷன்'.

வஸந்த காலம்; நிலாப்பொழுது; நள்ளிரவு நேரம், புரசைவாக்கம் முழுவதும் நித்திரையிலிருந்து. இரண்டு ஜீவன்கள்தான் விழித்து இருந்தன. நான் ஒன்று; மற்றொன்று அவள்.

கந்தர்வ ஸ்திரீகள் 'வீணை' வாசிப்பது போல மீனாம்பாள் வாசிப்பாள். பார்ப்பதற்கும் கந்தர்வ ஸ்திரீயைப் போலவே இருப்பாள். அவளுக்கு வயது பதினாறு இருக்கும். கதையை வளர்த்துக் கொண்டு ஏன் போகவேண்டும்? மன்மதன் தனது அம்பொன்றின் முனையிலே என் பிராணனைக் குத்தி எடுத்துக்கொண்டு போய் அவள் வசம் ஒப்புவித்துவிட்டான். அடடா! அவளது இசை, எவ்வளவு நேரம் கேட்டபோதிலும், தெவிட்டாது. தினந்தோறும் புதுமைத் தோன்றும், அவள் முகத்தில் தோன்றுவதுபோல, அவளுடைய தந்தையாகிய ராவ்பகதூர் சுந்தரராஜுலு நாயுடு எனது தாயாருக்கு ஒன்றுவிட்ட அண்ணன், தஞ்சாவூர் முதலிய பல ஜில்லாக்களில் நெடுங்காலம் போலீஸ் இன்ஸ்பெக்டர்

உத்தியோகம் பார்த்து ஸர்க்காருக்கு நன்றாக உழைத்ததினால் 'ராவ் பகதூர்' என்ற பட்டம் பெற்றவர். சுதேசியம் தொடங்கும் முன்பாகவே இவர் வேலையிலிருந்து விலகி விட்டார். இதை எதன் பொருட்டாகச் சொல்லுகிறேன் என்றால் அவருக்குக் கிடைத்த பட்டம் வெறுமே சில சுதேசியத் தலைவர்கள் மீது 'ரிப்போர்ட்' எழுதிக் கொடுத்துச் சுலபமாகச் சம்பாதித்த பட்டமன்று; யதார்த்தத்திலேயே திறமையுடன் உழைத்ததினாற் கிடைத்த பட்டம். குழந்தை முதலாகவே மீனாம்பாளை எனக்கு விவாகம் செய்து கொடுக்க வேண்டும் என்பது அவருடைய கருத்து. அந்தக் கருத்து நிறைவேறுவதற்கு நேர்ந்த விக்கினங்கள் பல. அவ்விக்கினங்களில் பெரும்பான்மையானவை என்னாலேயே உண்டாயின.

நான் சுமார் பதினாறு பிராயம் வரை சென்னைக் கிறிஸ்தியன் காலேஜில் படித்துக் கொண்டிருந்தேன். 'வேத கால முதலாக இன்று வரை பாரத தேசத்திலுள்ள ரிஷிகள் எல்லோரும் ஒன்றும் தெரியாத மூடர்கள். அர்ஜுனனும், காளிதாஸனும், சங்கராச்சாரியரும், சிவாஜியும், ராம தாஸரும், கபீர்தாஸரும், அதற்கு முன்னும் பின்னும் நேற்று வரையிலிருந்த பாரத தேசத்தார் அனைவரும் நெஞ்சில் வளர்த்து வந்த பக்திகளெல்லாம் இழிந்த அநாகரீகமான மூடபக்திகள்" என்பது முதலான ஆங்கிலேய 'சத்தியங்கள்' எல்லாம் என் உள்ளத்திலே குடிபுகுந்து விட்டன. ஆனால்? கிறிஸ்துவப் பாதிரி ஒரு விநோதமான ஜந்து, ஹிந்து நாகரீகத்திலும் பக்தி செலுத்துவது பேதைமை என்ற ருஜுப்படுத்திக் கொண்டு வரும்போதே, அவர் கொண்டாடும் கிறிஸ்து மார்க்கமும் மூடபக்தி என்று வாலிபர் மனதில் படும்படி ஏற்பாடு செய்து விடுகிறார். மத விஷயங்களைப் பற்றி விஸ்தாரமான விவகாரங்கள் எழுதிப் படிப்பர்களுக்கு நான் தலைநோவு உண்டாக்கப் போவதில்லை. சுருக்கம்: நான் எனது பூர்வ மதாசாரங்களில் பற்று நீங்கி, 'ஞான ஸ்தாநம்:" பெறவில்லை; பிரம்ம ஸமாஜத்திலே சேர்ந்து கொண்டேன்.

சிறிது காலத்திற்கு அப்பால், பட்டணத்தில் படிப்பை நிறுத்தி விட்டு, வீட்டில் யாரிடமும் சொல்லாமல் கல்கத்தாவுக்குப் புறப்பட்டுப் போய், அங்கே பிரம்ம ஸமாஜத்தாரின் மார்க்க போதனை கற்பிக்கும் பாடசாலையொன்றிலே சேர்ந்து சில மாதங்கள் படித்தேன். பிரம்ம ஸமாஜத்தாரின் 'உபதேசி'களில் ஒருவனாக வெளியேற வேண்டும் என்பது என்னுடைய நோக்கம். அப்பால் அங்கிருந்து பஞ்சாப் ஹிந்துஸ்தானம் முதலிய பல பிரதேசங்களில் யாத்திரை செய்து கொண்டு,

கடைசியாகச் சென்னப்பட்டணம் வந்து சேர்ந்தேன். நான் ஹிந்து மார்க்கத்தை விட்டு நீங்கியதாக எண்ணி, எனது ஜாதியார் என்னைப் பல விதங்களில் இம்சை செய்தார்கள். இந்த இம்சைகளினால் எனது சித்த வுறுதி நாளுக்கு நாள் பலம் அடைந்ததேயல்லாமல், எனக்கு மனச்சோர்வு உண்டாகவில்லை. எனது தகப்பனார்-இவர் பெயர் துபாஷ் ராமச்சந்திர நாயுடு-வெளிவேஷ மாத்திரத்தில் சாதாரண ஜனங்களின் ஆசார விவாகரங்களை வைத்துக் கொண்டிருந்தார். எனினும், உள்ளத்தில் பிரம்ம ஸமாஜப் பற்று உடையவர். ஆதலால், நான் வாஸ்தவமான பரமாத்மா பக்தியும், ஆத்ம விசுவாஸமும், எப்போதும் உபநிஷத்துக்கள் படிப்பதில் சிரத்தை கொண்டிருப்பது கண்டு, அவருக்கு அந்தரங்கத்தில் மிகுந்த உவகையுண்டாயிற்று. வெளிநடப்பில் என் மீது கோபம் பாராட்டுவது போலிருந்தாரேயன்றி, எனது பந்துக்கள் சொற்படி கேட்டு என்னைத் தொல்லைப் படுத்தவில்லை. ஸகல ஸௌகரியங்களும் எனக்கு முன்னைக் காட்டிலும் அதிகமாக நடக்கும்படி வீட்டில் ஏற்பாடு செய்து வைத்திருந்தார். ஆனால், எனது தமையன் மாத்திரம் என்னிடம் எக்காரணம் பற்றியோ மிகுந்த வெறுப்புப் பாராட்டினான். நான் தலையிலே பஞ்சாபிகளைப் போலப் பாகை கட்டிக் கொள்வது வழக்கம்.

'15' ரூபாய் குமாஸ்தாக்களுக்கென்று பிரத்தியேகமாக அழகு, அந்தம், ஆண்மை எதுவுமின்றி ஏற்பட்டிருக்கும் கும்போணத்துப் பாகை நான் கட்டிக் கொள்ளுவதில்லை. இதுகூடத் தமையனுக்குக் கோபம் உண்டாக்கும். 'ராஜ புத்ருடு வீடு, தொங்க விதவா! தலலோ மகா ஆடம்பரமுக் பகடி வீடிகி!" என்று ஏதெல்லாமோ சொல்லி ஓயாமல் திட்டிக் கொண்டிருப்பான். இப்படியிருக்க ஒரு நாள் எனது தகப்பனார் திடீரென்று வாயுக் குத்தி இறந்து போய்விட்டார். அவருக்குப் பிரம்ம ஸமாஜ விதிப்படி கிரியைகள் நடத்த வேண்டும் என்று நான் சொன்னேன். எனது தமையன் சாதாரண ஆசாரங்களின் படிதான் நடத்த வேண்டும் என்றான். பிரமாத கலகங்கள் விளைந்து, நானூறு மத்தியஸ்தங்கள் நடந்த பிறகு, மசானத்தில் அவன் தனதிஷ்டப்படி கிரியைகள் முடித்த பின்பு நான் எனது கொள்கைப்படி பிரம்ம ஸமாஜ குரு ஒருவரை வைத்துக் கொண்டு கிரியைகள் செய்தேன். இதுவெல்லாம் எனது மாமா ராவ் பகதூர் சுந்தரராஜுலு நாயுடுக்கு என் மீது மிகுந்த கெட்ட எண்ணம் உண்டாகும்படி செய்துவிட்டது. ஆதலால், விவாகம் தடைப்பட்டுக் கொண்டே வந்தது. ஆனால், இறுதிவரை, என்னை எப்படியேனும்

சீர்திருத்தி, எனக்கே தனது மகளைப் பாணிக்கிரஹணம் செய்து கொடுக்க வேண்டும் என்பது அவருடைய இச்சை.

வஸந்தகாலம் நிலாப்பொழுது, நள்ளிரவு நேரம். புரசைவாக்கம் முழுமையும் நித்திரையிலிருந்தது. விழித்திருந்த ஜீவன்கள் இரண்டே ஒன்று நான்; மற்றொன்று அவள். இன்பமான காற்று வீசிக் கொண்டிருந்தது. மேல் மாடத்தில், மீனாம்பாளுடைய அறையிலிருந்து, முறைப்படி வீணைத் தொனி கேட்டது. ஆனால், வழக்கப்படி குறட்டை கேட்கவில்லை. ராவ் பகதூர் குறட்டை மாமா ஊரிலில்லை. வெளியே ஒரு கிராமத்துக்குப் போயிருந்தார். நான் நிலா முற்றத்தில் எனது கட்டிலின் மீது உட்கார்ந்து கொண்டிருந்தேன். என் உள்ளத்திலோ, இரண்டு எரிமலைகள் ஒன்றையொன்று சீறி யெதிர்த்துப் போர் செய்து கொண்டிருந்தன. இவற்றுள்ளே, ஒன்று காதல்: மற்றொன்று - பின்பு தெரியவரும். வீணைத்தொனி திடீரென்று நின்றது. சிறிது நேரத்தில், எனது பின்புறத்தில் ஒரு ஆள் வந்து நிற்பது உணர்ந்து, திரும்பிப் பார்த்தேன், மீனாம்பாள்!

இப்பொழுதுதான் நாங்கள் புதிதாகத் தனியிடத்திலே சந்தித்திருக்கிறோமென்றும், அதனால் இங்கு நீண்டதோர் காதல் வர்ணனை எழுதப்படுமென்றும் படிப்பவர்கள் எதிர்பார்க்க வேண்டாம். இவ்விதமாக நாங்களிருவரும் பலமுறை சந்தித்திருக்கிறோம். மீனாம்பாள் மஞ்சத்தின் மீது உட்கார்ந்தாள்.

'மீனா! இன்று உன்னிடத்திலே ஒரு விசேஷம் சொல்லப் போகிறேன்' என்றேன். 'எனக்கு அது இன்னதென்று ஏற்கெனவே தெரியும்' என்றாள்.

'என்னது? சொல்லு'

'நீ பிரம்மச்சரிய சங்கற்பம் செய்து கொள்ளப்போகிறாய் என்ற விசேஷம்'

'ஏன்? ஏதற்கு? எப்படி? உனக்கு யார் சொன்னார்கள்?" என்று கேட்டேன்.

'வந்தே மாதரம்' என்றாள்.

மீனாம்பாளுடைய அறிவுக் கூர்மை எனக்கு முன்னமே தெரியும். ஆதலால், அவள் சொல்லியதிலிருந்து அதிக வியப்புண்டாகவில்லை.

அதன்பின், நான் அவளிடம் பின்வருமாறு கூறலாயினேன்:- ‘ ஆம், பாரத தேசத்தை இப்போது பிரம்மசாரிகளே ரக்ஷிக்க வேண்டும். மிக உயர்ந்திருந்த நாடு மிகவும் இழிந்து போய்விட்டது. இமயமலையிருந்த இடத்தில் முட்செடிகளும் விஷப்பூச்சிகளும் நிறைந்த ஒரு பாழுங் காடு இருப்பதுபோல் ஆய்விட்டது. அர்ஜுனன் வாழ்ந்த மாளிகையில் வௌவால்கள் தொங்குவது போலிருக்கிறது. இதைப் பிரம்மசாரிகளே காப்பாற்ற வேண்டும். பொப்பிலி ராஜாவின் மகனாக வேணும் ராஜா ஸர் ஸவலை ராமசாமி முதலியார் மகனாக வேணும் பிறவாமல் நம் போன்ற சாதாரண குடும்பங்களிலே பிறந்தவர்கள் விவாகம் செய்து கொண்டால், இந்தப் பஞ்ச நாட்டில் அவர்களுக்கு மூச்சு முட்டிப் போகிறது. குருவியின் தலையிலே பனங்காயை வைப்பதுபோல, இந்த நரிக் கூட்டத்திலுள்ள ஒரு வாலிபன் தலையிலே ஒரு குடும்ப பாரத்தைச் சுமத்தும்போது, அவனுக்குக் கண் பிதுங்கிக் போய்விடுகிறது. அவனவனுடைய அற்பக் காரியங்கள் முடிவு பெறுவதே பகீரத ப்ரயத்தனம் ஆய்விடுகிறது. தேச காரியங்களை இவர்கள் எப்படிக் கருதுவார்கள்? பிரம்மசாரிகள் வேண்டாம்; ஆத்ம ஞானிகள் வேண்டும்; தம்பொருட்டு உலக சுகங்களை விரும்பாத தீரர்கள் வேண்டும். இந்த சுதேசீயம் கேவலம் ஒரு லௌகிக காரியமன்று. இது ஒரு தர்மம். இதில் பிரவேசிப்பவர்களுக்கு வீர்யம், தேஜஸ், கர்ம யோகித் தன்மை முதலிய அரிய குணங்கள் வேண்டும். நான் பிரம்மசாரிய விரதத்தைக் கைக்கொள்ளலாமென்று நினைத்திருக்கிறேன். ஆனால் -‘

மீனா:- ‘ஆனால், நான் அதற்கு ஒரு சனியாக வந்து குறுக்கிட்டிருக்கிறேன் என்று சொல்லுகிறாய்’

‘பார்த்தாயா, பார்த்தாயா! என்ன வார்த்தை பேசுகிறாய்? நான் சொல்ல வந்ததைக் கேள். எனது புதிய சங்கற்பம் ஏற்படு முன்னதாகவே, என் உயிரை உனக்கு அர்ப்பணம் செய்துவிட்டேன். இப்போது எனது உயிருக்கு வேறொரு கடமை ஏற்பட்டிருக்கிறது.

அவ்விஷயத்தில் உனது கட்டளையை எதிர்பார்த்திருக்கிறேன்’ என்றேன். அவள் ஏதோ மறுமொழி சொல்லப் போனாள். அதற்குள் வாயிற்புறத்தில் ஒரு வண்டி வந்து நிற்கும் சப்தம் கேட்டது.

'நாயன்னா வந்துவிட்டார். நான் போகிறேன்' என்று சொல்லி ஒரு முத்தத்துடன் பிரிந்தாள்.

குறட்டை நாயுடு கதவை உடைத்து, உள்ளிருக்கும் குறட்டைகளையெல்லாம் எழுப்பி, மேலே வந்து படுத்து அரை நாழிகைக்கெல்லாம் தமது தொழிலை ஆரம்பித்துவிட்டார். இரண்டு ஜீவன்கள் அன்றிரவு முழுதும் விழித்திருந்தன. ஒன்று நான்; அவள் மற்றொன்று.

அத்தியாயம் - 2

மேல் அத்தியாயத்தின் இறுதியில் குறிக்கப்பட்ட செய்தி நிகழ்ந்ததற்கு அப்பால், சில மாதங்கள் கழிந்து போயின. இதற்கிடையே எங்களுடைய விவகாரத்திற் பல மாறுபாடுகள் உண்டாயிருந்தன. 'வந்தேமாதரம்' மார்க்கத்தில் நான் பற்றுடையவன் என்பதை அறிந்த ராவ் பகதூர் எனக்குத் தமது கன்னிகையை மணஞ்செய்து கொடுப்பது என்ற சிந்தனையை அறவே ஒழித்துவிட்டார். சில மாதங்களாக, அவர் தமது சாச்வத வாஸஸ்தானமாகிய தஞ்சாவூரிலிருந்து புரசைவாக்கத்துக்கு வருவதை முழுவதும் நிறுத்திவிட்டார். இதனிடையே, மீனாம்பாளுக்கு வேறு வரன்கள் தேடிக் கொண்டிருந்ததாகவும் பிரஸ்தாபம் ஏற்பட்டது. அவளிடமிருந்தும் யாதொரு கடிதமும் வரவில்லை. ஒருவேளை முழுவதும் மறந்து போய் விட்டாளா? பெண்களே வஞ்சனையின் வடிவம் என்று சொல்லுகிறார்களே, அது மெய்தானா? "பெண்ணெனப்படுவகேண்மோ... உள்நிறைவுடைய வல்ல, ஓராயிர மனத்தவாகும்" என்று நான் சீவக சிந்தாமணியிலே படித்தபோது, அதை எழுதியவர் மீனாம்பாளைப் போன்ற ஸ்திரீயைக் கண்டு அவளுடைய காதலுக்குப் பாத்திரமாகும் பாக்கியம் பெறவில்லை போலும் என்று நினைத்தேனே. இப்போது, அந்த ஆசிரியருடைய கொள்கை தான் மெய்யாகி விட்டதா? நான் இளமைக்குரிய அறிவின்மையால், அத்தனை பெருமை வாய்ந்த ஆசிரியரது கொள்கையைப் பிழையென்று கருதினேன் போலும்!

'அடா மூடா! உனக்கு ஏன் இதில் இவ்வளவு வருத்தம்? நீயோ பிரம்மசரிய விரதத்திலே ஆயுளைக் கழிக்க வேண்டும் என்ற எண்ணத்தை நாள்தோறும் மேன்மேலும் வளர்த்து வருகின்றாய்? மீனா மற்றொருவனை மணஞ்செய்து கொண்டால் உனக்கு எளிதுதானே? நீயோ வேறொரு

பெண் மீது இவ்வாழ்க்கையில் மையல் கொள்ளப் போவதில்லை. இவளொருத்தி தான் உனது விரதத்திற்கு இடையூறாக இருந்தாள். இவளும் வேறொருவனை மணஞ்செய்து கொண்டு அவன் மனைவியாய் விடுவாளாயின், உனது விரதம் நிர்விக்கினமாக ஈசனன்றோ உனக்கு இங்ஙனம் நன்மையைக் கொண்டு விடுகிறான்? இதில் 'ஏன் வருத்தமடைய வேண்டும்?' என்று சில சமயங்களில் என்னுள்ளம் தனக்குத்தானே நன்மதி புகட்டும்.

மீண்டும், வேறொரு விதமான சிந்தை தோன்றும்:- "அவள் நம்மை மறந்திருக்கவே மாட்டாள். மாமா சொற்படி கேட்டு அவள் வேறொருவனை மணஞ்செய்து கொள்ளவே மாட்டாள். எனது பிராணனோடு ஒன்றுபட்டவளாதலால், எனது நெஞ்சத்திலே ஜீவிக்கும் தர்மத்தில் தானும் ஈடுபட்டவளாகி அந்தத் தர்மத்திற்கு இடையூறு உண்டாகும் என்று அஞ்சி எனக்கு ஒன்றும் எழுதாமலிருக்கிறாள். ஆமடி, மீனா! உன்னை நான் அறியேனா? எது வரினும் நீ என்னை மறப்பாயா? அந்தக் கண்கள் 'உன்னை மறக்கவே மாட்டேன்' என்று எத்தனை முறை என்னிடம் பிரமாணம் செய்து கொடுத்திருக்கின்றன! அந்தக் கண்கள்! அந்தக் கண்கள்! ஐயோ, இப்பொழுதுகூட என் முன்னே நிற்கின்றனவே! அவை பொய் சொல்லுமா?"

அப்பால் ஓர் உள்ளம்..."அடா!நல்ல துறவடா உன் துறவு! நல்ல பக்தியடா உன் பக்தி! நல்ல தர்மம்! நல்ல சிரத்தை! ஆரிய நாட்டை உத்தாரணம் செய்வதற்கு இப்படியன்றோ பிள்ளைகள் வேண்டும்? பீஷ்மர் வாழ்ந்திருந்த தேசமல்லவா? இப்பொழுது அதற்கு உன்னைப் போன்றவர்கள் இருந்து ஒளி கொடுக்கிறார்கள்! சீச்சி! நாய் மனமே! அமிருத வெள்ளத்தை விட்டு வெறும் எலும்பைத் தேடிப் போகிறாயா? லோகோத்தாரணம் பெரிதா, உமது புலனின்பம் பெரிதா? தர்ம சேவை பெரிதா, ஸ்தீரி சேவை பெரிதா? எதனைக் கைக்கொள்ளப் போகிறாய்? சொல்லடா சொல்!"

பிறகு வேறொரு சிந்தனை:- "எப்படியும் அவளிடமிருந்து ஓர் உறுதி கிடைத்தால், அதுவே நமக்குப் பெரியதோர் பலமாயிருக்கும். 'நீ தர்ம பரிபாலனம் செய். என் பொருட்டாகத் தர்மத்தைக் கைவிடாதே. நான் மரணம் வரை உன்னையே மானஸிகத் தலைவனாகக் கொண்டு நோன்புகள் இழைத்துக் காலம் கழிப்பேன். ஸ்வர்க்கத்திலே நாம்

இருவரும் சேர்ந்து வாழலாம்' என்று அவள் உறுதி தருவாளானால், இந்த ஜன்மத்தில் ஜீவ்யம் வெகு சுலபமாய் இருக்கும்".

அப்பால்:- "ஒரேடியாக, இவளுக்கு இன்னொருவனுடன் விவாகம் நடந்து முடிந்துவிட்டது என்று செய்தி வருமானால், கவலைவிட்டிருக்கும். பிறகு, இகத்தொடர் ஒன்றுமேயில்லாமல், தர்ம சேவையே தொழிலாக நின்று விடலாம்".

பின் மற்றொரு சிந்தை:- "ஆ! அப்படி ஒரு செய்தி வருமானால் பின்பு உயிர் தரித்திருப்பதே அரிதாய்விடும். அவளுடைய அன்பு மாறிவிட்டது என்று தெரிந்தபின் இவ்வுலக வாழ்க்கையுண்டா?"

அப்பால் பிறிதொரு சிந்தை:- "அவள் அன்பு! மாதங்களுக்கு அன்பு என்றதோர் நிலையும் உண்டா? வஞ்சனை, கோபம் இரண்டையும் திரட்டிப் பிரம்மன் ஸ்திரீகளைப் படைத்தான்.

இப்படி ஆயிரவிதமான சிந்தனைகள் மாறி மாறித் தோன்றி எனது அறிவைக் கலக்கின. ஆன்ம வுறுதியில்லாதவனுடைய உள்ளம் குழம்பியதோர் கடலுக்கு ஒப்பாகும். இதனைப் படிக்கின்றவர், ஒரு கணம் சாக்ஷி போல் நின்று தமது உள்ளத்தினிடையே நிகழும் புரட்சிகளையும் கலக்கங்களையும் பார்ப்பாராயின், மிகுந்த வியப்பு உண்டாகும். மனித வாழ்க்கையிலே இத்தனை திகைப்புகள் ஏன் உண்டாகின்றன?

"மறப்பும் நினைப்புமாய் நின்ற வஞ்ச மாயா மனத்தால் வளர்ந்தது தோழி".

இவ்வாறிருக்கையில் ஒரு நாள் திடீரென்று எனது கையில் மீனாம்பாளின் கடிதமொன்று கிடைத்தது. அதனை இங்குத் தருகின்றேன். அதைப் படித்துப் பார்த்தபொழுது என்னுள்ளம் என்ன பாடுபட்டிருக்கும் என்பதை நீங்களே யோசித்துக் கொள்ளுங்கள்.

ஓம்
உடையாய்,
தஞ்சாவூர்

இக்கடிதம் எழுதத் தொடங்கும் போதே எனது நெஞ்சு பதறுகிறது. எனக்கு எப்படி எழுதுகிறது என்று தெரியவில்லை. ஐயோ, இது

என்னுடைய கடைசிக் கடிதம்! உன் முகத்தை நான் இனி இவ்வுலகத்தில் பார்க்கப் போவதில்லை.

'நாயன்னா' வருகிற தை மாதம் என்னை இவ்வூரில் புதிய இன்ஸ்பெக்டராக வந்திருக்கும் மன்னார் என்பவனுக்குப் பலியிட வேண்டுமென்று நிச்சயம் செய்துவிட்டார். கலியாணத்துக்கு வேண்டிய சாமக்கிரியைகளெல்லாம் தயாராகின்றன. உனது பெயரைக் கேட்டால், வேட்டை நாய் விழுவது போல் விழுந்து, காதால் கேட்க முடியாத கெட்ட வார்த்தைகள் சொல்லி நிந்திக்கிறார். நான் தப்பியோடி விடுவேன் என்று நினைத்து என்னை வெளியேறாதபடி காவல் செய்து வைத்திருக்கிறார். நீ ஒரு வேளை இச்செய்தி கேட்டு அங்கு வருவாய் என்று கருதி, நீ வந்தால் வீட்டுக்கு வரமுடியாமல் செய்ய, இவரும் மன்னரென்பவனும் சேர்ந்து நீசத்தனமாக ஏற்பாடுகளும் செய்து வைத்திருக்கிறார்கள். அவன் 'நாயன்னா'வின் பணத்தின் மீது கண் வைத்து, இந்த விவாகத்தில் ஆசை மூண்டிருக்கிறேன். என்னுள்ளத்திலே அவனிடம் மிகுந்த பகைமையும், அருவருப்பும் உள்ளனவென்றும், இப்படிப்பட்ட பெண்ணைப் பலவந்தமாகத் தாலி கட்டினால் அவனுக்கு வாழ்நாள் முழுதும் துக்கமிருக்குமேயல்லாது சுகமிருக்காது என்றும் சொல்லியனுப்பினேன். அதற்கு அந்த மிருகம், "எனக்கு அவளுடைய உள்ளத்தைப் பற்றி லக்ஷ்யமில்லை. அதைப் பின்னிட்டுக் சரிப்படுத்திக் கொள்வேன். முதலாவது, பணம் என் கையில் வந்து சேர்ந்தால், பிறகு அவள் ஓடிப்போய் அந்த ஜெயிலுக்குப் போகிற பயலுடன் சேர்ந்து கெட்டுத் திரிந்துவிட்டுப் பிறகு சமுத்திரத்தில் விழுந்து சாகாட்டும்" என்று மறுமொழி கொடுத்தனுப்பி விட்டது.

அநேக தினங்களாக எனக்கு இரவில் நித்திரை என்பதே கிடையாது. நேற்றிரவு படுக்கையின் மீது கண் மூடாமல் படுத்துப் புரண்டு கொண்டிருந்தேன். அப்போது கனவு போன்ற ஒரு தோற்ற முண்டாயிற்று. தூக்கமில்லாத போது, கனவு எப்படி வரும்? அஃது கனவுமில்லை, நினைவுமில்லை: ஏதோ ஒரு வகையான காட்சி. அதில் அதிபயங்கரமான ரூபத்துடன், இரத்தம் போன்ற சிவந்த விழிகளும் கரியமேகம் போன்ற மேனியும், வெட்டுண்ட தலைகளின் மாலையும் கையில் சூலமுமாகக் காளிதேவி வந்து தோன்றினாள். நான் நடுங்கிப் போய், 'மாதா என்னைக் காத்தருள் செய்யவேண்டும்' என்று கூறி வணங்கினேன். உடனே, திடீரென்று அவளுடைய உருவம் மிக அழகியதாக மாறுபட்டது. அந்த

ஸௌந்தர்யத்தை என்னால் வருணிக்க முடியாது. அவளுடைய திருமுடியைச் சூழ்ந்து கோடி சூரியப் பிரகாசம் போன்ற தேஜோ மண்டலம் காணப்பட்டது. கண்கள் அருள்மழை பொழிந்தன. அப்போது தேவி எனக்கு அபயப் பிரதானம் புரிந்து பின்வருமாறு சொல்லலாயினள்:- “குழந்தாய், உனது அத்தான் கோவிந்தராஜனை எனது சேவையின் பொருட்டாக எடுத்துக் கொள்ளப்போகிறேன். உனக்கு இம்மையில் அவனைப் பெற முடியாது. நீ பிறனுக்கு மனைவியாகவும் மாட்டாய். உனக்கு இவ்வுலகத்தில் இனி எவ்வித வாழ்வுமில்லை. உங்கள் வீட்டுக் கொல்லையில், வடமேற்கு மூலையில், தனியாக ஒரு பச்சிலை படர்ந்திருக்கக் காண்பாய். நாளைக் காலை ஸ்நானம் செய்து பூஜை முடிந்தவுடனே அதில் இரண்டு இலைகளை எடுத்துத் தின்றுவிடு. தவறாதே! மேற்கண்டவாறு கட்டளை கொடுத்துவிட்டுப் பராசக்தி மறைந்து போயினாள்.

காலையில் எழுந்து அந்தப் பச்சிலையைப் பார்க்கப் போனேன். வானத்திலிருந்து ஒரு காகம் இறங்கிற்று. அது அந்தப் பச்சிலையைக் கொத்தி உடனே தரையில் மாண்டு விழக் கண்டேன். தேவியின் கருத்தை அறிந்து கொண்டேன். இன்று பகல் பத்து நாழிகைக்கு, அந்த இலைகளை நான் தின்று பரலோகம் சென்று விடுவேன். நின் வரவை எதிர்பார்த்து அங்கும் கன்னிகையாகவேயிருப்பேன். நீ உனது தர்மங்களை நேரே நிறைவேற்றி மாதாவுக்குத் திருப்தி செய்வித்த பிறகு அவள் உன்னை நான் இருக்குமிடம் கொண்டு சேர்ப்பாள். போய் வருகிறேன். ராஜா! ராஜா! என்னை மறக்காதே. வந்தே மாதரம்.

இக்கடிதத்தைப் படித்துப் பார்த்தவுடன் மூர்ச்சைப் போட்டு விழுந்துவிட்டேன்.

அத்தியாயம் -3

மீனாம்பாளுடைய ‘மரண ஓலை’ கிடைத்ததின் பிறகு இரண்டு வருஷங்கள் கழிந்துவிட்டன. இதனிடைய எனக்கு நிகழ்ந்த அனுபவங்களையெல்லாம் விஸ்தாரப்படுத்திக் கொண்டு போனால் பெரிய புராணமாக வளரும். சுருக்கமாகச் சொல்லுகிறேன். அந்த ஆற்றாமையால் வெளியேறிய நான் அப்படியே காஷாயம் தரித்துக் கொண்டு துறவியாக வடநாட்டிலே ஸஞ்சாரம் செய்து வந்தேன். ‘வந்தே மாதர’ தர்மத்தை மட்டிலும் மறக்கவில்லை. ஆனால் என்னைச் சர்க்கார் அதிகாரிகள்

பிடித்துச் சிறையிடும்படியான முயற்சிகளிலே நான் கலங்கவுமில்லை: ஜனங்களுக்குள் ஒற்றுமையும் பலமும் ஏற்படுத்தினால், ஸ்வதந்திரம் தானே சித்தியாகும் என்பது என்னுடைய கொள்கை. காரணத்தை விட்டுப் பயனைச் சீறுவதில் என் மனங் குவியவில்லை. அங்கங்கே சிலச் சில பிரசாரங்கள் செய்ததுண்டு. இதுபற்றி, சில இடங்களில் என்னைப் போலீஸார் தொடரத் தலைப்பாட்டார்கள். இதனால், நான் ஜனங்களிடையே நன்றாகக் கலந்து நன்மைகள் செய்து கொண்டு போக முடியாதபடி பல தடைகள் ஏற்பட்டன. ஆகவே, எனது பிரசங்கங்களிலிருந்து எனது நோக்கத்திற்கு அனுகூலத்திலும் பிரதிகூலமே கேட்டு ஜனங்கள் மிகவும் வியப்படைவதையும் மற்றவர்களைக் காட்டிலும் எனக்கு அதிக உபசாரங்கள் செய்வதையும் கண்டு, உள்ளத்திலே கர்வம் உண்டாகத் தலைப்பட்டது.

'இயற்கையின் குணங்களிலிருந்து செய்கைகள் பிறக்கின்றன. மூடன் 'நான் செய்கின்றேன்' என்று கருதுகின்றான்'' என்ற பகவத்கீதை வாக்கியத்தை அடிக்கடி மனனஞ் செய்து கொண்டேன். இந்த வீண் கர்வம், நாளுக்கு நாள் மிகுதியடைந்து என்னை விழுங்கி, யாதொரு காரியத்திற்கும் பயன்படாமற் செய்துவிடுமோ என்ற அச்சம் உண்டாயிற்று. வெளிக்குத் தெரியாமல் எவருடைய மதிப்பையும்; ஸன்மானத்தையும் எதிர்பார்க்காமல் ஸாதாரணத் தொண்டு இழைப்பதற்கு என்னை மாயா வைத்திருக்கிறாள் என்பதை அறிந்து கொண்டேன். எனவே, பிரசங்கக் கூட்டங்களில் சேர்வதை நிறுத்திவிட்டேன். சில தினங்களுக்கு அப்பால், எனக்குப் போலீஸ் சேவகர்கள் செய்யும் உபசாரங்களும் நின்று போய்விட்டன. பாதசாரியாகவே பல இடங்களிற் சுற்றிவிட்டு, பலப்பல தொழில்கள் செய்துகொண்டு லாஹூர் நகரத்துக்குப் போய்ச் சேர்ந்தேன்.

அங்கே லாலா லஜபதிராய் போன்ற பலரைப் பார்க்க வேண்டுமென்ற இச்சை ஜனித்தது. அவரைப் போய்க் கண்டதில், அவர் என்னிடம் நம்பிக்கை கொண்டவராகி, கோசல நாட்டுப் பிரதேசங்களில் கொடிய பஞ்சம் பரவியிருக்கிறதென்றும், பஞ்சத்திற் கஷ்டப்படும் ஜனங்களுக்குச் சோறு துணி கொடுக்க வேண்டுமென்ற கருத்துடன் தாம் நிதிகள் சேர்த்து வருவதாகவும், பல வாலிபர்கள் தம்மிடமிருந்து திரவியம் கொண்டு போய்ப் பஞ்சமுள்ள ஸ்தலங்களில் இருந்து உழைத்து வருவதாகவும் தெரிவித்துவிட்டு, 'நீரும் போய் இவ்விஷயத்தில் வேலை செய்யக் கூடாதா?' என்று கேட்டார்.

ஆ! ராமச்சந்திரன் அரசு செலுத்திய நாடு! வால்மீகி முனிவர் புகழ்ந்து போற்றிய நாடு! அங்கு, ஜனங்கள் துணியும் சோறுமில்லாமல், பதினாயிரக் கணக்காகத் தவிக்கிறார்கள்! அவர்களுக்கு உதவி செய்யப் போவாயா என்று என்னைக் கேட்கவும் வேண்டுமா? அவர்களெல்லோரும் எனக்குத் தெய்வங்களல்லவா? அவர்களுக்கு வேண்டியன செய்ய முடியாவிட்டால், இந்தச் சதையுடம்பை எதன் பொருட்டாகச் சுமக்கிறேன்? லாலாவிடம் அனுமதி பெற்றுக்கொண்டு போய்ச் சிறிது காலம் அந்தக் கடமையைச் செய்து கொண்டு வந்தேன். அங்குக் கண்ட காட்சிகளைப் பற்றி எழுத வேண்டுமா? எழுதுகிறேன். கவனி. தேவலோகத்தைப் பற்றிக் கேள்வியுற்றிருக்கிறாயா? சரி. நரகத்தைப் பற்றிக் கேள்வியுற்றிருக் கிறாயா? சரி. தேவலோகம் நரகலோகமாக மாறியிருந்தால் எப்படித் தோன்றுமோ, அப்படித் தோன்றியது, பகவான் ராமச்சந்திரன் ஆண்ட பூமி. நான் அங்கிருந்த கோரங்களையெல்லாம் உங்களிடம் விரித்துச் சொல்ல வேண்டும்? புண்ணிய பூமியைப் பற்றி இழிவுகள் சொல்வதினால் ஒருவேளை சிறிது பாவம் உண்டாகக் கூடும். அந்தப் பாவத்தைத் தவிர வேறென்ன பயன் கிடைக்கப் போகிறது? உன்னால் எனது தாய் நாட்டிற்கு என்ன பயன் கிடைக்கப் போகிறது? எழுந்திருந்து வா, பார்ப்போம். எத்தனை நாள் உறங்கி இப்படி அழியப் போகிறீர்களோ? அட பாப ஜாதியே, பாப ஜாதியே! இது நிற்க. ஓரிரண்டு மாதங்களுக்கு அப்பால், லாலா லஜபதிராய் எங்களுக்குக் கடிதம் எழுதி, இனி அந்த வேலை போதும் என்று கட்டளை பிறப்பித்துவிட்டார்.

கோசல நாட்டுப் பிரதேசங்களில் பஞ்சத்தின் சம்பந்தமாக நான் வேலை செய்த சில மாதங்களில், ஏற்கெனவே என் மனதில் நெடுங்காலமாக வேரூன்றியிருந்த ஒரு சிந்தனை பலங்கொண்டு வளரலாயிற்று. தணிந்த வகுப்பினரின் நன்மை தீமைகளிலே, நமது நாட்டில் உயர்ந்த வகுப்பினரென்று கூறப்படுவோர் எவ்வளவு தூரம் அசிரத்தையும், அன்னியத் தன்மையும் பாராட்டுகிறார்கள் என்பதை நோக்குமிடத்து எனது உள்ளத்தில் மிகுந்த தளர்ச்சி உண்டாயிற்று. தென்னாட்டைப் போலவே வடநாட்டிலும், கடைசி வகுப்பினர் என்பதாகச் சிலர் கருதப்படுகின்றனர். தென் நாட்டைப் போலவே வடநாட்டிலும், இந்த வகுப்பினர் பெரும்பாலும் விவசாயத் தொழிலையே கைக்கொண்டிருக்கிறார்கள். உழவுத்தொழில் உடைய இவர்கள் சாஸ்திரப்படி வைசியர்கள் ஆகவேண்டும். ஆனால், இவர்களிலே பலர்

மாட்டிறைச்சி தின்பது முதலிய அனுசாரங்கள் வைத்துக் கொண்டிருப்பதால், ஹிந்து ஜாதி இவர்களைத் தாழ்வாகக் கருதுகின்றது. ஹிந்து நாகரிகத்திலே, பசுமாடு மிகப் பிரதானமான வஸ்துக்களிலே ஒன்று. ஹிந்துக்களின் நாகரிகம் விவசாயத் தொழிலைப் பொறுத்து நிற்கின்றது. விவசாயத் தொழிலுக்குப் பசுவே ஜீவன். ஆதலால், ஹிந்துக்கள் புராதானக் கால முதலாகவே கோ மாம்ஸத்தை வர்ஜனம் செய்துவிட்டார்கள். ஒரு சிறு பகுதி மட்டும் வர்ஜனம் செய்யாதிருப்பது கண்டு, ஜாதிப் பொதுமை அப்பகுதியைத் தாழ்வாகக் கருதுகின்றது. இது முற்றிலும் நியாயம். ஆனால், பஞ்சம் நோய் முதலிய பொதுப்பகைவருக்கு முன்பு, நமது உயர்வு தாழ்வுகளை விரித்துக் கொண்டு நிற்பது மடமை. தாழ்ந்த ஜாதியாரை நாம் மிதமிஞ்சித் தாழ்த்தி விட்டோம். அதன் பயன்களை நாம் அனுபவிக்கிறோம். 'ஹிருதயமறிந்திடச் செய்திடுங் கர்மங்கள் இகழ்ந்து பிரிந்துபோமே?''

'முற்பகல் செய்யிற் பிற்பகல் விளையும்'. நாம் பள்ளர் பறையருக்குச் செய்வதையெல்லாம். நமக்கு அன்னிய நாடுகளில் பிறர் செய்கிறார்கள். நமது சிருங்கிரி சங்கராச்சாரியாரும், வானமாமலை ஜீயர் ஸ்வாமிகளும் நெட்டால், திரான்ஸ்வால் தேசங்களுக்குப் போவார்களானால், ஊருக்கு வெளியே சேரிகளில் வாசம் செய்ய வேண்டும். ஸாதாரண மனிதர்கள் நடக்கும் ரஸ்தாக்களில் நடக்கக்கூடாது. பிரத்யேகமாக விலகி நடக்க வேண்டும். பல்லக்குகள், வண்டிகள், இவற்றைப் பற்றி யோசனையே வேண்டியதில்லை. சுருக்கம்: நாம் நமக்குள்ளேயே ஒரு பகுதியாரை நீசர்களென்று பாவித்தோம்; இப்போது நம்மெல்லோரையும் உலகத்தார் மற்றெல்லார் நாட்டினரைக் காட்டிலும் இழிந்த நீசர்களாகக் கருதுகிறார்கள். நம்முள் ஒரு வகுப்பினரை நாம் தீண்டாத வகுப்பினர் என்று விலக்கினோம்: இப்போது வேத மார்க்கஸ்தர் மகம்மதியர் என்ற இரு பகுதிகொண்ட நமது ஹிந்து ஜாதி முழுதையுமே உலகம் தீண்டாத ஜாதி என்று கருதுகிறது. உலகத்தில் எல்லா ஜாதியாரிலும் வகுப்புக்கள் உண்டு. ஆனால் தீராத பிரிவுகள் ஏற்பட்டு ஜாதியைத் துர்பலப்படுத்திவிடுமானால், அதிலிருந்து நம்மைக் குறைவாக நடத்துதல் அன்னியர்களுக்கு எளிதாகிறது. 'ஊர் இரண்டுபட்டால் கூத்தாடிக்குக் கொண்டாட்டம்''.

1200 வருஷங்களுக்கு முன்பு, வடநாட்டிலிருந்து மகம்மதியார்கள் பஞ்சாப் நாட்டில் பிரவேசித்த போது நம்மவர்களின் இம்சை பொறுக்க

முடியாமல் வருந்திக் கொண்டிருந்த பள்ளர் பறையர் பேரிகை கொட்டி, மணிகள் அடித்துக் கொண்டு போய் எதிரிகளுக்கு நல்வரவு கூறி அவர்களுடன் கலந்து கொண்டதாக இதிஹாஸம் சொல்லுகின்றது. அப்போது நமது ஜாதியைப் பிடித்த நோய் இன்னும் தீராமலிருக்கிறது. பஞ்சத்தில் பெரும்பாலும் பள் பறை வகுப்பினரே மடிந்து போகிறார்கள். இதைப் பற்றி மேற்குலத்தார்கள் வேண்டிய அளவு சிரத்தை செலுத்தாமலிருக்கின்றனர். எங்கிருந்தோ வந்த ஆங்கிலேயப் பாதிரிகள் பஞ்சம் பற்றிய ஜனங்களுக்குப் பலவித உதவிகள் செய்து, நூற்றுக்கணக்கான மனிதர்களையும், முக்கியமாக-திக்கற்ற குழந்தைகளையும், கிறிஸ்து மதத்திலே சேர்த்துக் கொள்ளுகிறார்கள். ஹிந்து ஜனங்களின் தொகை வருஷந்தோறும் அதிபயங்காரமாகக் குறைந்து கொண்டு வருகிறது. மடாதிபதிகளும், ஸந்நிதானங்களும் தமது தொந்தி வளர்வதை ஞானம் வளர்வதாகக் கொண்டு ஆனந்த மடைந்து வருகின்றனர். ஹிந்து ஜனங்கள்! ஹிந்து ஜனங்கள்! நமது இரத்தம், நமது சதை, நமது எலும்பு, நமது உயிர்-ஹிந்துஸ்தானத்து ஜனங்கள் - ஏனென்று கேட்பாரில்லாமல் பசிப்பிணியால் மாய்ந்து போகின்றனர்.

கோ மாமிசம் உண்ணாதபடி அவர்களைப் பரிசுத்தப்படுத்தி அவர்களை நமது ஸமூகத்திலே சேர்த்து அவர்களுக்குக் கல்யுந்த தர்மமுந் தெய்வமும் கொடுத்து நாமே ஆதரிக்க வேண்டும். இல்லாவிட்டால், அவர்களெல்லோரும் நமக்குப் பரிபூர்ண விரோதிகளாக மாறி விடுவார்கள். இந்த விஷயத்திலே எனது சிறிய சக்திக்கு இயன்றவரை முயற்சிகள் செய்ய வேண்டும் என்ற அவா எனது உள்ளத்தில் வளரலாயிற்று. வங்க நாட்டில் அசுவினி குமார தத்தர் என்ற தேச பக்தர் ஒருவர் இருப்பதாகவும், அவர் இந்தப் பிரதேசங்களில் ‘நாம் சூத்திரர்’ (பெயர் மட்டில் சூத்திரர்) என்று கூறப்படும் பள்ளர்களை ஸமூக வரம்பினுள்ளே சேர்த்து உயர்வுபடுத்த முயற்சிகள் செய்வதாகவும் கேள்விப்பட்டேன். அவரைப் பார்க்க ஆசை உண்டாயிற்று.

அத்தியாயம் - 4

கல்கத்தாவுக்கு வந்து சில தினங்கள் இருந்துவிட்டு பாரிஸாலுக்குப் போய்ச் சேர்ந்தேன். அங்குப் போய், வழி விசாரணை செய்து கொண்டு அசுவினி குமார தத்தருடைய வீட்டுக்குப் போய்ச் சேர்ந்தேன். வீட்டு

வாயிலில் ஒரு வங்காளி பாபு நின்று கொண்டிருந்தார். அவரிடம் 'அசுவினி பாபு இருக்கிறாரா?' என்று கேட்டேன். "இல்லை நேற்றுத்தான் புறப்பட்டுக் காசிக்குப் போயிருக்கிறார்" என்றார். "அடடா?" என்ற சொல்லி திகைத்து நின்றேன். காஷாய உடையைக் கண்ட அந்த பாபு உபசார மொழிகள் கூறி உள்ளே அழைத்துப் போய், தாகசாந்தி செய்வித்து விட்டு. 'யார்' 'எவ்விடம்' என்பதையெல்லாம் விசாரணை செய்தார். நான் எனது விருத்தமெல்லாம் தெரிவித்து விட்டு, என் மனதிலிருந்த நோக்கத்தையும் சொன்னேன். "பாரும் பாபு, நம்மில் ஆறில் ஒரு பங்கு ஜனங்களை நாம் தீண்டாத ஜாதியாக வைத்திருப்போமானால் நமக்கு ஈசன் நல்ல கதி கொடுப்பாரா?" என்ற என் வாயிலிருந்து வாக்கியம் கேட்டவுடனே அவர் முகத்தில் மிகுந்த வருத்தம் புலப்பட்டது. முகத்தைப் பார்த்தால் கண்ணீர் ததும்பி விடும் போலிருந்தது. தீண்டாத வகுப்பினரின் நிலையைக் கருதித்தான் இவ்வளவு பரிதாபமடைகிறார் போலும் என்று நான் நினைத்து "ஐயா, உம்முடைய நெஞ்சுபோல் இன்னும் நூறு பேருடைய நெஞ்சு இருக்குமானால் நமது நாடு செம்மைப்பட்டுவிடும்" என்றேன்.

"ஸ்வாமி, தாங்கள் நினைக்கிறபடி, அத்தனை கருணையுடைய நெஞ்சம் எனக்கு இன்னும் மாதா அருள் புரியவில்லை. ஹீன ஜாதி யாரைக் காக்க வேண்டும் என்ற விஷயத்தில் எனக்குக் கொஞ்சம் சிரத்தையுண்டு என்பது மெய்யே. அசுவினி பாபுவுடன் நானும் மேற்படி வகுப்பினருக்கு நன்மை செய்வதில் சிறிது உழைத்திருக்கிறேன். ஆயினும், என் முகத்தில் தாங்கள் கவனித்த துக்கக் குறி நம்மில் ஆறிலொரு பங்கு ஜனங்கள் இப்படி அவலமாய் விட்டார்களே என்பதைக் கருதி ஏற்பட்டதன்று.

தாங்கள் சொன்ன வாக்கியம் சில தினங்களுக்கு முன்பு இங்கு வந்திருந்த ஒரு மந்த்ராஜி யம்மாளின் (மந்த்ராஜியம்மாள்' என்பது மரதராஸ் பிரதேசத்து ஸ்திரீ என்று பொருள்படும் 'மதராஸ்' என்பதற்கு வடநாட்டார் மந்த்ராஜ்' என்பார்கள்.) வாயிலிருந்து அடிக்கடி வெளிவரக் கேட்டிருக்கிறேன். தாம் அது சொன்னவுடனே எனக்கு அந்த அம்மாளின் நிலை ஞாபகம் வந்தது. அவளுடைய தற்கால ஸ்திதியை நினைத்து வருத்தமுண்டாயிற்று. அடடா! என்ன குணம்! என்ன வடிவம்! இவ்வளவு பாலியத்திலே நமது தேசத்தினிடம் என்ன அபரிமிதமான பக்தி!" என்று சொல்லித் திடுக்கென்று பேச்சை நிறுத்திவிட்டார். அப்பால் என் முகத்தை

ஓரிரண்டு தடவை நன்றாக உற்று நோக்கினார். அவருடைய பெயர் ஸதீச் சந்திர பாபு என்பதாக ஏற்கெனவே சொல்லியிருக்கிறார்.

'ஸதீச் பாபு, ஏன் இப்படிப் பார்க்கிறீர்?" என்று கேட்டேன்.

"ஸ்வாமீஜீ, ஷமித்துக் கொள்ளவேண்டும். நீங்கள் ஸந்யாஸீ, எந்தத் தேசத்தில் பிறந்தவரென்பதைக் கூட நான் இன்னும் தெரிந்து கொள்ளவில்லை. ஆயினும், உங்கள் முகத்தைப் பார்க்கும்பொழுது, அதில் எனக்கு அந்த யுவதியின் உருவம் கலந்திருப்பது போலத் தோன்றுகிறது. உங்களிருவருடைய முகமும் ஒன்று போலிருப்பதாக நான் சொல்லவில்லை. உங்கள் முகத்தில் எப்படியோ அவளுடைய சாயல் ஏறியிருப்பது போலத் தோன்றுகிறது" என்றார்.

மதராஸ் பக்கத்து யுவதியென்று அவர் சொன்னவுடனேயே என் மனதில் ஏதோ ஒரு விதமான பதைபதைப்பு உண்டாயிற்று. அதன் பின்னிட்டு, அவர் சொன்ன வார்த்தைகளைக் கேட்டவுடன், அந்தப் பதைபதைப்பு மிகுதியுற்றது. ஸந்யாஸி உடை தரித்து இருந்தேன். நெடுநாளாகத் துறவையே ஆதரித்து வந்திருக்கிறேன். வேஷத்திலென்னடா இருக்கிறது, கோவிந்தா, வேஷத்திலென்ன இருக்கிறது?

"மீனம்பா?-அட, போ! மீனாம்பாள் இறந்து போய் இரண்டு வருஷங்களுக்கு மேலாகிறதே?....ஐயோ, எனது கண்மணி என்ன கஷ்டத்துடன் இறந்தாள்?...." என்பதாக, ஒரு ஷணத்திலே மனப்பேய் ஆயிரம் விதமாகக் கூத்தாடிற்று.

'ஸதீச் பாபு! நானும் மதராஸ் பக்கத்திலே ஜனித்தவன்தான். நீர் சொல்லிய யுவதியைப் பற்றிக் கேட்கும்போது, எனக்குத் தெரிந்த மற்றொரு பந்துவைப் பற்றி ஞாபகம் வருகிறது. நீர் சொல்லிய பெண் யார்? அவள் பெயரென்ன? அவள் இப்போது எங்கே இருக்கிறாள்? அவள் இங்கே என்ன நோக்கத்துடன் வந்திருந்தாள்? அவளுடைய தற்கால ஸ்திதியைக் குறித்து உமக்கு வருத்தமுண்டாவதேன்? அவளுக்கு இப்போது என்ன கஷ்டம் நேரிட்டிருக்கிறது? எனக்கு எல்லாவற்றையும் விவரமாகத் தெரிவிக்க வேண்டும்" என்றேன்.

கதையை விரிக்கத் தொடங்கினார் ஸதீச் சந்திர பாபு. ஒவ்வொரு வாக்கியமும் என் உள்ளத்திலே செந்தீக் கனலும் இரும்புத் துண்டுகளை எறிவது போல விழுந்தது. அவர் சொல்லிய கதையினிடையே

என்னுள்ளத்தில் நிகழ்ந்தனவற்றையெல்லாம் இடையிட்டுக் கொண்டு போனால் படிப்பவர்களுக்கு விரஸமாயிருக்கும் என்று அஞ்சி, இங்கு அவர் சொல்லிய விஷயங்களை மட்டிலும் குறிப்பிடுகிறேன். என் மனத் ததும்புதல்களைப் படிப்பவர்கள் தாமே ஊகத்தாற் கண்டுகொள்ள வேண்டும். ஸதீச் பாபு சொல்லலாயினர்:-

“அந்த யுவதிக்குத் ‘தாஞ்சோர்’ அவள் பெயர் எனக்குத் தெரியாது. நாங்கள் எல்லோரும் அவளைத் ‘தீன மாதா’ என்று பெயர் சொல்லியழைப்போம். அவளுடைய உண்மைப் பெயர் அசுவினி பாபுவுக்கு மாத்திரந்தான் தெரியும். ஆனால், அந்தத் தேவியின் சரித்திரத்தை எங்களுக்கு அசுவினி பாபு அடிக்கடி சொல்லியிருக்கிறார். அதை உம்மிடம் சொல்லுகிறேன் கேளும். அவள் ஒரு போலீஸ் பென்ஷன் உத்தியோகஸ்தருடைய குமாரியாம். அவளது அத்தை மகனாகிய ஒரு மந்த்ராஜ் நகரத்து வாலிபனுக்கு அவளை விவாகம் செய்து கொடுக்க வேண்டுமென்று தீர்மானம் செய்யப்பட்டிருந்ததாம். அவ்வாலிபன் ‘வந்தே மாதரம்’ கூட்டத்திலே சேர்ந்து விட்டான். அதிலிருந்து, அவள் தகப்பன் அவளை வேறொரு போலீஸ் உத்தியோகஸ்தனுக்கு மணம் புரிவிக்க ஏற்பாடு செய்தான். கடைசித் தருணத்தில் அவள் கனவில் ஏதோ தெய்வத்தின் கட்டளை பெற்று ஒரு பச்சிலையைத் தின்று விடவே, அவளுக்குப் பயங்கரமான ஜ்வர நோய் கண்டு விவாகம் தடைப்பட்டுப் போய்விட்டது. அப்பால், தகப்பனாரும் இறந்து போய்விட்டார். இதனிடையே அவளுடைய காதலனாகிய மந்த்ராஜ் வாலிபன், என்ன காரணத்தாலோ, அவள் இறந்துவிட்டதாக எண்ணி, ஸந்யாஸம் வாங்கிக் கொண்டு வெளியேறி விட்டானாம்”-

‘ஏழை மனமே, வெடித்துப் போய்விடாதே, சற்றுப் பொறு என்று என்னால் கூடியவரை, அடக்கிப் பார்த்தேன். பொறுக்க முடியவில்லை. “ஐயோ, மீனா! மீனா!” என்று கூவினேன். பிறகு, “ஸதீச் பாபு, அவளுக்கு இப்போது என்ன கஷ்டம் நேரிட்டிருக்கிறது? சொல்லும், சொல்லும்” என்று நெரித்தேன்.

ஸதீச் சந்திரனுக்கு உளவு ஒருவாறு துலங்கி விட்டது. “இப்போது ஒன்றுமில்லை சௌக்கியமாகத் தானிருக்கிறாள்” என்றார்.

“இல்லையில்லை. என்னிடம் நீர் உண்மை பேசத் தயங்குகிறீர். உண்மை தெரிந்தால் நான் மிகத் துன்பப்படுவேன் என்று எண்ணி நீர்

மறைக்கிறீர். இதுவே என்னை நரக வேதனைக்கு உட்படுத்துகிறது. சொல்லிவிடும்'' என்று வற்புறுத்தினேன்.

மறுபடியும் ஸதீச் பாபு ஏதோ பொருளற்ற வார்த்தைகளைப் போட்டுக் குழப்பி எனக்கு ஸமாதான வசனம் சொல்லத் தலைப்பட்டார்.

''பாரத தேவியின் ஹிருதயத்தின் மீதும், பகவத்கீதையின் மீதும் ஆணையிட்டிருக்கிறேன். என்னிடம் உண்மையை ஒளியாம சொல்லும்'' என்றேன். இந்த ஸத்தியம் நவீன வங்காளத்தினரை எவ்வளவு தூரம் கட்டுப்படுத்தும் என்பது எனக்குத் தெரியும். இங்ஙனம் நான் ஆணையிட்டதிலிருந்து அவருக்குக் கொஞ்சம் கோபம் உண்டாயிற்று.

''போமையா, மூட ஸந்யாஸி. என்ன வார்த்தை சொல்லி விட்டீர்! இதோ, உண்மை தெரிவிக்கிறேன். கேட்டுக் கொள்ளும். அந்தப் பெண், இங்கு நாமசூத்திரர்களைப் பஞ்சத்திலிருந்து மீட்கப் பாடுபட்டதில், தீராத குளிர் ஜ்வரங் கண்டு, வைத்தியர்கள் சமீபத்தில் இறந்து விடுவாள் என்ற சொல்லிவிட்டனர். அதற்கு மேல் அவள் காசியில் போய் இறக்க விரும்பியது பற்றி, அசுவினி பாபு அவளைக் காசிக்கு அழைத்துச் சென்றிருக்கிறார். உண்மை சொல்லிவிட்டேன். போம்'' என்றார்.

''காசிக்கா?'

''ஆம்.''

''காசியில் எங்கே?''

''அஸீ கட்டத்தில்''

''அஸீ கட்டத்தில் எந்த இடம்?''

'ஆஸீக்குத் தெற்கே 'நர்வா' என்ற இடமிருக்கிறது அதில் பல தோட்டங்களும் பங்களாக்களும் உண்டு. அதில் தைப்பூர் மஹாராஜா பங்களாவில் 'அசுவினி பாபு இறங்கியிருக்கிறார்''

''ரயில் செலவுக்குப் பணம் கொடும்'' என்றேன். ஒரு பத்து ரூபாய் நோட்டை எடுத்து வீசியெறிந்தார். மானத்தைக் கண்டதார்! மரியாதையைக் கண்டதார்? அங்கிருந்து அந்தக் க்ஷணமே வெளியேறிவிட்டேன். வழியெல்லாம் தின்பதற்கு நெஞ்சத்தையும் அருந்துவதற்குக் கண்ணீரையும் கொண்டவனாய்க் காசிக்குப் போய்ச் சேர்ந்தேன்.

அத்தியாயம் - 5

காசியில் ஹனுமந்த கட்டத்திலே எனக்குத் தெரிந்தவர்கள் இருக்கிறார்கள். எனது நண்பர் ஒருவருடைய பந்துக்கள் அங்கு வாசஞ் செய்கின்றனர். இதைப் படிக்கும் தமிழர்கள் காசிக்குப் போயிருப்பதுண்டானால், நான் சொல்லப்போகிற இடம் அவர்களுக்குத் தெளிவாகத் தெரியும். தமிழர்களெல்லோரும் பெரும்பாலும் ஹனுமந்த கட்டத்திற்கே போய் இறங்குவதுண்டு. அங்குக் கீழ்மேற்சந்து ஒன்றிருக்கிறதல்லவா? அதில் கீழ் மேற்கு மூலையிலிருந்து மூன்றாம் வீடு. அந்த வீட்டிற்குச் சிவமடம் என்று பெயர். யாத்திரைக்காரர்கள் போய் இறங்கக்கூடிய வீடுகளைக் காசியிலே மடங்கள் என்கிறார்கள். சிவமடத்தில் போய் இறங்கி ஸ்நானம் செய்துவிட்டு, மடத்தார் கொடுத்த ஆகாரத்தை உண்டபிறகு, அப்பொழுதே அந்த மடத்துப் பிள்ளைகளில் ஒருவரைத் துணைக்கு அழைத்துக் கொண்டு நர்வா கட்டத்திற்குப் போனேன். அங்கே தைப்பூர் ராஜா பங்களா எது என்று விசாரித்து, பங்களாவிற்குப் போய்ச் சேரும் போது இரவு ஏழு மணியாகிவிட்டது. வாயிலில் ஒரு குதிரை வண்டி வந்து நின்றது. அந்த வண்டி புறப்படுந்தருவாயில் இருந்தது. வண்டியின்மேல் ஆங்கிலேய உடை தரித்த ஒரு வங்காளி உட்கார்ந்து கொண்டிருந்தார். வண்டிப் பக்கத்திலே ஒரு கிழவரும் வேறு சிலரும் நின்று கொண்டிருந்தார்கள். அசுவினி குமார தத்தரின் படத்தை நான் பல இடங்களில் பார்த்திருக்கிறபடியால், அந்தக் கிழவர் தான் அசுவினி பாபு என்று தெரிந்து கொண்டேன். நான் போனவுடனே அசுவினி பாபு பக்கத்திலிருந்த மனிதனை நோக்கி, "யாரோ ஒரு ஸந்யாஸி வந்திருக்கிறார். அவரைத் தாழ்வாரத்தில் போட்டிருந்த நாற்காலிகளில் நானும் என்னுடன் வந்திருந்த வாலிபனும் போய் உட்கார்ந்தோம். அசுவினி பாபுவும் வண்டிக்குள்ளிருந்தவரும் பேசியது என் செவியில் நன்றாக விழுந்தது.

அசுவினி பாபு:- "டாக்டர் ஸாஹப்! நேற்றைக் காட்டிலும் இன்று சிறிது குணப்பட்டிருப்பதாகவே எனக்குத் தோன்றுகிறது. தமது கருத்தென்ன?"

டாக்டர்:- "மிகவும் துர்ப்பல நிலையிலேதான் இருக்கிறாள். இன்னும் இருபத்து நான்கு மணி நேரம் இருப்பது கஷ்டம். அந்த நேரம் தப்பினால், பிறகு விபத்தில்லை" என்றார்.

காதில் விஷந்தடவிய தீயம்புபோல இந்த வார்த்தை கேட்டது: "மீனா! மீனா! மீனா!" என்று அலறினேன். வண்டி புறப்பட்டு விட்டது. அதற்குள் நான் என்னை மீறி அலறிய சத்தம் கேட்டு, அசுவினி பாபுவும் அவரைச் சேர்ந்தவர்களும் நான் இருந்த பாரிசமாக விரைந்து வந்தார்கள். அவர் வருதல் கண்டு, நான் மனதை ஒருவாறு தேற்றிக் கொண்டு எழுந்து நின்று வணங்கினேன். அவர், "ஸ்வாமிக்கு எவ்விடம்? இங்கு வந்த கருத்தென்ன? ஏன் சத்தம் போட்டீர்கள்?" என்று ஹிந்துஸ்தானி பாஷையிலே கேட்டார்.

"பாபு, நான் ஸந்யாஸியல்ல. நான் திருடன். நான் மஹாநிர்பாக்கியமுடைய பாவி. மீனாம்பாள் தம்மிடம் கோவிந்தராஜன் என்ற பெயர் சொல்லியிருப்பாளல்லவா? அந்தப் பாவி நான்தான்" என்றேன்.

உடனே அவர் என்னை மேன்மாடத்திலுள்ள ஒரு அறைக்குத் தனியாக அழைத்துச் சென்றார். அங்கு என்னை நோக்கி, "நேற்றெல்லாம் நான் உம்மை அடிக்கடி நினைத்துக் கொண்டிருந்தேன். நீர் இங்கு வரக்கூடும் என்ற சிந்தனை எனக்கு அடிக்கடி தோன்றிக் கொண்டிருந்தது" என்றார்.

பிறகு என்னிடம் "கிழக்கு முகமாகத் திரும்பி உட்காரும்" என்றார். அப்படியே உட்கார்ந்தேன். "கண்ணைக் மூடிக் கொள்ளும்" என்றார். இரண்டு கண்களையும் மூடிக் கொண்டேன். பிறகு எனது நெற்றியைக் கையாலே தடவி ஏதோ முணுமுணுத்துக் கொண்டிருந்தார்.

எனக்கு உறக்கம் வருவது போலிருந்தது. 'அடடா! இன்னும் மீனாம்பாளைப் பார்க்கவில்லை. எனது உயிரினுமினியாள் மரணாவஸ்தையிலிருக்கிறாள். அவளைப் பார்க்கும் முன்பாக உறக்கம் வருகிறதே! இவர் என்னை ஏதோ மாயமந்திரத்துக்கு உட்படுத்துகிறார்.

எனது பிராண ரத்தினத்தைப் பார்க்காதபடி கெடுத்துவிட முயலுகிறார். இந்த மாயைக்கு உட்படலாகாது. கண் விழித்து எழுந்து நின்று விடவேண்டும்" என்று சங்கற்பம் செய்து கொண்டு, எழுந்து நிற்க முயன்றேன். "ஹூம்" என்றொரு சத்தம் கேட்டது! விழித்து விழித்துப் பார்க்கிறேன். கண்ணைத் திறக்க முடியவில்லை. மயக்கம்மேன் மேலும் அதிகப்பட்டது. அப்படியே உறங்கி விழுந்துவிட்டேன்.

விழித்த பிறகு நான் இரண்டு நாள் உறங்கிக் கிடந்ததாகத் தெரிந்தது. பக்கத்திலிருந்து ஒரு சேவகன் சொன்னான். "மீனா எங்கே? மீனா சௌக்கியமாயிருக்கிறாளா?" என்று அந்தச் சேவகனிடம் கேட்டேன். "எனக்கு ஒன்றுமே தெரியாது" என்று மறுமொழி கூறினான்.

சாதாரணமாக எப்போதும் போல இருந்தேனாயின், அந்தச் சேவகனை உதைத்துத் தள்ளி, இடையே வந்தவர்களையெல்லாம் வீழ்த்திவிட்டு மீனாளிருக்குமிடம் ஓடிப்போய்ப் பார்த்திருப்பேன்.

ஆனால் இந்த நேரம் என்னுடலில் மிகுந்த அயர்வும், உள்ளத்தில் மிகுந்த தெளிவும், அமைதியும் ஏற்பட்டிருந்தன. மனதிலிருந்த ஜ்வரமும் நீங்கிப் போயிருந்தது. 'பாரிஸால் கிழவன்' செய்த சூது என்று தெரிந்து கொண்டேன். அரை நாழிகைக்கெல்லாம், அசுவினி பாபு, தாமே நானிருந்த அறைக்குள் வந்து, என் எதிரே ஒரு நாற்காலியின் மீது வீற்றிருந்தார். என்னை அறியாமல், எனது இரண்டு கைகளும் அவருக்கு அஞ்சலி புரிந்தன.

"ஓம்" என்று கூறி ஆசீர்வாதம் செய்தார். "பால ஸந்யாஸி கபட ஸந்யாஸி, அர்ஜுன் ஸந்யாசி, உன்பக்கம் சீட்டு விழுந்தது" என்றார். மீனா பிழைத்துவிட்டாள் என்று தெரிந்து கொண்டேன்.

"முற்றிலும் சௌக்கியமாய் விட்டதா?" என்று கேட்டேன்.

"பூரணமாக சௌக்கியமாய் விட்டது. இன்னும் ஓரைம்பைது வருஷத்திற்குச் சமுத்திரத்திலே தள்ளினாலும் அவளுக்கு எவ்விதமான தீங்கும் வரமாட்டாது" என்றார்.

"அப்படியானல் நான் போகிறேன், அவள் இறந்து போகப் போகிறாள் என்ற எண்ணத்தினாலே தான் என் விரதத்தைக் கூட மறந்து, அவளைப் பார்ப்பதற்காகப் பறந்தோடி வந்தேன். இனி, அவளைப் பார்த்து அவளுடனிருக்க வேண்டும் என்ற எண்ணம் எனக்கில்லை. நான் போய் வருகிறேன்" என்று சொன்னேன்.

அசுவினி பாபு கடகடவென்று சிரித்துவிட்டு, பக்கத்திலிருந்த சேவகனை நோக்கி. 'இவருக்குக் கொஞ்சம் பால் கொணர்ந்து கொடு" என்று ஏவினார். அவன் முகம் கழுவ நீரும் அருந்துவதற்குப் பாலும் கொணர்ந்து கொடுத்தான். அந்தப் பாலை உட்கொண்டவுடனே,

திருக்குற்றாலத்து அருவியில் ஸ்நானம் செய்து முடித்ததுபோல், எனது உடலிலிருந்து அயர்வெல்லாம் நீங்கிப் போய் மிகுந்த தெளிவும் சௌக்கியமும் அமைந்திருக்கக் கண்டேன்.

"இப்பொழுது என்ன சொல்லுகிறாய்? புறப்பட்டுப் போகிறாயா?" என்று அசுவினி பாபு புன்னகையுடன் கேட்டார்.

"அவளை ஒருமுறை பார்த்துவிட்டு அவளிடம் விடைபெற்றுக் கொண்டு செல்லுகிறேன்" என்றேன்.

திடீரென்று அசுவினி பாபுவின் முகத்தில் இருந்த புன்னகை மாறி சிரித்தா ரூபம் தோன்றியது. அப்பால் என்னிடம், "மகனே, நீ மீனாம்பாளை மணஞ்செய்து கொள்வாய். நீங்களிருவரும் சேர்ந்து வாழ்ந்து, முற்காலத்தில் ரிஷியும் ரிஷிபத்தினியுமாக வேத யக்ஞம் செய்ததுபோல, உங்கள் வாழ்நாள் முழுதும் மாதாவின் ப்ரீத்யார்த்தமாக ஜீவயக்ஞம் புரியக்கடவீர்கள்" என்றார்.

"காளி தேவியின் கட்டளை என்னாகிறது?" என்று கேட்டேன். இந்த ஜன்மத்தில் 'நீ கோவிந்தராஜனை மணஞ்செய்து கொள்ளலாகாது' என்று காளி தேவி மீனாளுக்குக் கூறி, அவளை விஷம் தின்னுபடியாகக் கட்டளையிட்ட செய்தியை அவருக்கு நினைப்புறுத்தினேன்.

அதற்கு அவர், 'அந்தச் செய்தியையெல்லாம் நான் அறிவேன். மஹாசக்தியின் கட்டளையை மீனாம்பாள் நன்கு தெரிந்து கொள்ளாமல் உனக்குக் கடிதம் எழுதிவிட்டாள். மீனாம்பாளுடைய ஜன்மம் மாறுபட வேண்டுமென்று அம்மை சொல்லியதன் பொருள் வேறு. அவள் பச்சிலை தின்னும்படி கட்டளையிட்டது மீனாம்பாளுக்கு ஜ்வரமுண்டாய் தந்தை எண்ணிய விவாகம் தடைப்படும் பொருட்டாகவே.

அதற்கு முன்பு அவளுடைய ஜன்மம் வேறு. மாதா தெளிவாகத்தான் சொல்லினள். ஆனால், மீனாம்பாள் தனக்கு வேண்டாத ஒருவனுடன் விவாகம் நடக்கப்போகிறது என்ற தாபத்தால் படபடப்புண்டாகி, உனக்கு ஏதெல்லாமோ எழுதிவிட்டாள். நீயும் அவசரப்பட்டு, காஷாயம் தரித்துக் கொண்டுவிட்டாய்.

உனக்கு ஸந்நியாஸம் குருவினால் கொடுக்கப்படவில்லை. ஆயினும் இதுவெல்லாம் உங்களிருவருடைய நலத்தின் பொருட்டாகவே

ஏற்பட்டது. உங்களிருவருக்கும், பரிபூரணமான ஹிருதய சுத்தி உண்டாவதற்கு இப்பிரிவு அவசியமாயிருந்தது. இப்போது நான் போகிறேன். இன்று மாலை நான்கு மணிக்குப் பூஞ்சோலையிலுள்ள லதா மண்டபத்தில் மீனாம்பாள் இருக்காள். உன் வரவிற்குக் காத்திருப்பாள்" என்று சொல்லிப் போய்விட்டார்.

மாலைப் பொழுதாயிற்று. நான் ஸந்யாஸி வேஷத்தை மாற்றி, எனது தகுதிக்கு உரிய ஆடை தரித்துக் கொண்டிருந்தேன். பூஞ்சோலையிலே லதா மண்டபத்தில் தனியாக நானும் எனது உயிர் ஸ்திரீ ரூபங்கொண்டு பக்கத்தில் வந்து வீற்றிருப்பது போலத் தோன்றியவளுமாக இருந்தோம். நான்கு இதழ்கள் கூடின. இரண்டு ஜீவன்கள் மாதாவின் ஸேவைக்காக லயப்பட்டன. பிரகிருதி வடிவமாகத் தோன்றிய மாதாவின் முகத்திலே புன்னகை காணப்பட்டது.

27

குளத்தங்கரை அரசமரம்

– வ.வே.சு. அய்யர்

பார்க்கப் போனால் நான் மரந்தான். ஆனால் என் மனஸிலுள்ளதையெல்லாம் சொல்லுகிறதானால் இன்னைக்கெல்லாம் சொன்னாலும் தீராது. இந்த ஆயுசுக்குள் கண்ணாலே எத்தனை கேட்டிருக்கிறேன்! காதாலே எத்தனை கேட்டிருக்கிறேன். உங்கள் பாட்டிகளுக்குப் பாட்டிகள் தவுந்து விளையாடுவதை இந்தக் கண்ணாலே பார்த்திருக்கிறேன். சிரிக்கிறீர்கள். ஆனால் நான் சொல்லுகிறதிலே எள்ளளவேணும் பொய்யில்லை. நான் பழைய நாளத்து மரம் - பொய் சொல்லக் கத்ததில்லை. இப்போ தொண்ணூறு நூறு வருஷமிருக்கும். உங்கள் கொள்ளுப் பாட்டிகளின் பாட்டிகளெல்லாம் நம்ம குளத்தங்கரைக்குத் தான் குடமூங்கையுமாக வருவார்கள். பட்டுபட்டாயிருக்கும் குழந்தைகள். அதுகளைக் கரையில் விட்டு விட்டுப் புடவைகளை அழுக்குப் போகத் தோய்த்து, மஞ்சள் பூசிக் கொண்டு அழகாக ஸ்நானம் பண்ணுவார்கள். குழந்தைகளெல்லாம் ராஜகோபாலன் போலத் தவுந்து கொண்டு மல்லிகைச் செடியண்டே போய் மல்லிகை மொக்குகளைப் பார்த்துச் சிரிக்கும். அந்தக் காலத்திலே ஒரு பவள மல்லிகைச் செடி, முத்து முத்தாய்ப் பூப்பூத்துக் கொண்டு அந்த ஓரத்திலிருந்து, குளத்தங்கரையெல்லாம் கம் என்று மணம் வீசும். இப்பொழுது ஆதரிப்பாரில்லாமல் பட்டுப் போய்விட்டது. கொஞ்சம் பெரிய குழந்தைகள் அதன் புஷ்பங்களைப் பொறுக்கி ஆசையுடன் மோந்து பார்க்கும்... ஆ! அந்த நாளையெல்லாம் நினைத்தால் என்ன ஆசையாயிருக்கிறது.

ஆனால் இப்போது நான் உங்களுக்கு அந்தக் காலத்துக்கதை ஒன்று சொல்லுவதாக இல்லை. மனசு சந்தோஷமாயிருக்கும் போது சொல்லுகிறேன். ஏழெட்டு நாளாய் எனக்கு ருக்மிணியின் ஞாபகமாகவே இருக்கிறது. பதினஞ்சு வருஷமாச்சு. ஆனால் எனக்கு நேற்றுப் போலிருக்கிறது. உங்களில் ஒருவருக்கும் ருக்மிணியைத் தெரியாது. பார்த்தால் சுவர்ண விக்கிரகம் போலிருப்பாள் குழந்தை. அவளுடைய சிரிச்ச முகத்தை நினைச்சால் அவளே எதிரில் வந்து நிற்பது போல இருக்கிறது எனக்கு. அவள் கையும் காலும் தாமரைத் தண்டுகள் மாதிரி நீளமாயிருக்கும். அவள் சரீரமோ மல்லிகைப் புஷ்பம் போல மிருதுவாக இருக்கும். ஆனால் அவள் அழகெல்லாம் கண்ணிலேதான். என்ன விசாலம்! என்ன தெளிவு! என்ன அறிவு! களங்கமத்த நீல ஆகாசம் ஞாபகத்துக்கு வரும். அவள் கண்களைப் பார்த்ததும் - நீலோற்பலம் நிறஞ்ச நிர்மலமான நீரோடையைப் பார்ப்பது போலிருக்கும். பார்வையிலுந்தான் எத்தனை அன்பு! எத்தனை பரிவு!

ஸோம வார அமாவாசைகளில் பரமாத்மாவைப் பூஜிக்கிறதற்காக என்னைப் பிரதஷிணம் செய்வாள். அப்போது அவள் என்னைப் பார்க்கும் பார்வையிலிருக்கும் அன்பை என்னவென்று சொல்லுவேன்! என்னுடைய காய்ந்துபோன கப்புகளுங்கூட அவளுடைய பிரேமையான பார்வை பட்டதும் துளிர்த்துவிடுமே! ஐயோ, என் ருக்மிணித் தங்கமே! எப்போ காண்பேன் இனிமேல் உன்னைப் போலக் குழந்தைகள்?

அவள் குழந்தைப் பருவம் முதல், அவளுடைய கடைசி நாள் வரையில், இங்கே வராத நாளே கிடையாது. அஞ்சாறு வயதின் போதெல்லாம் ஸதா ஸர்வ காலமும் இங்கேயேதான் விளையாடிக் கொண்டிருப்பாள். அவளைப் பார்த்ததும் வாரியெடுத்து முத்தங்கொடுக்க வேணுமென்று நினையாதவர் இல்லை. எத்தனை அவசரமான காரியமிருந்தாலும் சரி, நம்ம வேணுகோபால சாஸ்திரி இருந்தாரே, அவர் காலமே ஸ்நாநஞ் செய்துவிட்டு குழந்தை கை நிறைய மல்லிகைப் பூப்பறித்துக் கொடுத்துவிட்டுத் தான் போவார். நம்மூர் மாடு கன்றுகள் கூட, எத்தனை முரடாக இருந்தாலும் சரி, அவளைக் கண்டதும் உடனே முரட்டுத் தனத்தையெல்லாம் விட்டுவிட்டு, அவளுடைய சிறிய கைகளால் தடவிக் கொடுக்க வேணுமென்று அவள் பக்கத்திலேயே போய்க் காத்துக் கிடக்கும்.

குழந்தைகள் என்றால் எனக்கு எப்பொழுதுமே ஆசை. ஆனால் அவள் வந்துவிட்டால் போதும், மெய்மறந்து போய்விடுவேன். அவள் பேரில் துளி வெயில் படக்கூடாது.

அவள் கொஞ்சம் ஒதுங்கியிருந்தால் கூட என் கைகளை நீட்டி அவளுக்குக் குடைபிடிப்பேன். என்னுடைய நாதனான சூரியனுடைய முகத்தைக் காலமே ஆசை பயபக்தியோடு தரிசனம் செய்தானதும் எனக்குக் குழந்தை ருக்மிணியின் ஞாபகம் வந்துவிடும். அவள் வரவை ஆவலோடு எதிர்பார்த்துக் கொண்டேயிருப்பேன்.

அவள் வந்ததும் எனக்குள் அடங்காத ஆனந்தம் பிறந்துவிடும். குழந்தைகளுக்குள் பேதம் பாராட்டக் கூடாதுதான். ஆனால் மற்ற யார் வந்தாலும் எனக்கு அவள் வருகிறது போல் இருப்பதில்லை. நான் மாத்திரமா? ஊரிலுள்ள மற்றக் குழந்தைகள் கூட அவள் வந்த பிறகு தான் பூரணமான ஆனந்தத்துடன் விளையாடும். அவள்தான் அவர்களுக்குள்ளே ராணி, அத்தனை காந்த சக்தியிருக்கிறது அவளிடத்தில்.

அப்போதெல்லாம் அவள் அப்பா காமேசுவரையர் நல்ல ஸ்திதியில் இருக்கிறார். குழந்தை பேரில் அவருக்கு மிகுந்த பிரேமை. அவளுக்குச் செய்வதற்கு என்றால் அவருக்குச் சலிக்கிறதே இல்லை. கடை வீதியில் பட்டுத் தினுசுகள் புதுசாக வந்திருப்பது ஏதாவது பார்த்தால் 'நம்ம ருக்மி ணி அணிந்து கொண்டால் அழகாக இருக்கும்' என்று உடனே வாங் கிக் கொண்டு வந்துவிடுவார்.

முதல் தரமான வைரமும் சிவப்பும் இழைத்து அவளுக்கு நிறைய நகைகள் செய்திருந்தார். அவளுக்குப் பத்து வயசாயிருந்த போது கோலாட்ட ஜோத்ரைக்கு என்று ஒரு பாவாடையும் தாவணியும் வாங்கியிருந்தார். அந்த நிலாவுக்கும் அவளுடைய அலங்காரத்துக்கும் அவளுடைய அழகுக்கும் என்ன ஏர்வை! என்ன ஏர்வை! கண்டுகொள்ளாக் காட்சியாயிருந்தது எனக்கு! அவள் குரலைப் பற்றி உங்களுக்குச் சொல்ல மறந்து போய்விட்டேன்.

குயில் என்னத்துக்கு ஆச்சு! தங்கக் கம்பி போல இழையும் அவள் சாரீரம். இன்னைக்கெல்லாம் கேட்டுக் கொண்டிருந்தாலும் சலிக்காது. ஜோத்ரைகளின் போதுதான் அவள் பாட்டை நான்

கேட்டிருக்கிறேன். ஆனால் இப்போது நினைச்சாலும் கூட அவளுடைய குரல் அதே இனிமையுடனும் நயத்துடனும் என் மனசில் கேட்கிறது.

அவளுக்கு வயசாக ஆக, அவளுடைய அன்பு வளர்ந்த அழகை என்ன என்று சொல்லுவேன்? குழந்தையாக இருக்கும் போதே யாரிடத்திலும் ஒட்டுதலாக இருப்பாள். இந்தக் குணம் நாளுக்கு நாள் விருத்தியாய்க் கொண்டே வந்தது. தோழிகள் வேறு, தான் வேறு என்கிற எண்ணமே அவளுக்கு இராது. ஏழை வீட்டுப் பெண்ணாயிருந்தாலும் சரி, பணக்காரர் வீட்டுப் பெண்ணாயிருந்தாலும் சரி, அவளுக்கு எல்லாத் தோழிகள் பேரிலும் ஒரே பயந்தான்.

இன்னும் பார்க்கப் போனால் ஏழைக் குழந்தைகள் பேரில் மற்றவர்கள் பேரில் விட அதிகமாக பக்ஷம் பாராட்டுவாள். பிச்சைக்காரர்கள் வந்தால் கை நிறைய அரிசி கொண்டுவந்து போடுவாள்.

கண் பொட்டையான பிச்சைக்காரர்களைப் பார்க்கும்போது அவளை அறியாமலே அவள் கண்ணில் தாரைதாரையாய்க் கண்ணீர் பெருகுவதை எத்தனை தடவைகளில் எட்டிப் பார்த்திருக்கிறேன்! அவர்களுக்கு மற்றவர்களுக்குப் போடுவதை விட அதிகமாகவே பிச்சை போடுவாள். இப்படி அளவு கடந்த தயையும் இரக்கமும் அவளுக்கு இருந்ததனால்தான் அவளை நினைக்கும் போதெல்லாம் எனக்குக் கடினமான கோடைக்குப் பிறகு நல்ல மழை பெய்யும்போது உண்டாகுமே, அந்த நிரதிசயமான ஆனந்தம் உண்டாகிறது.

இவ்விதம் கண்ணுக்குக் கண்ணாய் நான் பாவித்து வந்த என் அருமைக் குழந்தையின் கதி இப்படியா போகணும்! நான் பாவி வச்ச ஆசை பழுதாய்ப் போகணுமா! பிரும்ம தேவனுக்குக் கொஞ்சங்கூடக் கண்ணில்லாமல் போய்விட்டதே! ஆனால் பிரும்மதேவன் என்ன பண்ணுவான், மனுஷாள் செய்யும் அக்கிரமத்துக்கு?

ருக்மிணிக்குப் பன்னிரண்டு வயசானதும் அவள் அப்பா அவளை நம்மூர் மணியம் ராமசுவாமி ஐயர் குமாரன் நாகராஜனுக்குக் கன்னிகாதானமாகக் கொடுத்தார். கல்யாணம் வெகு விமரிசையாக நடந்தது. தோழிப் பொங்கலன்னிக்கும், ஊர்கோலத் தன்னைக்கும் அவள் ஸர்வாலங்காரத்துடனும் கிராமப் பிரதகஷிணம் வருவதைப் பார்த்தேன். கண்பட்டுவிடும். அத்தனை அழகாயிருந்தது! அவள் தோழிகளுக்கு

மத்தியில் இருந்ததைப் பார்க்கும்போது, மின்னற் கொடிகளெல்லாம் சேவித்து நிற்க மின்னரசு ஜொலிக்குமே, அந்த மாதிரியேதான் இருந்தது.

காமேசுவரையர் ருக்மிணிக்குக் கல்யாணப் பந்தலில் நிறையச் சேரும் செனத்தியும் செய்திருந்தார். ருக்மிணியின் மாமியாருக்கும் மாமனாருக்கும் ரொம்பத் திருப்தியாயிருந்தது. கல்யாணத்துக்குப் பிறகு மாமியார் அவளை அடிக்கடி அழைச்சுக் கொண்டு போய் அகத்திலேயே வைச்சுக் கொள்ளுவாள். ஆசையோடு அவளுக்குத் தலை பின்னிப் பூச்சூட்டுவாள். தன் பந்துக்களைப் பார்க்கப் போகும்போது, அவளை அழைச்சுக் கொண்டு போகாமல் போகவே மாட்டாள். இப்படிச் சகலவிதமாகவும் ஜானகி, (அதுதான் ருக்மிணி மாமியார் பேர்) தனக்கு ருக்மிணியின் பேரிலுள்ள அபிமானத்தைக் காட்டி வந்தாள். மாப்பிள்ளை நாகராஜனும் நல்ல புத்திசாலி. அவனும் ருக்மிணியின் பேரில் மிகவும் பிரியமாய் இருப்பான். கிராமத்தில் அவர்கள் இருவருந்தான் ரூபத்திலும் புத்தியிலும் செல்வத்திலும் சரியான இணை என்று நினைக்காதவர், பேசிக் கொள்ளாதவர் கிடையாது.

இப்படி மூணு வருஷ காலம் சென்றது. அந்த மூணு வருஷத்துக்குள் எத்தனை மாறுபாடுகள்! காமேசுவரையருக்குக் கையிளைச்சுப் போய்விட்டது. ரொக்க ஐவேஜியையெல்லாம், ஏதோ அருபத்து நாட்டுக் கம்பெனியாம், அதில் வட்டிக்குப் போட்டிருந்தார், நம்மூர்ப் பணம் நாலுகோடி ரூபாயையும் முழுங்கிவிட்டு அது ஏப்பம் விட்டு விடவே, காமேசுவரையர் ஒருநாளில் ஸர்வ ஏழையாய்ப் போய்விட்டார். ருக்மிணியின் தாயார் மீனாட்சியம்மாள் உடம்பிலிருந்த நகைகள்தான் அவருக்கு மிச்சம்.

பூர்வீகச் சொத்தான வீட்டையும் நிலங்களையும் வித்துத்தான் அவர் கொடுக்க வேண்டிய கடன்களைத் தீர்க்க வேண்டியதாயிருந்தது. இப்போ குப்புசாமி ஐயர் இருக்காரே வாயக்காங் கரையோரத்திலே, அந்த வீட்டில் வந்து அவர் குடியிருக்கலானார். மீனாட்சியும் பார்க்கிறதுக்கு மஹாலெட்சுமி மாதிரி இருப்பாள். அவளுடைய சாந்தத்துக்கு எல்லையே இல்லை. எத்தனை பெரிய கஷ்டம் வந்து விட்டதே, இருந்தாலும் அவள் மனம் கொஞ்சமேனும் இடியவில்லை.

“ஏதோ இத்தனை நாள் சுகமாக வாழ்ந்தோம். யாரைக் கேட்டுக் கொண்டு ஸ்வாமி கொடுத்தார்! அவர் கொடுத்ததை அவரே எடுத்துக்

கொண்டு விட்டார். இதனாலே என்ன இப்போ? அவாளும் ருக்மிணியும் ஆயுஸோடு இருக்கிறவரையில் எனக்கு ஒரு குறைச்சலுமில்லை. இந்தத் தை மாசத்திலே ருக்மிணிக்குச் சாந்தி முகூர்த்தம் பண்ணிப் புக்காத்துக்கு அனுப்பிவிட்டால் அப்புறம் எங்களுக்கு நிர்விசாரம். கஞ்சியோ கூழோ சாப்பிட்டுக் கொண்டு வழக்கம்போல் பகவத்தியானம் பண்ணிக் கொண்டே எங்கள் காலத்தைக் கழித்து விடுகிறோம்" என்று சொல்லுவாள். ஐயோ பாவம், நடக்கப் போகிற சங்கதியை அவள் எப்படி அறிஞ்சிருப்பாள்?

காமேசுவரையர் ஐவேஜில் கொஞ்சமேனும் தேறாது என்று ஏற்பட்டதும் ராமசுவாமி ஐயருக்கு அவருடனிருந்த சிநேகம் குளிர ஆரம்பித்துவிட்டது. இதற்கு முன்னெல்லாம் அவர் காமேசுவரையர் அகத்துக்கு அடிக்கடி வருவார். வழியில் அவரைக் கண்டால் பத்து நிமிஷம் நின்று பேசாமல் போகவே மாட்டார். இப்பொழுதோ காமேசுவரையர் தூர வருகிறதைக் கண்டுவிட்டால், ஏதோ, அவசர காரியமாகப் போகிறது போல இன்னொரு பக்கம் திரும்பி வேகமாகப் போய்விடுவார். இப்படிச் செய்பவர், அவர் வீட்டுக்கு வருவதை நிறுத்தி விட்டார் என்று நான் சொல்லாமலே நீங்கள் நினைத்துக் கொண்டு விடுவீர்கள். அவர் சம்சாரம் ஜானகியும் அதே மாதிரி மீனாட்சியம்மாளிடம் நெருங்குவதை நிறுத்திவிட்டாள்.

ஆனால் இதையெல்லாம் மீனாட்சியம்மாளும் காமேசுவரையரும் ஒரு பொருட்டாக நினைக்கவில்லை. செல்வமுள்ள போது உறவு கொண்டாடுகிறது. அது போய்விட்ட போது வேத்து மனுஷாள் போலப் போய்விடுகிறது. - இதெல்லாம் ஒரு சிநேகத்தோடு சேர்த்தியா?

ஆனால் அவர்கள் ருக்மிணி விஷயத்திலுங்கூட வேத்துமை பாராட்ட ஆரம்பித்து விட்டார்கள். அறுபத்து நாட்டு உடைகிறதற்கு முந்தி சில மாதங்களாக ஜானகி பிரதி வெள்ளிக் கிழமையும் சாப்பிட்டானதும், ருக்மிணியை அழைத்துக் கொண்டு வரும்படி வேலைக்காரியை அனுப்பி விடுவாள். அன்னைக்கு, அவளுக்குத் தலைபின்னி, மைச்சாந்திட்டு, சிங்காரிச்சு, அகிலாண்டேசுவரி கோயிலுக்குக் கூட்டிக் கொண்டு போய்த் தரிசனம் பண்ணிட்டு, அன்னைக்கு ராத்திரி முழுவதும் தங்கள் அகத்திலேயே வைத்துக் கொண்டிருந்து அடுத்த நாள் காலமேதான் அவளை அகத்துக்கு அனுப்புவாள். ஆனால், அறுபத்து நாட்டில் போனது போனதுதான் என்று ஏற்பட்டுவிட்ட பிறகு வந்த முதல் வெள்ளிக்கிழமை

யன்னைக்கே, எனக்கு ஆத்தில் இன்னைக்கு ரொம்ப வேலையாக இருக்கும். அடுத்த வெள்ளிக்கிழமை முதல் அவ்விதம் சொல்லியனுப்புவதைக் கூட நிறுத்திவிட்டாள். இது மீனாட்சிக்கும் காமேசுவரையருக்கும் மிகுந்த துக்கத்தைத் தந்தது. ருக்மிணியும், 'நம்மை இவ்வளவு இளக்காரம் செய்கிறாள் பார்த்தாயா! நம்ப மாமியார் கூட' என்று மிகவும் வருத்தப்பட்டாள்.

இப்படிக் கொஞ்ச நாளாச்சு. ஊரெல்லாம் 'குசுகுசு' என்று பேசிக் கொண்டிருப்பார்கள். எல்லா ரகசியங்களும் குளத்தங்கரையிலேதான். ஆனால் அரை வார்த்தையுங் குறை வார்த்தையுமாகத் தான் என் காதில் விழுமேயொழிய முட்ட முழுக்க ஒரு பேச்சும் எனக்கு எட்டாது. ஊரிலே இப்படி எப்போதும் இருந்ததில்லை. எனக்கு மனசு குறுகுறுத்துக் கொண்டேயிருந்தது. என்னவோ கெடுதலுக்குத் தான் இத்தனை ரகசியம் வந்திருக்கிறது என்று எனக்கு அப்பொழுதே தோன்றிவிட்டது. ஆனால் யாருக்கு, என்ன, என்று மாத்திரம் தெரியவில்லை.

கடைசியாக அப்படியும் இப்படியுமாய், அத்தையும் இத்தையும் கூட்டிச் சேர்த்துப் பார்க்க பார்க்க, கொஞ்சங் கொஞ்சமாய்ச் சமாசாரம் என் மனசுக்கு அத்துப்படியாச்சு. ராமசாமி ஐயரும் ஜானகியும் ருக்மிணியை வாழாதே பண்ணிவிட்டு நாகராஜனுக்கு வேறு கல்யாணம் செய்து வைக்க நிச்சயித்து விட்டார்கள்! என்ன பண்ணுவேன்! என் மனசு இடிஞ்சு போய்விட்டது. குழந்தை ருக்மிணியைத் தள்ளி வைக்கத் துணியுமா மனுஷாளுக்கு? அடி பாவி! உன்னைப் போலே அதுவும் ஒரு பெண்ணில்லையா! என்ன பண்ணித்து அது உன்னை! அதைக் கண்ணாலே பார்த்தால் கல்லும் இரங்குமே! கல்லையும் விட அழுத்தமா உன் நெஞ்சு! காமேசுவரையருக்கும் மீனாட்சிக்கும் முகத்திலே ஈ ஆடாது. எனக்கே இப்படி இருந்தபோது, பெத்த தாயார் தகப்பனாருக்குக் கேட்கணுமா?

இனிமேல் நாகராஜனைப் பற்றி ஏதாவது நம்பிக்கை வைத்தால் தான் உண்டு! அவன் பட்டணத்தில் படித்துக் கொண்டிருந்தான். மார்கழி பிறந்து விட்டது. அவன் வருகிற நாளை எண்ணிக் கொண்டு இருந்தேன். கடைசியாக வந்து சேர்ந்தான். வந்த அன்னைக்குக் காலமே அவன் முகத்தில் சிரிப்பும் விளையாட்டுமாக இருந்தது. சந்தோஷம் மாறி வேறாகிவிட்டது. தாயார் தகப்பனார் அவன் மனதைக் கலைக்க ஆரம்பித்து

விட்டார்கள். நாளுக்கு நாள் முகத்தில் கலக்கம் அதிகரித்துக் கொண்டே வந்தது. கரைப்பார் கரைச்சால் கல்லுங் கரையும் என்பார்கள். அவன் கலங்கின முகத்தைப் பார்க்கும் போதெல்லாம் எனக்கு வயத்திலெ பகீர் என்னும், இனிமேல் ஏது இந்த ஆசை இருந்தது. அதுவும் போய்விட்டது. ‘ருக்மிணியின் கெதி அதோகதிதான்’ என்று நினைத்துவிட்டேன்.

தை பிறந்தது. வெளிப்படையாகப் பேச ஆரம்பித்து விட்டார்கள். ஏதோ கிழக்கத்திப் பெண்ணாம். தகப்பனாருக்கு நாலு லட்ச ரூபாய்க்குப் பூஸ்திதியாம். பிள்ளை கிடையாதாம். இந்தப் பெண்ணைத்தவிர இன்னும் ஒரே ஒரு பெண்தானாம். காலாக்கிரமத்தில் ராமசாமி ஐயர் குடும்பத்துக்கு இரண்டு இலட்ச ரூபாய் சொத்துச் சேர்த்துவிடுமாம். இதெல்லாம் எனக்குக் கர்ணகடூரமாக இருக்கும். ஆனால் என்ன செய்கிறது? தலைவிதியே என்று கேட்டுக் கொண்டிருப்பேன்.

இந்தப் பேச்சுப் புறப்பட்டது முதல், மீனாட்சி பகலில் வெளியிலேயே வருகிறதில்லை. சூரியோதயத்துக்கு முன்னேயே குளத்துக்கு வந்து ஸ்நானம் செய்து விட்டுத் தீர்த்தம் எடுத்துக் கொண்டு போய் விடுவாள். அவள் முகத்தைப் பார்த்தால் கண்ட்ராவியாயிருக்கும். சரியான தூக்கமேது? சாப்பாடேது? ஓஹோ என்று வாழ்ந்துவிட்டு, இந்தக் கதிக்கு ஆளானோமே என்கிற ஏக்கம் அவள் அழகை அழித்துவிட்டது. வீடுவாசல் போய்விட்டதே என்றாவது, நகை நட்டெல்லாம் போய், வெறும் உரிசல் தாலியை மாத்திரம் கட்டிக் கொண்டிருக்கும் படியாகி விட்டதே என்றாவது அவள் வருத்தப்படவில்லை. கிளிபோல் குழந்தை அகத்திலிருக்க, ஜானகி அதன்பேரில் கொஞ்சமேனும் இரக்கம் வைக்காமல் கண்ணுக்கெதிராகவே பிள்ளைக்கு வேறு விவாகம் பண்ணி வைக்க நினைத்துவிட்டாள் பார்த்தாயா என்னும் ஏக்கந்தான் அவளுக்கு இரவு பகலெல்லாம். அவள் முகத்தைப் பார்த்தால் ஜானகிகூட மனசு உருகிப் போய்விடும். ஆனால் ராணி, அவளெங்கே பார்ப்பாள்!

அப்போதெல்லாம் ருக்மிணி எப்படி இருந்தாளோ, என்ன நினைத்தாளோ, எனக்கொண்ணுந் தெரியாது, அறியாக் குழந்தை அது என்ன நினைத்திருக்குமோ! ஒருவேளை, மாமியார் நம்மைக் கட்டோடே கெடுத்துவிடமாட்டாள் என்று நினைத்தாளோ? அல்லது மாமியார் என்ன நினைத்தாலும் நாகராஜன் சம்மதிக்கமாட்டான் என்று நினைத்தாளோ? இன்னும் முட்ட முழுக்க ஐந்து வருஷமாகவில்லையே அவர்களிருவரும்

ஜோடியாய் நம்ம குளத்தங்கரையில் விளையாடி! கல்யாணமான பிறகுங்கூட ஒருவருக்குத் தெரியாமல் எத்தனை தடவை பார்த்துப் பழைய நாள் போலவே அன்பும் ஆதரவுமாக நாகராஜன் அவளோடு பேசியிருக்கிறான்! அவன் கைவிடமாட்டான் என்றேதான் ருக்மிணி நினைத்திருப்பாள்.

ஆனால் நாளாக ஆக நாகராஜனுடைய கல்யாணப் பேச்சு முத்திக் கொண்டே வந்தது. நாகராஜன் மனதில் மாத்திரம் இன்னது இருக்கிறது என்று யாருக்கும் தெரியாது. பட்டணத்திலிருந்து வந்த அன்று மாமனாரையும் மாமியாரையும் நமஸ்காரம் செய்வதற்காக அகத்துக்கு வந்தானே அவ்வளவுதான். பிறகு ருக்மிணியை அவன் ஸ்மரித்தான் என்பதற்கு எள்ளளவுகூட அடையாளமில்லை. ஆனால் முகத்தைவிட்டு முதனாள் போன உல்லாஸக்குறி மறுபடியும் திரும்பி வரவேயில்லை. யாருடனும் பேசாமல் எப்பொழுதும் சுளித்த முகமாகவேயிருப்பான்.

கடைசியாக, நாள் வைத்தாகிவிட்டது. பெண் அகத்துக்காரர் வந்து லக்கினப் பத்திரிகையும் வாசித்துவிட்டுப் போய்விட்டார்கள். ஐயோ! அன்னைக்கு மேளச் சத்தத்தைக் கேட்க எனப் பஞ்சப் பிராணனும் துடித்தது. காமேசுவர ஐயருக்கு எப்படி இருந்திருக்குமோ! மீனாட்சிக்கு மனசு எப்படித் துடித்ததோ! ருக்மிணி எப்படிச் சகித்தாளோ? எல்லாம் ஈசுவரனுக்குத்தான் தெரியும்.

நாகராஜனுக்குக் கூடத் துளி இரக்கம் பச்சாதாபமில்லாமற் போய்விட்டது பார்த்தையா என்று நான் அழாத நாள் கிடையாது. சில வேளைகளில் இப்படியெல்லாம் பண்ணினால் இவன் மாத்திரம் நன்றாக இருப்பானா என்றுகூடச் சொல்லிவிடுவேன்... இப்படி என் மனசு தளும்பித் தத்தளித்துக் கொண்டிருக்கிறபோது, ஒரு நாள் வயித்திலே பால் வார்த்ததைப்போல ஒரு சங்கதி என் காதிலே விழுந்தது. நாகராஜனோடு கூடப் படித்துக் கொண்டு இருந்தவனாம் ஸ்ரீநிவாசன் என்ற ஒரு பையன். அவன் நாகராஜனைப் பார்க்கிறதற்கென்று வந்தான். அவர்களுக்கெல்லாம் ரகசியமாகப் பேச இடம் வேறெங்கே? நம்ம குளத்தங்கரை தானே?

ஒருநாள் சாயங்காலம் ஏழெட்டு மணிக்கு எல்லோரும் போய்விட்ட பிறகு இவர்கள் இரண்டு பேரும் இங்கே வந்தார்கள். ஸ்ரீநிவாசன் ரொம்ப நல்லவன், அவன் ஊர் ஐம்பது அறுபது கல்லுக்கந்தண்டை இருக்கிறது. நாகராஜனுக்கு நிச்சயம் செய்த பெண்ணிருக்க, வேறு பெண்ணைக்

கல்யாணம் பண்ணிக் கொள்ளப் போகிறான் என்று யாரோ அவனுக்கு எழுதி விட்டார்களாக்கும். உடனே தபால் வண்டி மாதிரி ஓடிவந்துவிட்டான். குளத்தங்கரைக்கு வந்ததும், தான் கேள்விப்பட்டதைச் சொல்லி இதெல்லாம் வாஷ்தவந்தானா என்று அவன் நாகராஜனைக் கேட்டான். நாகராஜனும், "அம்மாவும் அப்பாவும் சேர்ந்து நிச்சயம் செய்துவிட்ட போது நான் மாட்டேன் என்று சொன்னால் தான் தீரப் போகிறதா? தவிர, பெண்ணும் லட்சணமாக இருக்கிறதாம். அவள் தகப்பனார், லட்ச ரூபாய் ஆஸ்தி அவள் பேருக்கு எழுதி வைத்திருக்கிறாராம். அவருக்குப் பிற்காலத்தில் இன்னொரு லட்ச ரூபாய் சொத்துச் சேருமாம். இப்படித் தானே வருகிற சீதேவியை எதற்கு வேண்டாமென்று சொல்லுகிறது?" என்று சொன்னான்.

இந்த வார்த்தையெல்லாம் சொல்லும்போது ஸ்ரீநிவாசன் முகம் போன போக்கை என்ன என்று சொல்லுவது? நாகராஜன் நிறுத்தினதும் அரை மணி தேசகாலம் ஸ்ரீநிவாசன் அவனுக்கு, "எத்தனை லட்சந்தான் வரட்டுமே, ஒரு பெண் பாவத்தைக் கட்டிக் கொள்ளலாமா? கல்யாணப் பந்தலில் மந்திர ரூபமாகச் செய்த பிரமாணத்தையெல்லாம் அழித்துவிடலாமா?" என்று நாலாவிதமாய்த் தர்மத்தையும் நியாயத்தையும் எடுத்துச் சொல்லி, கல்லுங்கரையும்படியாக ருக்மிணிக்காகப் பரிஞ்சு பேசினான். அவன் நன்றாக இருக்க வேணும், க்ஷேமமாக இருக்கவேணும், ஒரு குறைவுமில்லாமல் வாழ வேணும் என்று நிமிஷத்துக்கு நிமிஷம் நான் வாழ்த்திக் கொண்டே இருந்தேன்.

ஆனால், அவன் பேசியானதும் நாகராஜன் அவனைப் பார்த்து 'ஸ்ரீநிவாசா, உன்னிடம் இதுவரை சொன்னதெல்லாம் விளையாட்டாக்கும். நான் காசுக்காக இவ்வளவு அற்பமாகப் போய்விடுவேன் என்று நினைக்கறாயா? நான் யாருக்கும் தெரியாமல் வைத்துக் கொண்டிருக்க வேணும் என்றிருந்தேன். ஆனால் எப்போ இவ்வளவு தூரம் பேசிவிட்டோமோ, இனிமேல் உனக்குத் தெரியாமல் வைக்கிறதில் காரியமில்லை என்று நினைத்துவிட்டேன். ஆனால் ஒன்று மாத்திரம்; இதை நீ யாருக்கும் சொல்லக்கூடாது. இவர்களெல்லாம் ஆரியத் தன்மையை விட்டு மிலேச்சத்தனமாய் நடக்க உத்தேசித்திருக்கிறபடியால், இவர்களை நன்றாக அவமானம் செய்துவிட வேண்டியதென்று நிச்சயித்துவிட்டேன். நான் எத்தனை மறுத்தும் அப்பாவும் அம்மாவும் ஒரே பிடிவாதமாக இருக்கிறார்கள். ஆகையால் மன்னார்கோவிலுக்கே

போகிறேன். அங்கே போயும் மாட்டேனென்றே சொல்லுவேன். ஆனால் கட்டாயப்படுத்தத்தான் போகிறார்கள். மூகூர்த்தப் பந்தலிலும் உட்காருவேன். ஆனால் என்ன இருந்தாலும் திருமாங்கலியத்தில் நான்தானே முடிச்சுப் போடவேணும்? வேறு ஒருவரும் போட முடியாதே. அந்தச் சமயத்தில் கண்டிப்பாக மாட்டேனென்று சொல்லிவிடப் போகிறேன். எல்லோரும் இஞ்சி தின்ற குரங்கு போலே விழிக்கட்டும். ருக்மிணியைத் தொட்டகையினாலே இன்னொரு பெண்ணையும் நான் தொடுவேன் என்றிருக்கிறாயா?" என்று சொல்லி முடித்தான்.

"ஆனால் நீ விசாகத்துக்கென்று போகுங் காலத்தில், ருக்மிணி, அவள் அப்பா அம்மா மனதெல்லாம் எப்படியிருக்கும் என்று யோசித்துப் பார்த்தாயா?" என்று ஸ்ரீநிவாசன் கேட்டான். அதற்கு நாகராஜன், "யோசித்தேன்; ஆனால் எல்லாம் போய்விட்டதென்று அவர்கள் நிராசையாய்த் தவித்துக் கொண்டிருக்கும் சமயத்தில், திடீரென நான் ஓடி வந்து மாமியார் மாமனாரை வணங்கி, 'துயரப் படாதீர்கள்! என் ருக்மிணியை நான் ஒரு நாளும் கைவிட மாட்டேன்! பணத்தாசை பிடித்தவர்களையெல்லாம் மணப் பந்தலில் மானபங்கம் செய்துவிட்டு இங்கே வந்துவிட்டேன்' என்று நான் சொல்லுங்காலத்தில் அவர்களுக்கு எத்தனை ஆனந்தமாக இருக்கும்! அதைப் பார்த்து அனுபவிக்க விரும்புகிறேன்' என்றான்.

"அந்த நாள் வரையில் அவர்கள் மனசு எப்படி அடித்துக் கொண்டிருக்கும்? நினைத்துப்பார்" என்றான் ஸ்ரீநிவாசன். அதற்கு நாகராஜன், இன்னும் ஐந்து நாளில்லை; இன்று வெள்ளிக்கிழமை. ஞாயிற்றுக்கிழமை இவ்விடமிருந்து எல்லோரும் புறப்படப் போகிறோம். அடுத்த நாள் முகூர்த்தம் அன்றைக்கே புறப்பட்டு அடுத்த நாள் காலையில் இங்கே திரும்பி விடுவேன். இத்தனை நாள் பொறுக்கமாட்டார்களா? என்றான். "என்னவோ அப்பா, எனக்கு இது சரியில்லை என்று தோன்றுகிறது" என்று ஸ்ரீநிவாசன் பேசிக் கொண்டிருக்கும் போதே இருவரும் நகர ஆரம்பித்து விட்டார்கள். எனக்கு மேலே ஒன்றும் கேட்கவில்லை.

அன்னைக்கு ராத்திரியெல்லாம் எனக்குத் தூக்கமே வரவில்லை. 'பார்த்தாயா, நாகராஜனை வையக் கூட வச்சேனே பாவி, அவனைப் போல ஸத்புத்திரன் உண்டா உலகத்திலே' என்று சொல்லிக் கொண்டேன்.

'இனிமேல் பயமில்லை: அஞ்சு நாளென்ன, பத்து நாளென்ன? நாகராஜன் பிடிவாதக்காரன்: சொன்னபடியே செய்து விடுவான். ருக்மிணிக்கு இனிமேல் ஒரு குறைச்சலுமில்லை' யென்று பூரித்துப் போய்விட்டேன்.

ஞாயிற்றுக் கிழமை இவர்களெல்லாம் மன்னார் கோவிலுக்குப் புறப்படுகிறார்களென்று ஊரெல்லாம் அல்லோலகல்லோலப்பட்டது. ராமஸ்வாமி ஐயரையும் ஜானகியையும் வையாதவர்கள் கிடையாது. ஆனால் அவர்களைக் கூப்பிட்டு நல்ல புத்தி சொல்லுவதற்கு மாத்திரம் ஒருவரும் இல்லை. அப்படியே யாரேனும் சொன்னாலும் அவர்கள் கட்டுப்படுகிறவர்களும் இல்லை.

அவர்கள் புறப்படுகிற அன்னைக்கு ஊரிலிருந்து கண்ணாலே பார்த்தால் இன்னுங் கொஞ்சம் வயித்தெரிச்சல்தானே அதிகமாகுமென்று நினைத்து, காமேசுவரையரும் மீனாட்சியும் சனிக்கிழமை மத்தியானமே புறப்பட்டு மணப்பாறைக்குப் போய்விட்டார்கள். அகத்தில் ருக்மிணிக்கு அவள் அத்தை சுப்புலெட்சுமி அம்மாள்தான் துணை.

சனிக்கிழமை ராத்திரியாச்சு. ஊரடங்க ஆரம்பித்துவிட்டது. ஒன்பது ஒன்பதரை மணி இருக்கும். நாகராஜன் தனியாகக் குளத்தங்கரைக்கு வந்தான். வந்து வேப்ப மரத்தடியில் உட்கார்ந்து கொண்டு ஏதோ யோசித்துக் கொண்டிருந்தான். சில நாழிக்கெல்லாம் தூரத்தில் ஒரு பெண் உருவம் தென்பட்டது. அது குளத்தங்கரைப் பக்கம் வந்து கொண்டிருந்தது. ஆனால் அடிக்கொரு தடவை பின்பக்கம் பார்த்துக் கொண்டே வந்து, கடைசியாக நாகராஜன் உட்கார்ந்து கொண்டிருந்த இடத்தில் வந்து நிற்கும் போதுதான் அது ருக்மிணி என்று நான் அறிந்து கொண்டேன். எனக்குத் தூக்கிவாரிப் போட்டது. ஆனால் உடனே தெளிஞ்சு கொண்டு என்ன நடக்கிறது பார்க்கலாம் என்ற கண்ணைத் துடைத்துக் கொண்டு உன்னிப்பாய்க் கவனிக்கலானேன்.

ஐந்து நிமிஷம் வரையில் நாகராஜன் கவனிக்கவேயில்லை. ஆழ்ந்த யோசனையில் இருந்தான். ருக்மிணி அசைவற்று அப்படியே நின்று கொண்டிருந்தாள். எதேச்சையாய் நாகராஜன் தலையைத் தூக்கினான். ருக்மிணியைப் பார்த்தான். பார்த்ததும் அவனும் திடுக்கிட்டுப் போய்விட்டான். ஆனால் உடனே நிதானித்துக் கொண்டு, "ருக்மிணி, இத்தனை நாழிகைக்கு மேலே தனியாக இங்கே வரலாமா நீ?" என்று கேட்டான். "நீங்கள் இருக்கிற இடத்தில் தனியாக நான் இருக்க வேண்டிய

நாள் இன்னும் வரவில்லையே" என்று பதில் சொல்லிவிட்டு ருக்மிணி நின்றாள். இரண்டு மூன்று நிமிஷத்துக்கு ஒருவரும் வாய் திறக்கவில்லை. இரண்டு பேர் மனதும் குழம்பிக் கொண்டிருந்தது. ஆனால் எப்படி ஆரம்பிக்கிறது என்ன பேசுகிறது என்று அவர்களுக்கு ஒன்றுந்தோன்றவில்லை.

கடைசியில் நாகராஜன், "இந்த வேளையில் நாம் இங்கேயிருப்பது தெரிந்தால் ஊரில் ஏதாவது சொல்லுவார்கள்; வா, அகத்துக்குப் போய்விடலாம்" என்றான். அதற்கு ருக்மிணி, "உங்களிடத்தில் சில வார்த்தைகள் சொல்ல வேணுமென்று இந்த ஒரு மாதமாய்ப் பார்த்துக் கொண்டிருந்தேன்; இன்னைக்குத்தான் நேர்ந்திருக்கிறது; அதைச் சொல்ல உத்தரவு கொடுக்கவேணும்" என்றாள். "சொல்லேன்" என்று நாகராஜன் சொல்ல, ருக்மிணி பேசலானாள்:

"எனக்கு உங்களிடத்தில் என்ன சொல்லுகிறது என்று தெரியவில்லை. இந்த மூணு மாசமாய் மனசு படுகிறபாடு அந்த அகிலாண்டேசுவரிக்குத்தான் தெரியுமேயொழிய மனுஷியாளுக்குத் தெரியாது. நீங்கள் பட்டணத்திலேயிருந்து வந்தவுடன் என் கலக்கமெல்லாம் போய்விடும் என்றிருந்தேன். மாமாவும், மாமியும் என்ன செய்தாலும் நீங்கள் என்னைக் கைவிடமாட்டீர்கள் என்று நம்பியிருந்தேன். ஆனால் நீங்களும் என்னைக் கைவிட்டு விட்டால் அப்புறம் எதை நம்பிக் கொண்டு நான் வாழ்வேன்? வேலியே பயிரை அழித்துவிட ஆரம்பித்தால் பயிரின் கதி என்னவாகும்? இது வரையில் நடந்ததெல்லாம் என் மனசை உடைத்துவிட்டது. நீங்கள் அதைச் சேர்த்து வைத்தால்தான் உண்டு. இல்லையானால் என் ஆயுசு இவ்வளவுதான்; அதில் சந்தேகமில்லை".

இந்த வார்த்தையைப் பேசும்போது ருக்மிணியின் கண்களில் ஜலம் வந்துவிட்டது. அத்தோடு நின்றுவிட்டாள். நாகராஜன் பேசவில்லை. ருக்மிணியும் சில நாழி வரைக்கும் பார்த்துவிட்டு, "நாளைக்குப் பயணம் வைத்திருக்காப் போலிருக்கிறதே; நீங்கள் போகத்தானே போகிறீர்கள்?" என்று கேட்டாள். கொஞ்ச நாழி யோசித்துவிட்டு நாகராஜன் "ஆமாம், போகலாம் என்றுதான் இருக்கிறேன்" என்றான். அப்படி அவன் சொன்னதும் ருக்மிணிக்கு நெஞ்சை அடைத்துக் கொண்டு துக்கம் வந்துவிட்டது. உடம்பு கிடுகிடு என்று நடுங்கியது. கண்ணில் ஜலம் தளும்பிவிட்டது. ஆனால் பல்லைக் கடித்துக் கொண்டு அதையெல்லாம்

வெளியில் காட்டிக் கொள்ளாமல், "அப்படியானால் நீங்கள் என்னைக் கைவிட்டு விட்டீர்கள்தானே?" என்று கேட்டாள். அதற்கு நாகராஜன், "உன்னை நான் கைவிடுவேனோ ருக்மிணி?" ஒரு நாளும் விடமாட்டேன். ஆனால் அம்மா அப்பாவைத் திருப்தி பண்ணி வைக்க வேண்டியதும் கடமைதானே? அதற்காகத்தான் அவர் பேச்சைத் தட்டாமல் புறப்படுகிறேன். ஆனால் நீ கவலைப்படாதே, உன்னை ஒருநாளும் தள்ளிவிட மாட்டேன்" என்றான். ருக்மிணிக்குப் பொறுக்கவில்லை. "நீங்கள் மறுவிவாகம் பண்ணிக் கொண்டு விடுகிறது! நான் கவலைப் படாமலிருக்கிறது! என்னை ஒரு நாளும் கைவிடமாட்டீர்கள்! ஆனால் அம்மா அப்பா சொல்லுகிறதை இது விஷயத்தில் தட்டமாட்டீர்கள்! நான் சொல்லக்கூடியது இனிமேல் என்ன இருக்கு? என்கதி இத்தனை தானாக்கும்!" என்று சொல்லிக் கொண்டு அப்படியே உட்கார்ந்து விட்டாள்.

நாகராஜன் ஒன்றும் பேசவில்லை. 'கல்யாணத்தை நிறுத்தி விடுகிறேன்' என்கிற ஒரு வார்த்தையைத் தவிர வேறே எந்த வார்த்தை சொன்னால் தான் ருக்மிணியின் மனதைத் தேத்தலாம்? அந்த வார்த்தையை இப்போது சொல்லவோ அவனுக்குச் சம்மதமில்லை. ஆகையால் அவன் வாயால் ஒண்ணும் பேசாமல் தன் மனதிலுள்ள அன்பையும் ஆதரவையும் சமிக்கினையினால் மாத்திரம் அவளுக்கு ஒரு மாதிரி காட்டினான்.

அவள் கையைத் தன்னுடைய கைகளால் வாரி எடுத்து மடியில் வைத்துக் கொண்டு மிருதுவாய்ப் பிடித்தான். குழந்தையைத் தட்டிக் கொடுத்துத் தேத்துவது போல், முதுகில் ஆதரவோடு தடவினான். அப்பொழுது அவள் தலைமயிர் அவன் கையில் பட்டது. உடனே திடுக்கிட்டுப் போய், "என்ன ருக்மிணி, தலை சடையாய்ப் போய் விட்டதே: இப்படித்தானா பண்ணிக் கொள்ளுகிறது? உன்னை இந்த அலங்கோலத்தில் பார்க்க என் மனசு சகிக்கவில்லையே! எங்கே, உன் முகத்தைப் பார்ப்போம்! ஐயோ, கண்ணெல்லாம் செக்கச் செவேர் என்ற சிவந்து போயிருக்கிறதே! முகத்தின் ஒளியெல்லாம் போய்விட்டதே! என் கண்ணே, இப்படி இருக்காதே.

உன்னை நான் கைவிடமாட்டேன் என்று சத்தியமாய் நம்பு உன் மனசில் கொஞ்சங்கூட அதைரியப்படாதே. என் ஹிருதய பூர்வமாகச் சொல்லுகிறேன்; எனக்குப் பொறுக்கவில்லை உன்னை இந்த ஸ்திதியில்

பார்க்க, சின்ன வயதுமுதல் நாமிருந்த அன்னியோன்யத்தை மறந்துவிட்டேன் என்று கனவில் கூட நீ நினையாதே, வா. போகலாம். நாழிகையாகிவிட்டது. இனிமேல் நாம் இங்கே இருக்கக்கூடாது" என்று சொல்லி முடித்தான்.

ருக்மிணி எழுந்திருக்கவில்லை. ஏக்கம் பிடித்தவன் போல் உட்கார்ந்திருந்தாள். அதைப் பார்த்ததும் நாகராஜனுக்குக் கண்ணில் ஜலம் ததும்பிவிட்டது. அந்தச் சமயத்தில் தன் மனதிலுள்ள ரகசியத்தைச் சொல்லித்தான் விடலாமே என்று அவன் புத்தியில் தோன்றியது போலிருந்தது. சொல்லித்தான் வைத்தானா பாவி! ஆனால் அவனுக்கு அவனுடைய விளையாட்டுத்தான் பெரிதாய்ப்பட்டது. ஆகையினாலே அதை மாத்திரம் அவன் வாய்விடவில்லை. ஆனால் அவனுக்குத்தான் எப்படித் தெரியும் இப்படியெல்லாம் வரும் என்று? அத்தனை வயசாகி எனக்கே தெரியவில்லையே. அந்தச் சமயத்திலே, அவனுக்கு எங்கே தெரிந்திருக்கப் போகிறது?

அப்படி நிலைத்துப் போய் உட்கார்ந்திருந்த ருக்மிணியை நாகராஜன் மெல்லப் பூத்தாப் போலே தூக்கி மார்போடே அணைத்துக் கொண்டு, "என்ன, ஒன்றும் பேசமாட்டேன் என்கிறாயே ருக்மிணி, நான் என்ன செய்யட்டும்?" என்று கருணையோடு இரங்கிச் சொன்னான். ருக்மிணி தலைநிமிர்ந்து அவனை ஏறிட்டுப் பார்த்தாள். அந்தப் பார்வையின் குறிப்பை உங்களுக்கு எப்படிச் சொல்லுவேன்? பிரவாகத்தில் அகப்பட்டுக் கை அலுத்துப் போய் ஆத்தோடு போகிற ஒருவனுக்கு, தூரத்தில் கட்டை ஒன்று மிதந்து போவது போலே தென்பட, அவனும் பதைபதைத்துக் கொண்டு ஆசையும், ஆவலுமாய் அதன் பக்கம் நீந்திக் கொண்டு போய், அப்பா, பிழைத்தோம்டான்னு சொல்லிக்கொண்டு அதைப் போய்த் தொடும்போது, ஐயோ பாவம், அது கட்டையாக இராமல், வெறும் குப்பை செத்தையாக இருந்துவிட்டால், அவன் மனசு எப்படி விண்டுவிடும். அவன் முகம் எப்படியாகிவிடும், அப்படி இருந்தது ருக்மிணியின் முகமும், அந்த முகத்தில் பிரதிபிம்பித்துக் காட்டிய அவள் மனசும்.

எல்லையில்லாத துன்பம், எல்லையில்லாத கஷ்டம் அந்தப் பார்வையில் இருந்தது. அதைக் கண்டும் நாகராஜன் மௌனமாக இருப்பதைப் பார்த்து ருக்மிணி மெல்ல ஒதுங்கிக் கொண்டு, "நான்

சொல்லக் கூடியது இனிமேல் ஒண்ணுமில்லை. மன்னார் கோவிலுக்குப் போகிறதில்லை என்கிற வார்த்தையை நீங்கள் எனக்குச் சொல்லமாட்டேன் என்கிறீர்கள்: இன்றோடு என் தலைவிதி முடிந்தது. நீங்கள் எப்போது என்னை இவ்விதம் விடத் துணிந்தீர்களோ, நான் இனிமேல் எதை நம்பிக் கொண்டு யாருக்காக, உயிரை வைத்துக் கொண்டிருப்பது? உங்கள் மீது எனக்கு வருத்தமில்லை. உங்கள் மனது இந்தக் காரியத்துக்குச் சம்மதியாது. என்னுடைய விதிவசம், என் அப்பா அம்மாவுடைய கஷ்டம், உங்களை இப்படியெல்லாம் செய்யச் சொல்லுகிறது. இனிமேல் ருக்மிணி என்று ஒருத்தி இருந்தாள். அவள் தம்பேரில் எல்லையில்லாத அன்பு வைத்திருந்தாள், பிராணனை விடுகிற போதுகூட நம்மையே நினைத்துக் கொண்டு தான் பிராணனை விட்டாளென்று எப்பொழுதாவது நினைத்துக் கொள்ளுங்கள். இதுதான் நான் உங்களிடம் கடைசியாகக் கேட்டுக் கொள்ளுவது" என்று சொல்லிக் கொண்டு நாகராஜன் காலில் விழுந்து, காலைக் கெட்டியாகப் பிடித்துக் கொண்டு தேம்பித் தேம்பி அழுதாள். நாகராஜன் உடனே அவளைத் தரையிலிருந்து தூக்கியெடுத்து, "பைத்தியமே, அப்படி ஒன்றும் பண்ணிவிடாதே, நீ போய்விட்டால் என் ஆவியே போய்விடும், அப்புறம் யார் யாரை நினைக்கிறது? மழைத் தூற்றல் போடுகிறது. வானமெல்லாம் கறும் மென்றாகிவிட்டது. இன்னும் சற்றுப் போனால் சந்தரத்தாரையாய்க் கொட்டும் போலிருக்கிறது: வா அகத்துக்குப் போகலாம்" என்று அவள் கையைப் பிடித்துக்கொண்டு ரெண்டடி எடுத்து வைத்தான்.

ஆகாயத்தில் சந்திரன் நட்சத்திரம் ஒன்றும் தெரியவில்லை. எங்கே பார்த்தாலும் ஓரே அந்தகாரம். சித்தைக்கொருதரம் மேகத்தை வாளால் வெட்டுகிறது போலே மின்னல் கொடிகள் ஜொலிக்கும். ஆனால் அடுத்த நிமிஷம் முன்னிலும் அதிகமான காடாந்தகாரமாகி விடும். பூமியெல்லாம் கிடு கிடு என்று நடுங்க ஆகாயத்தையே பிளந்துவிடும் போலே இடி இடிக்கும். காற்று ஒன்று சண்டமாருதம் போல அடித்துக் கொண்டிருந்தது. தூரத்தில் பிரமாதமாக மழை பெய்து கொண்டிருந்த இரைச்சல் அதிகமாகவே நெருங்கிக்கொண்டு வந்தது, இந்தப் பிரளய காலத்தைப் போல இருந்த அரவத்தில் ருக்மிணியும் நாகராஜனும் பேசிக்கொண்டு போன வார்த்தைகள் என் காதில் சரிவரப் படவில்லை. அவர்களும் அகத்துப்பக்கம் வேகமாகச் சென்று கொண்டிருந்தார்கள். ஒரு மின்னல் மின்னும் போது, ருக்மிணி வீட்டுக்குப் போக மனமில்லாமல்

பின்வாங்குவதும், ஆனால் நாகராஜன் தடுத்து முன்னால் அழைத்துச் செல்லுவது மாத்திரம் கண்ணுக்குத் தென்பட்டது. அவர்கள் வார்த்தையும் ஒண்ணும் ரெண்டுமாகத்தான் என் காதில் பட்டது. "....பிராணன் நிற்காது... அம்மாவுடைய ஹிருதயம் திருப்தி... வெள்ளிக்கிழமை காலமே.... ஸ்திரீகளின்... உடைந்துவிடும்... சொல்லாதே... கொடுத்து வைத்ததுதானே... அந்தப் பெண்ணையாவது நன்றாய் வைத்துக் கொள்ளுங்கள்... மனப்பூர்த்தியாக வாழ்த்துகிறேன்... அன்றைக்குத் தெரிந்து கொள்ளுவாய்... கடைசி நமஸ்காரம் வரையில் பொறுத்துக் கொள்..." இந்த வார்த்தைகள்தான் இடி முழக்கத்திலும், காற்றின் அடைமழையிலும், மழை இரைச்சலிலும் எனக்குக் கேட்டன. மழை தாரைதாரையாகக் கொட்ட ஆரம்பித்து விட்டது. ருக்மிணியும் நாகராஜனும் என் கண்ணுக்கு மறைந்து போய்விட்டார்கள்.

ஆச்சு, அடுத்த நாள் காலமே வெடிந்தது. மழை நின்றுவிட்டது. ஆனால் ஆகாயத்திலே தெளிவு வரவில்லை. மேகங்களில் கருக்கல் வாங்கவில்லை. காற்று, ஸமாதானஞ் செய்ய மனுஷியாள் இல்லாத குழந்தைபோல, ஓயாமல் கதறிக் கொண்டேயிருந்தது. என் மனசிலும் குழப்பம் சொல்லி முடியாது. எப்படி நிதானித்துக் கொண்டாலும் மனசுக்குச் சமாதானம் வரவில்லை. "என்னடா அடைத்துக் கொண்டு வருகிறது? காரணம் ஒண்ணும் தெரியவில்லையே" என்று நான் எனக்குள் யோசித்துக் கொண்டேயிருக்கும் போது, மீனா, "என்னடியம்மா, இங்கே ஒரு புடவை மிதக்கிறது!" என்று கத்தினாள். உடனே பதட்டம் பதட்டமாய், அந்தப் பக்கம் திரும்பினேன். குளத்திலே குளித்து கொண்டிருந்த பெண்களெல்லோரும் அப்படியே திரும்பிப் பார்த்தார்கள். பார்த்துவிட்டு என்னவோ காதோடு காதாய் ரகசியம் பேச ஆரம்பித்து விட்டார்கள். எனக்குப் பஞ்சப் பிராணனும் போய்விட்டது. புடைவையைப் பார்த்தால் காமாஷியம்மாள் புடைவை போல் இருந்தது. சரி, அம்மா, அப்பா தலையிலே கல்லைத் தூக்கிப் போட்டுவிட்டு ருக்மிணிதான் மறுபடியும் வந்து குளத்திலே விழுந்துவிட்டாள் என்று நினைத்தேன். அதுதான் தெரியும். அப்படியே மூர்ச்சை போய்விட்டேன்.

அப்புறம் சித்த நாழி கழித்து எனக்குப் பிரக்கினை வந்தது. அதற்குள்ளே குளத்தங்கரையெல்லாம் கும்பலாய்க் கூடிப் போய்விட்டது. ஜானகியையும் ராமசுவாமி ஐயரையும் வையாதவர் இல்லை. இனிமேல் வைதாலென்ன, வையாதே போனாலென்ன? ஊரின் சோபையையும்

தாயார் தகப்பனார் ஜீவனையும், என்னுடைய சந்தோஷத்தையும் எல்லாம் ஒண்ணாய்ச் சேர்த்துக் கட்டிக் கொண்டு ஒரு நிமிஷத்தில் பறந்து போய்விட்டாளே என் ருக்மிணி! கீழே, அந்த மல்லிகைக் கொடி ஓரத்திலேதான் அவளை விட்டிருந்தார்கள். எத்தனை தடவை அந்த மல்லிகை மொக்குகளைப் பறித்திருக்கிறாள் அவள் பொன்னான கையாலே! குளத்தங்கரையெல்லாம் அவள் குழந்தையாயிருக்கிறபோது அவள் பாதம் படாத இடம் ஏது, அவள் தொடா மரமேது, செடியேது! ஐயோ, நினைக்க மனம் குமுறுகிறது. அந்த அழகான கைகள், அந்த அழகான பாதங்கள், எல்லாம் துவண்டு, தோஞ்சு போய்விட்டன. ஆனால் அவள் முகத்தின் களை மாத்திரம் மாறவே இல்லை. பழைய துக்கக் குறிப்பெல்லாம் போய் முகத்தில் ஒருவித அத்தியாச்சரியமான சாந்தம் வியாபித்திருந்தது!

இதையெல்லாம் கொஞ்சந்தான் கவனிக்கப் போது இருந்தது. அதற்குள்ளே, "நாகராஜன் வர்றான், நாகராஜன் வர்றான்" என்ற ஆரவாரம் கூட்டத்தில் பிறந்தது. ஆமாம், நிசந்தான். அவன் தான் தலைகால் தெரியாமல் பதைக்கப் பதைக்க ஓடி வந்து கொண்டிருந்தான். வந்துவிட்டான். மல்லிகைச் செடியண்டை வந்ததும், கும்பலையாவது, கும்பலில் இருந்த தாயார் தகப்பனாரையாவது கவனிக்காமல், "ருக்மிணி, என்ன பண்ணிவிட்டாய் ருக்மிணி" என்று கதறிக் கொண்டு கீழே மரம் போல சாய்ந்து விட்டான். கூட்டத்தில் சத்தம், கப் என்று அடங்கிப் போய்விட்டது. எல்லோரும் நாகராஜனையே பார்த்துக் கொண்டிருந்தார்கள்.

ரொம்ப நாழி வரைக்கும் அவன் தரையில் மூர்ச்சை போட்டே கிடந்தான். ராமசுவாமி ஐயர் பயந்து போய் அவன் முகத்திலே ஜலத்தைத் தெளித்து விசிறியால் விசிறிக் கொண்டிருக்கையில் அவனுக்குக் கடைசியாய் பிரக்கினை வந்தது. கண்ணை முழித்தான். ஆனால் தகப்பனாரிடத்திலே ஒரு வார்த்தை கூடப் பேசவில்லை. ருக்மிணியின் உயிரற்ற சரீரத்தைப் பார்த்து, "என்னுடைய எண்ணமத்தனையும் பாழாக்கிவிட்டு ஜூ"லியெத் (ஷேக்ஸ்பியரின் சோக நாடகம் ஒன்றின் கதாநாயகி) மாதிரி பறந்தோடிப் போய்விட்டாயே ருக்மிணி! ஸ்ரீநிவாசன் சொன்னது சரியாய்ப் போய்விட்டாதே! பாவி என்னால்தான் நீ உயிரை விட்டாய், நான்தான் உன்னைக் கொலை செய்த பாதகன்! நேற்று நான் உன்னிடம் ரகசியம் முழுவதையும் சொல்லியிருந்தால் இந்தக் கதி நமக்கு

இன்று வந்திருக்காதே! "குஸூம் ஸத்ருசம்.... ஸத்ய: பாதி ப்ரணயி ஹ்ருதயம்" (காளிதாஸன் மேகஸந்தேசம் - பொருள்: பெண்ணியலாரின் அன்பு நிறைந்த இருதயம் பூப்போல மிகவும் மெல்லியது. அன்புக்குக் கேடு வரின், உடனே விண்டு விழுந்துவிடும்) என்கிற ஆழமான வாக்கியத்தை வேடிக்கையாக மாத்திரந்தான் படித்தேனே யொழிய அதன் சத்தியத்தை நான் உணரவில்லையே! இனிமேல் எனக்கென்ன இருக்கிறது? ருக்மிணி! நீயோ அவசரப்பட்டு என்னை விட்டுவிட்டுப் போய்விட்டாய். எனக்கு இனிமேல் சம்சார வாழ்க்கை வேண்டாம். இதோ சன்னியாசம் வாங்கிக் கொள்ளுகிறேன்!" என்று சொல்லிக் கொண்டே யாரும் தடுப்பதற்கு முந்தித் தான் உடுத்தியிருந்த வேஷ்டியையும் உத்தரீயத்தையும் அப்படியே தாராய்க் கிழித்து விட்டான். அவன் தாயார் தகப்பனார் ஒருவரும் வாய் பேசவில்லை. நாகராஜனும் அவர்கள் திடுக்கிட்டதிலிருந்து சுதாரிச்சுக் கொள்ளுகிறதற்குள்ளே அவர்கள் காலில் சாஷ்டாங்கமாய் விழுந்து நமஸ்காரம் பண்ணிவிட்டு யாருடனும் பேசாமல் கௌபீனதாரியாய்ப் புறப்பட்டுப் போய்விட்டான்.

இப்படி முடிந்தது என் ருக்மிணியின் கதை! என் அருமைக் குழந்தைகளே! பெண்கள் மனசு நோகும்படி ஏதாவது செய்யத் தோணும் போது இனிமேல் இந்தக் கதையை நினைத்துப் பார்த்துக் கொள்ளுங்கள். விளையாட்டுக்காகக் கூடப் பெண்ணாய்ப் பிறந்தவர்களின் மனதைக் கசக்க வேண்டாம். எந்த விளையாட்டு என்ன வினைக்குக் கொண்டு வந்துவிடும் என்று யாரால் சொல்ல முடியும்?

விவேக போதினி, *1915*

குளத்தங்கரை அரசமரம் முதன் முதலில் வ.வே.சு. ஐயர் மனைவி ஸு.பாக்கியலெட்சுமி அம்மாள் பெயரில் "விவேக போதினி" எனும் மாத இதழில் *1915*, செப்டம்பர், அக்டோபர் இதழ்களில் வெளிவந்தது. "குளத்தங்கரை அரசமரம் ஒரு சிறிய கதை" என்று தமிழில், "The Peepul Tree Near the Tank - A Short Story" என்று ஆங்கிலத்திலும் தலைப்புகள் சூட்டப்பட்டன.